इश्क@मांडवी

मिलिंद महांगडे

मेहता पब्लिशिंग हाऊस

Please contact us at **Mehta Publishing House Pvt. Ltd.**
✆ +91 020-24476924 / 24460313 / Mob. No. 9545000513
Email : production@mehtapublishinghouse.com
Website : www.mehtapublishinghouse.com

◆ *या पुस्तकातील लेखकाची मते, घटना, वर्णने ही त्या लेखकाची असून त्याच्याशी प्रकाशक सहमत असतीलच असे नाही.*

ISHQ @ MANDAVI by MILIND MAHANGADE

इश्क @ मांडवी : मिलिंद महांगडे / कादंबरी

author@mehtapublishinghouse.com

मराठी प्रकाशनाचे हक्क : मेहता पब्लिशिंग हाऊस प्रा. लि.

संस्थापक : सुनील मेहता

प्रकाशक : मेहता पब्लिशिंग हाऊस प्रा. लि.
१९४१, सदाशिव पेठ, माडीवाले कॉलनी, पुणे ३०

मुद्रक : ट्रिनिटी अ‍ॅकॅडमी फॉर कॉर्पोरेट ट्रेनिंग लिमिटेड

मुखपृष्ठ : सरदार जाधव

प्रथमावृत्ती : डिसेंबर, २०२२

किंमत : ₹ २९०

P Book ISBN 9789395477598
E Book ISBN 9789395477604
E Books available on : amazonkindle Apple Books Google Play Books

---

शनिवार रविवार न चुकता मांडवीच्या समुद्रकिनाऱ्यावर
जाणाऱ्या माझ्या सर्व मित्रांस ही कादंबरी अर्पण...

मनोगत

प्रत्येक लेखकाचा प्रवास कुठूनतरी सुरू होतो, माझा मांडवीच्या समुद्रकिनाऱ्यापासून झाला. लिहावंस जेव्हा वाटलं, तेव्हा सर्वप्रथम मी जे काही तोडकं-मोडकं लिहिलं ते मांडवीच्या किनाऱ्याबद्दल! कदाचित त्या सुंदर किनाऱ्याने मला लिहिण्याची प्रेरणा दिली. 'इश्क @ मांडवी' ही मी लिहिलेली पहिली कादंबरी आहे. ती आता मेहता पब्लिशिंग हाऊस, पुणे यांचेमार्फत प्रकाशित होत आहे, याचा मला फार आनंद होतो आहे. मी मेहता पब्लिशिंग हाऊस, पुणे यांचा सदैव ऋणी राहीन आणि ज्या मित्रांसोबत मी हे सुंदर दिवस अनुभवले त्यांच्या ऋणातून मुक्त होणं या जन्मी तरी शक्य नाही...

– मिलिंद महांगडे

२०५१ दादर मडगाव जनशताब्दी एक्स्प्रेस थोड्याच वेळात प्लॅटफॉर्म नंबर पाच वर येत आहे... २०५१ दादर मडगाव जनशताब्दी एक्स्प्रेस थोडेही समय में प्लॅटफॉर्म नंबर पांच पर आ रही है...

गाडीची अनाउन्समेंट झाली. बराच वेळ ताटकळत उभ्या राहिलेल्या प्लॅटफॉर्मवरच्या प्रवाशांमध्ये एक प्रकारचा उत्साह निर्माण झाला. सैनिक पवित्रा घेतात तसे सर्व लोक आपापले सामान घेऊन उभे राहिले. धडधडत ट्रेन आली आणि एकच झुंबड उडाली. रिझर्वेशनचा डबा असूनही लोक उगाचच एवढ्याशा दरवाज्यातून आत जाण्यासाठी सर्व बाजूंनी प्रयत्न करत होते. त्या लहानशा जागेतून जाण्यासाठी दोन्ही बाजूंनी लोक घुसू लागले, त्यामुळे कुणालाच नीट आत शिरता येईना. सोबत सामानाच्या बॅगा असल्याने परिस्थिती आणखीनच बिकट झाली. मागे राहिलेल्या लोकांची बोंबाबोंब सुरू झाली. मला ते बघून मोठी गंमत वाटली. गर्दी थोडी कमी झाल्यावर मीही आत शिरलो. विंडो सीट होती हे त्यातल्या त्यात एक बरं होतं. ट्रेन लगेचच सुरू झाली. सामान वरच्या रॅकवर टाकून माझ्या सीटवर बसलो. सीटवर बसताक्षणीच माझ्या डाव्या गुडघ्यातून एक कळ अगदी मस्तकापर्यंत गेली. मघाशी ट्रेनमध्ये चढण्याच्या नादात समोरच्या माणसाच्या हातातल्या लोखंडी ट्रंकेला माझा गुडघा आपटला होता. गोंधळात त्या वेळी लक्षात आलं नाही, पण आता मात्र गुडघा दुखू लागला. काही लोकांचं अजूनही सामान इथून तिथे, तिथून इथे आणणं चालूच होतं. काही जण आपल्याबरोबरचे कुठे मागे राहून गेले, याचा शोध घेत होते, कुणीतरी आपलं सामान रस्त्यात ठेवून गेला होता, त्याला अडखळून कुणी धडपडत

होतं, धडपडणारा मग सामान मधे ठेवणाऱ्याचा शेलक्या शब्दात उद्धार करीत होता, काही लोक चुकीच्या बोगीत शिरले होते. सामानसुमान घेऊन बिचारे वैतागलेल्या चेहऱ्याने आपली जागा शोधत हिंडत होते. तो गोंधळ पाहून काही लहान मुलं आणीबाणी आल्यासारखे जिवाच्या आकांताने रडत होते. लोक एकमेकांवर खेकसत होते. अरेला कारे होत होतं, लोकांचा विनाकारण गोंधळ चालू होता. माझ्या शेजारी मध्यम वयाचे एक गृहस्थ टाइम्स ऑफ इंडिया उघडून बसले होते. त्यांचा एक हात माझ्या उजव्या कानाला लागत होता. वाचण्याच्या नादात कधी कधी त्यांचा पेपर माझ्या डोळ्यांसमोर येत होता. जनशताब्दीच्या सीट्स रुंदीने फारच कमी होत्या, त्यामुळे नीट बसता येत नव्हतं. मी थोडी चुळबुळ करण्याचा प्रयत्न केला, पण त्यांच्यावर काहीच परिणाम झालेला दिसला नाही. गाडी तिच्या एकसुरी चालीने पळू लागली. सकाळी लवकर उठल्याने माझ्या डोळ्यांवर आपोआपच गुंगी आली होती आणि मला कधी झोप लागली कळलंच नाही.

पॉऽऽऽ म... बाजूने जाणाऱ्या ट्रेनच्या कर्कश वाजणाऱ्या हॉर्नने मी दचकून जागा झालो. बराच वेळ झाला होता. घड्याळात पाहिलं तर सकाळचे साडेआठ वाजून गेले होते. ट्रेन कुठल्यातरी स्टेशनवर थांबली होती. मी कसाबसा उठायचा प्रयत्न केला; पण झोपेत मान अवघडल्याने दुखू लागली. थोडा वेळ झोपेचा अंमल नाहीसा झाल्यावर माझ्या सीटवर व्यवस्थित बसलो. बाजूचा टाइम्स ऑफ इंडिया पेंगू लागला होता. माझ्या चुळबुळीने त्यांनी चश्म्याच्या कोपऱ्यातून एकदा माझ्याकडे पाहिलं आणि पुन्हा आपोआप त्यांचे डोळे मिटले गेले. मी खिडकीतून बाहेर पाहिलं, खिडकीवर बाष्प जमा झाल्याने धुरकट दिसत होतं. मी हाताने काच पुसली. बाहेर सर्वत्र हिरवंगार दिसत होतं. खिडकीची काच वर केली, थंड वारा चेहऱ्यावर आल्यावर जरा बरं वाटलं. पाऊस थांबला होता. पण आभाळ ढगांनी भरून गेलं होतं. मस्त वातावरण होतं बाहेर... काही लोक बाहेर प्लॅटफॉर्मवर उतरले होते. कोकणात जाण्यासाठी रेल्वेचा एकच ट्रॅक असल्याने गाडी एका स्टेशनवर सायडिंगसाठी थांबली होती. पुढून येणारी ट्रेन बाजूने निघून गेली आणि लगेचच आमच्या गाडीचा हॉर्न ऐकू आला. हॉर्न दिल्यावर ते सगळे पुन्हा एकेक करून आत यायला लागले. ट्रेन सुरू झाली... माझं मन भूतकाळात कधी शिरलं माझं मलाच कळलं नाही.

बऱ्याच दिवसांपासून, नव्हे वर्षांपासून माझा स्पर्धा परीक्षांचा अभ्यास चालू होता. क्लास वनची पोस्ट मिळवण्याचं स्वप्न हळूहळू मागे पडून, जी मिळेल ती नोकरी पत्करणं हेच ध्येय राहिलं, आणि वैतागून शेवटी मी जे मिळेल त्यात समाधान मानायचं ठरवलं. जुनिअर क्लार्क म्हणून सिलेक्शन झालं. ज्युनिअर

क्लार्क तर ज्युनिअर क्लार्क! आता जे समोर वाढून ठेवलं आहे ते स्वीकारावं म्हणून मी जॉइन होण्याचा निर्णय घेतला. पण त्यातही एक मेख होतीच! माझी नियुक्ती सोनगिरीला झाली होती. राहत्या घरापासून बरंच लांब. शहरापासून दूर अशा ठिकाणी माझी पहिली नियुक्ती झालेली बघून मला थोडा वैताग आलाच! घरच्या मंडळींनाही काही तितकासा आनंद झालेला दिसला नाही. एकतर मी त्यांच्या अपेक्षेनुसार क्लास वन ऑफिसर काही झालो नव्हतो, क्लार्क झालो, त्यातही जुनिअर क्लार्क! तसं क्लार्क या पदाला मला कमी लेखायचं नाही, पण ज्या वेळी तुम्ही क्लास वन अधिकारी व्हायची स्वप्न बघता आणि ते न मिळता तुम्हाला ज्युनिअर क्लार्क व्हावं लागतं तेव्हा वाईट वाटणं साहजिकच आहे. त्यात दुष्काळात तेरावा म्हणून माझी नियुक्ती लांब कोकणात सोनगिरीत झाली होती. बाबा तर म्हणाले नको जॉइन करूस, आणखी दुसऱ्या परीक्षा दे. पण मलाच आता त्या परीक्षा द्यायला कंटाळा आला होता. किती वर्षे तेच तेच करायचं? जाणं तर भाग होतंच. नाइलाजाने ट्रेनचं रिझर्वेशन केलं आणि दिवस मोजू लागलो. कोकणात मी यापूर्वी कधीच गेलो नव्हतो पण तिथल्या निसर्गसौंदर्याबद्दल, तिथल्या समुद्रकिनारा, नारळी-पोफळीच्या बागा याचं वर्णन पुस्तकांत आणि बऱ्याच जणांकडून ऐकलं असल्यानं मनात एक प्रकारची उत्सुकता लागून राहिली होती. 'स्लो लाइफ आहे रे तिथे जाम... पकशील तिथे!' मित्र म्हणाले. ठीक आहे. स्लो लाइफ तर स्लो लाइफ... आता काय करू शकतो? नशिबात जे लिहिलंय त्याला सामोरं गेलंच पाहिजे. आमच्या शेजारच्या सावंतकाकूंना माझं सिलेक्शन आणि कोकणातल्या पोस्टिंगचं कळलं आणि त्या भलत्याच खूश झाल्या. 'आमच्याच गावात जातोयस' असं म्हणून, सोनगिरीचं वर्णन तर त्यांनी असं केलं की स्वर्ग त्यापुढे फिका पडेल. त्यामुळे मलाही थोडंसं आकर्षण वाटू लागलं. सोनगिरी त्यांचं माहेर! त्यांच्या घरी काही दिवस राहण्याखाण्याची व्यवस्थाही करता येईल असे त्या म्हणाल्या, त्यामुळे आईच्या डोक्यावरचं मोठं ओझं हलकं झालं. नोकरीच्या निमित्ताने पहिल्यांदाच घर सोडायची वेळ आली होती, पण त्यात एक समाधानही होतं. आता मी स्वतःच्या पायावर उभा राहणार होतो, स्वतःचे पैसे स्वतः कमावणार होतो, आणि खर्चही करणार होतो. कमावता म्हणून मिरवणार होतो, याआधी स्पर्धा परीक्षांच्या अभ्यासाच्या नावाखाली बराच पैसा आणि मुख्य म्हणजे वेळ खर्ची पडला होता. आता त्याची भरपाई करता येणार होती. मी आनंदी होतो, पण प्रत्यक्ष जाण्याचा दिवस उजाडला तेव्हा मात्र पोटात गोळा उभा राहिला. आजचा दिवस तसा थोडा कंटाळवाणाच होता. सकाळपासूनच पावसाची रिपरिप चालू होती. तरी नशीब, ट्रेन वेळेवर होती. मला आता एका जागी बसून राहणे अवघड वाटू लागलं. थोडं

पाय मोकळे करण्यासाठी उठलो. शेजारच्या टाइम्स ऑफ इंडियाची झोपमोड झाल्याने त्यांनी थोडं नाखूशीनेच माझ्याकडे पाहिलं. खड्ड्यात गेला हा माणूस! इतका वेळ मला हलूही दिलं नव्हतं, याचा पेपर माझ्या तोंडासमोर येत होता तरी मी काही बोललो नाही. मी तसाच त्याच्याकडे दुर्लक्ष करत बाहेर आलो. पाय मोकळे झाल्याने थोडं बरं वाटलं. ट्रेन तिच्या एकसुरी चालीने चालली होती. ढक-टक... ढक-टक... मस्त आवाज येत होता. मी ट्रेनच्या दरवाज्यात उभा राहिलो. बाहेर थोडं वाकून पाहिलं. आणि झपकन थंडगार वाऱ्याचा झोत माझ्या चेहऱ्यावर आला. एकदम प्रसन्न वाटलं. थोडा थोडा पाऊस पडत होता, पण ट्रेनच्या वेगामुळे पावसाचे बारीक थेंब वेगाने येऊन चेहऱ्यावर सुयांसारखे टोचत होते. लांबच लांब छोटी छोटी भातशेतं पसरलेली. चिखलणी केलेल्या शेतात चौकोनी आकाराचे हिरवेगार तरवें बेटांसारखे भासत होते. त्याच्या आजूबाजूला ध्यानस्थ ऋषींसारखे एका पायावर उभे राहून काही बगळे सकाळच्या न्याहारीची वाट बघत होते. काही ठिकाणी लावणी सुरू होती. प्लॅस्टिकची पोती डोक्यावर घेऊन बायका भातलावणी करत होत्या. ट्रेन मधूनच एखाद्या नदीवरच्या पुलावरून जात होती. त्याचा धडाम्ऽधडाम आवाज, नागमोडी वळणे घेत जाणारी ट्रेन, इंजिनाने सोडलेला काळा धूर... एकूणच अशा प्रकारच्या प्रवासाचा माझा पहिलाच अनुभव होता, आणि तो मस्त होता. मला पुन्हा माझ्या जागेवर जाऊन बसावंसं वाटेना. मी तसाच बराच वेळ दरवाज्यात उभा राहिलो. सोनगिरीही अशीच काहीशी असायला हवी. अशा वातावरणात तर मी आयुष्यभर राहायला तयार आहे. मनात एकप्रकारची सकारात्मकता निर्माण झाली. मी उत्साहाने थंडगार वाऱ्याचा दीर्घ श्वास छातीत भरून घेतला. डोळे मिटले. 'सोनगिरी, आ रहा हू मैं।'

◆

सोनगिरीला ट्रेन पोहोचली तेव्हा दुपारचे बारा वाजून गेले होते. पावसामुळे ट्रेन थोडी उशिरा पोहोचली. तुफान पाऊस पडत होता. आळसावत, रेंगाळत ट्रेन सोनगिरीला येऊन थांबली. ट्रेनचे दरवाजे कोणत्या इंजिनिअरने बनवले असतात कुणास ठाऊक? पावसाचं सगळं पाणी दरवाज्यातून बाहेर पडणाऱ्या माणसांच्या अंगावर पडत होतं. सामानासकट ट्रेनमधून बाहेर पडेपर्यंत मी व्यवस्थित भिजलो. 'छ्या! काय साला पाऊस आहे...' मी रुमालाने केस पुसत सामान बाजूच्या बाकड्यावर ठेवलं. धुवाधार पावसामुळे वातावरण कुंद झालं होतं. सामान कसंबसं स्टेशनबाहेर आणलं. स्टेशनबाहेर रिक्षांची रांग लागली होती. इथल्या रिक्षा वेगळ्याच प्रकारच्या होत्या. वरच्या रेक्झिनच्या कापडाऐवजी प्लॅस्टिक, फायबरचं टणक आणि मजबूत छत होतं. दोन्ही बाजूंना त्याच फायबरचे बिजागिरी लावलेले दरवाजे होते. आणि त्यातून पलीकडचं दिसावं म्हणून पारदर्शक प्लॅस्टिकची खिडकीही केलेली दिसली. पावसाचं प्रमाण जास्त असल्याने ही सोय केलेली दिसत होती. आत सीडी प्लेअर आणि रंगीबेरंगी डिस्को लाइट्स, प्लॅस्टिकची रंगीबेरंगी फुलं, काही रिक्षांमध्ये प्लॅस्टिकच्या द्राक्षांचे घोस लटकलेले दिसत होते. काही हौशी रिक्षावाल्यांनी लग्नाच्या वरातीची गाडी सजवावी तशी आपापली रिक्षा सजवली होती. केवळ तीन चाकं आहेत म्हणून तिला रिक्षा म्हणायचं, मला मोठी गंमत वाटली ते पाहून. एकूण रिक्षावाले हौशीच! त्यातल्या त्यात कमी सजवलेल्या रिक्षेपाशी जाऊन मी विचारलं "वाळ नाका?"

"बसा..." म्हणत तोही तयार झाला.

"किती घेणार?" हे आधी विचारून घे असं सावंतकाकू म्हणाल्या होत्या.

"सत्तर."

"पन्नास घ्या..."

"नाय परवडत... बरं साठ द्या..." म्हणत त्याने रिक्षाला किकही मारली. मी काही बोललो नाही. कुठे दहा रुपयांसाठी झिगझिग करू. परत ते सामान रिक्षातून उतरवायचं जिवावर आलं होतं. रिक्षावाल्याने भर्रकन्

पाहुणा

रिक्षा काढली. स्टेशनमधून बाहेर पडून मुख्य रस्त्याला लागलो. सोनगिरी म्हणजे गावाचं शहरात रूपांतर होण्याच्या मधल्या टप्प्यात असलेलं ठिकाण वाटलं मला. प्रशस्त रस्ते, चिऱ्यांची घरं, घरांपुढे आणि मागे नारळ पोफळीच्या बागा, एखाद्या ठिकाणी लांबच लांब पसरलेली आमराई, गेरू लावल्यासारखी लालभडक माती, काही ठिकाणी आधुनिक पद्धतीने बांधलेले मॉडर्न बंगले आणि तीन - चार मजल्यांच्या इमारतीही झाडांच्या गर्दीतून डोकावत असलेल्या दिसत होत्या. पावसामुळे सर्व वातावरण कुंद- धुंद होऊन गेलं होतं. झाडांची पाने स्वयंप्रकाशी झाल्यासारखी वाटत होती, त्यांच्यातून मंदसा हिरवट प्रकाश येतोय असा भास होत होता. मस्त वाटत होतं... रिक्षा वाळ नाक्यावर येऊन थांबली. आमच्या शेजारच्या सावंतकाकूंच्या भावाच्या घरी काही दिवस राहण्याची सोय केली होती. खरंतर मला असं ओळखीच्या लोकांकडे राहण्याची अजिबात इच्छा नव्हती. लवकरात लवकर तिथून दुसरीकडे जागा बघितली पाहिजे, फार फारतर आठवडाभर राहू, ऑफिसमधल्या कुणाच्या न कुणाच्या ओळखीने तरी राहायला जागा मिळेलच! मी मनातल्या मनात विचार केला. वाळ नाक्यापासून सावंतकाकूंच्या भावाचं घर जवळच होतं. ते शोधायला फार कष्ट पडले नाहीत. पण पहिल्यांदा जेव्हा ते घर मी पाहिलं तेव्हा त्याच्या प्रेमातच पडलो. समोर प्रशस्त अंगण, अंगणात मध्यभागी तुळशी वृंदावन, डाव्या बाजूला नारळ, सुपारीची दाटीवाटीने लावलेली झाडे, उजव्या बाजूला लहानशी पण व्यवस्थित अशी फुलबाग, आणि त्यावर कडी म्हणजे मंगलोरी कौलांचं ते टुमदार घर! त्या घराची रचनाही अतिशय सुंदर होती. समोर मोठा दरवाजा, त्याच्या दोन्ही बाजूना अर्धषटकोनाकृती व्हरांडे आणि त्यावर घराच्या भिंतीतूनच उगवल्यासारखं उतरत्या मंगलोरी कौलांचं छप्पर. त्या दोन व्हरांड्यात बसण्यासाठी वेताच्या आरामदायी खुर्च्या. मला ते घर बघता क्षणीच आवडलं. मघाशी रिक्षातून येताना लवकरात लवकर दुसरी जागा बघण्याचा विचारही मी विसरून गेलो. सावंतकाकूंच्या माहेरची माणसंही फार चांगली होती. त्यांनी माझं अगत्यानं स्वागत केलं. आणि सरबराई तर इतकी की मला अगदी संकोचल्यासारखं वाटू लागलं. सावंतकाकूंना एक भाऊ होता. तो सोनगिरी एमआयडीसीमधेच कुठल्याशा कंपनीत कामाला होता. भातशेती भरपूर आणि खाचणेगावाला लागून पाचशे आंबा आणि हजार काजूची झाडं होती. त्यांचे वडील अधून-मधून ते पाहत असत. काकूंच्या आई आणि भावाची बायको गृहिणी होत्या, भावाला एका वर्षाची मुलगी. असं पाच लोकांचं कुटुंब खाऊन-पिऊन सुखी होतं. प्रत्येकाच्या चेहऱ्यावर मला आनंद आणि समाधान दिसत होतं.

"अगदी घरच्यासारखे राहा हो... बायडीनी आमाला बजावलेनी, तिच्या

पावण्यांची नीट काळजी घ्या म्हणून...'' सावंतकाकूंचे वडील म्हणाले. सावंतकाकूंना बायडी म्हणतात ही नवीनच माहिती मिळाली.

''गव्हर्नमेंटमध्ये लागलात ना तुम्ही?'' भावानं चौकशी केली.

''हो,...''

''आजकाल गव्हर्नमेंटमध्ये लागणं म्हणजे खूपच कठीण काम आहे नाही...? कसं काय लागलात?'' हे विचारण्यामागे सरकारी नोकरी मिळवण्यासाठी काय झोल केलेत असा अर्थ असावा असं मला उगाचच वाटून गेलं.

''मी गेली पाच - सहा वर्षे एमपीएससीचा अभ्यास करत होतो, आणि इतरही स्पर्धा परीक्षा देत होतो, या डिपार्टमेंटची सुद्धा परीक्षा होती. लेखी परीक्षा पास झाली की मग इंटरव्ह्यू असतो, दोघांचं मिळून मग मेरिट लावतात, मेरिटनुसार निवड होते.'' मी मुद्दामच सविस्तर वर्णन करून माहिती दिली.

''अरे बाप रे! भरपूर मुलं असतील नाही परीक्षेला!''

''हो, जवळपास लाख - दीड लाख मुलं तरी असतील...'' मी मुद्दामच आकडा वाढवला.

''बाय माझे...! लाख - दीड लाख! पावणे हुशार आहेत मंग...'' काकूंच्या आई डोळे मोठे करून म्हणाल्या.

''मला अहो जाहो नका करू, मी लहान आहे तुमच्यापेक्षा.''

''असा कसा म्हनताव... तुम्ही गव्हरमिंटचे मोठे सायेब झालेत. आनी तुमी आमचे पावणे आहेत...''

आता यांना कसं समजावणार? मी काही कुणी मोठा साहेब वगैरे नव्हतो. साधा क्लार्क होतो, त्यातही ज्युनिअर क्लार्क! माझी इच्छा होती, क्लास वन अधिकारी व्हायची, पण आता त्याचा काय उपयोग?

''हो, ते खरा हाय... आमची सोनू पण होणार गव्हर्नमेंट ऑफिसर... हो की नई सोनू... कोन आले... काका आले... कुठून आले... मुंबई वरून...'' सावंतकाकूंचे बाबा विचित्र आवाज काढून त्यांच्या नातीला खेळवू लागले. गोऱ्या, गोबऱ्या गालाची त्यांची ती नात माझ्याकडे डोळे वटारून बघू लागली. ती बरीचशी तिच्या आईवर गेलेली दिसत होती. तिची आई दिसायला सुंदर होती. गोरी, नाकीडोळी छान. ती तिच्या घरकामात व्यस्त होती. आल्यापासून तर मी तिचा आवाजही ऐकला नव्हता. एकदा - दोनदा माझ्याकडे बघून नाजूक हसली फक्त. चालू असलेल्या संभाषणात तिने एक शब्दही उच्चारला नव्हता. पण ती सगळं ऐकून मात्र घेत होती.

दुपारचं जेवण तयार होतं. तांदळाची भाकरी, काळ्या वाटण्याची उसळ, वरणभात, लोणचं, उकडीचे मोदक असा छान स्वयंपाक सोनूच्या आईनं केला

होता. तिच्या हाताला चव होती. उकडीचे मोदक तर अप्रतिमच होते. तोंडात टाकताच गूळ - ओल्या खोबऱ्याच्या गोड सारणाची चव संबंध जिभेवर पसरत होती. असं वाटत होतं की ते मोदक संपूच नयेत. ते जेवण झाल्यावर तर माझे डोळे बसल्या जागी झाकू लागले. सकाळी लवकर उठल्याने मला खूप झोप येत होती. बाकीच्या लोकांच्या ते लक्षात येताच त्यांनी मला पाहुण्यांच्या खोलीत नेलं आणि आराम करायला सांगितलं. मी नाही म्हणायचा तर प्रश्नच नव्हता. थेट आडवा झालो.

संध्याकाळ केव्हा झाली कळलं नाही. डोळे उघडले तेव्हा मी कुठे आहे हेच कळेना. खिडकीतून बाहेर पाहिलं तर जोरजोरात पाऊस पडत होता. हवेत चांगलाच गारवा होता. खूप दिवसांनी इतकी गाढ झोप लागली होती. हा सगळा त्या उकडीच्या मोदकांचा परिणाम! तसाच थोडा वेळ पडून राहिलो.

"झोप झाली का पावण्यांची?" म्हणत काकूंच्या आई खोलीत चहा घेऊन आल्या. मी लगेच उठून बसलो.

"हो, जेवण फारच छान झाल्यामुळे चांगली झोप झाली."

"घ्या, चहा घ्या..." म्हणत त्यांनी कपबशी माझ्या हातात दिली.

"अहो, कशाला त्रास घेतलात... मी येणारच होतो बाहेर..."

"तुमी चहा घ्या निवांत. मी येते." म्हणत त्या निघून गेल्या. खरंतर बाहेर मुसळधार पाऊस पडत असल्याचं पाहून चहाची तलफ झालीच होती. खिडकीतून बाहेर पाऊस बघत मी चव घेऊन चहा पिऊ लागलो. आता मस्त फ्रेश वाटू लागलं. बाहेरच्या अर्धषट्कोनी व्हरांड्यात काकूंचे वडील तिच्या नातीला घेऊन बसले होते. चहा संपवून मी बाहेर आलो आणि त्यांनी त्यांच्या विचित्र किनऱ्या आवाजात पुन्हा सुरू केलं, 'कोन आले... काका आले.... कुठून आले.... मुंबईवरून...' त्यांच्या शेजारच्या खुर्चीत जाऊन बसलो. लहान मुलांना खेळवण्याचे नेहमीचे काही विशिष्ट आवाज असतात ते काढून मी तिला खेळवू लागलो. तीही उत्साहित होऊन हात उंचावत होती.

"किती वर्षाची झाली ही?" काहीतरी विचारायचं म्हणून मी विचारलं.

"पुढच्या महिन्याच्या सत्तावीस तारखेला एक वर्षाची होईल..."

"सोनू नाव आहे का?"

"सोनू तर असंच घरात म्हणतो, तसं तिचं नाव स्वरांजली आहे."

"वा.... छान नाव आहे." त्यांनी तिचं नाव कमळाबाई आहे असं सांगितलं असतं तरीही मी छानच म्हणालो असतो.

"तुम्हाला उद्या सकाळी कामावर जावं लागेल ना?"

"हो, दहा वाजता जॉयनिंग आहे."

''कामाचा पहिला दिवस महत्त्वाचा असतो. तो आयुष्यभर लक्षात राहतो.''

''हो, बरोबर आहे. मलाही थोडी एक्साइटमेंट आहे.''

''मी पूर्वी मिलमध्ये कामाला होतो, मुंबईला. नंतर मिल बंद पडल्या आणि मग आलो गावाला. पण मला माझा मिलमधला पहिला दिवस अजून आठवतो.'' काकूंचे वडील बोलता बोलता त्या काळात गेले. ''धमाल असायची त्या वेळी मिलमध्ये... संप, हरताळ, मोर्चे... काही विचारू नका. कामगार युनियनमध्ये फुल्ल ॲक्टिव्ह! मारामाऱ्या, राडे घालण्यातच दिवस गेले आमचे. भविष्याचा विचार काही केल्यानी नाही. आणि एक दिवस मिल बंद पडली. नशीब गावाला घर होतं, शेतीवाडी होती म्हणून निभावलेनी... आणि आता आजकाल नोकऱ्या हायेत तरी कुठं? आमचा जितू म्हणत होता मुंबईला जातो म्हणून, पण मी म्हटलं, त्यापेक्षा आपल्या इथे एमआयडीसीमध्ये ओळखीने कुठेही जॉब मिळेल, शिवाय आपली शेती आहे, आंब्याची-काजूची कलमं आहेत... त्यांच्याकडे कोण बघिल? आणि आता मुंबई पण पहिल्यासारखी नाय राहिली. किड्या-मुंगीसारखी मानसं झाल्यानीत. आमच्या मिलच्या जाग्यांवर मोठमोठाले टॉवर उभे राहिलेत. आता त्या भागात गेलो तर वळखु पण येत नाही.'

काकूंचे वडील भरभरून बोलत होते. मी गोष्ट ऐकल्यासारखं ऐकत बसलो होतो. थोडीशी उसंत घेऊन पुन्हा जोरदार पावसाला सुरुवात झाली.

''पाऊस फारच पडतो हो इथे... सकाळपासून चालू आहे.''

''अहो कोकण आहे हे, इथे पाऊस पडायचाच! आणि काय सध्या त्याचे दिवस आहेत तर आपण तरी काय करणार? खरं सांगायचं तर भातशेतीला पाऊस लागतोच. आता पाऊस पडला नाय तर आम्ही खायचा काय?''

''खरं आहे तुमचं. हनुमान मंदिर एरिया किती लांब आहे इथून?''

''हे काय इथे, दहा मिनिटांवर हनुमान मंदिर!''

''उद्या ऑफिसला गेलो की दोघा- तिघांना सांगून ठेवतो, भाड्याने जवळपास रूम बघायला.... ऑफिसच्या जवळ एखादी रूम असली तर बरी...''

''का हो, कंटाळले की काय आम्हाला?''

''तसं नाही, तुम्हाला किती दिवस त्रास द्यायचा? आणि आज ना उद्या पाहावं लागणारच आहे... तुमच्या पाहण्यात असेल कुठे जागा तर तुम्हीही सांगा.''

''माझ्या बघण्यात आहे एक चांगली जागा...'' म्हणत काकूंच्या आई बाहेर व्हरांड्यात येऊन बसल्या.

''हो का? कुठे आहे?'' मी उत्साहात विचारलं.

''इथेच खाचणे गावात... मुलगी अगदी साधी सरळ आहे, सुंदर आहे,

गोरीपान आहे... आणि मुख्य म्हणजे आमच्या नात्यातलीच आहे. आमच्या सुनेची लहान बहीण... सुलक्षणा''

''सुलक्षणा? कोण सुलक्षणा...?'' मला काही कळेना.

''खुळी की काय तू? आम्ही भाड्याच्या जागेबद्दल बोलतोय आणि तू हे काय बडबडतेस?'' काकूंचे वडील चांगलेच खेकसले.

''अगो बाई, मला आपलं वाटलं की तुम्ही पावण्यांच्या लग्नाबद्दल बोलताय. पण आता योगायोगाने विषय निघालाय तर मी म्हणते, विचार करायला काय हरकत आहे? मुलगी छान आहे. कॉलेजच्या शेवटच्या वर्षाला आहे. आणि स्वयंपाक पण छान करते.'' सावंतकाकूंच्या आईने तोच धागा पकडून बोलायला सुरुवात केली.

''नाही हो, मी अजूनतरी लग्नाचा विचार केला नाही.''

''अहो, मग कधी करणार? तुम्हाला आता चांगली सरकारी नोकरी आहे... आणि योग्य वयात लग्न केलं तर बरं असतं... नंतर मग मुली मिळत नाहीत, माझ्या बहिणीच्या मुलाचं असंच झालं. चांगला इंजनेर होता. होता म्हणजे आहे अजून! वय होतं त्या वेळी खूप मुली सांगून आल्या. पण हाच सारखा नकार देईत होता. ही तर काय म्हणे बुटकीच आहे, ही सावळी आहे, असं करून नाकारल्यान मुली. वय वाढलं, आता मुली नाकारतायत त्याला...''

''हो का? मग झालं का त्यांचं लग्न?''

''अहो नाही ना... आता बसलाय हात चोळीत!'' त्यांच्या बोलण्यावरून एक चावट विचार डोक्यात येऊन गेला. कधी काय डोक्यात येईल त्याचा नेम नाही.

''तुझं आपलं काहीतरीच! पावण्यांचं तसं काही वय वाटत नाही. किती वय आहे हो?''

''आता सत्ताविसावं चालू आहे.''

''सत्तावीस?'' असं म्हणून काकूंच्या वडिलांनी चिंताग्रस्त चेहरा केला. ''तसं बघायला गेलं तर जरा जास्तच आहे वय. आमच्या इकडे तेवीस-चोवीसाव्या वर्षी मुलांची लग्ने होतात. आणि ते गरजेचंही आहे. लग्न लवकर झालं की मुलं लवकर होतात. मुलं लवकर झाली की ती लवकर मोठी होतात. म्हणजे आपण रिटायर व्हायच्या आधी ती नोकरीला लागतात. म्हणजे सगळं कसं टाइम टू टाइम!'' आता काकूंच्या वडिलांनी लवकर लग्न करण्याचे फायदे यावर प्रकाश टाकला.

''तेच म्हणते हो मी... तुम्हाला पटतंय की नाही पावणे?'' आता असं संदर्भासहित स्पष्टीकरण दिल्यावर मी काय बोलणार?

''तुमचं म्हणणं बरोबर आहे, पण सध्या मी काही लग्नाचा विचार केला नाही. आणि लग्नाचं जे काही आहे ते मी घरच्यांवर सोपवलं आहे. त्यामुळे ते जे म्हणतील तसं. पण सध्यातरी विचार नाही लग्नाचा.'' असं म्हणून भरकटत चाललेला तो विषय मी तिथेच थांबवला. रात्रीचं जेवण करून मी पुन्हा त्याच खोलीत येऊन झोपलो. उद्या माझा ऑफिसचा पहिला दिवस होता. आयुष्यातलं एक नवं पर्व सुरू होणार होतं. कसं असेल ऑफिस? लोक कसे असतील? को-ऑपरेटिव्ह असतील की नाही, असे विचार मनात घोळवत मी झोपेची आराधना करू लागलो. दुपारी चांगली झोप झाल्याने आता मात्र झोप येत नव्हती. आणि इथे सोनगिरीत लोक लवकर जेवून लवकर झोपतात. मी घड्याळात पाहिलं तर आता साडेनऊ झाले होते. मी घरी असतो तर एव्हाना अजून जेवण बाकी असतं. साडेअकरा - बारा वाजता झोपायची सवय, आता कसली झोप येतेय! बाहेर पुन्हा पावसाला सुरुवात झाली. मंगलोरी कौलांवर टपाटप थेंब पडू लागले. पिसाटल्यासारखा गार वारा खिडकीवर येऊन आदळत होता. खिडकीतून बाहेर पाहिलं, रस्त्यावर एकही माणूस दिसेना... शहरात राहायची सवय लागली होती. या गावात कसं होईल आपलं या विचारानेच थोडं दडपण आलं. पण आता आपण स्वत: हा मार्ग निवडलाय, तेव्हा कुरकुर न करता जे समोर येईल ते गोड मानून घ्यायचं. काय गंमत आहे, लोक रोजगारासाठी शहराकडे धावतात. मी शहर सोडून दूर गावात आलो होतो. मला स्वप्नातही वाटलं नव्हतं की मी नोकरीच्या निमित्ताने असा घरापासून दूर राहीन. कदाचित देवाच्या मनात आपल्यासाठी काहीतरी वेगळं असावं, पण तेव्हा कुठे माहीत होतं की सोनगिरीत असं काही वाढून ठेवलं आहे की त्याची आठवण माझ्या आयुष्यातून कधीच पुसली जाणार नाही.

"कोन पायजेल?" खोबणीत आत गेलेल्या डोळ्यांच्या, बारीक अंगकाठी असलेल्या शिपायाने मला विचारलं.

"मी मकरंद मोहिते, माझी या ऑफिसला ज्युनिअर क्लार्क म्हणून निवड झालीय." मी माझं नियुक्तीचं पत्र दाखवत थोड्या अदबीत म्हणालो.

"अरे वा! तुम्ही आलाव काय? या या... ओ बाई, हे बगा तिसरे पन आले." त्या शिपायाने आतल्या बाईंना बाहेरूनच ओरडून सांगितलं. "तुम्ही जावा आत."

आत गेल्यावर पाहिलं तर दोन खुर्च्यांवर दोघेजण बसलेले होते. दोघांच्या हातात नियुक्तीचं पत्र दिसत होतं. मी तिसऱ्या खुर्चीत बसलो. आजूबाजूला रांगेनं टेबलं आणि त्यांच्या मागे बारीक प्लॅस्टिक पट्टीनं विणलेल्या लाकडी खुर्च्या ठेवलेल्या दिसत होत्या. त्यांच्या मागे लोखंडी हिरवट, मातकट रंगाची कपाटं रांगेनं उभी होती. त्यावर पांढऱ्या अक्षरात काही आकडे लिहिलेले होते. टेबलांवर फायलींचे गठ्ठे कसेही पडलेले होते. बायका डोक्यावर हंडा घेतात तसे कपाटांच्या डोक्यावर लाल, पांढऱ्या कापडात गुंडाळलेली गाठोडी ठेवली होती. त्यांच्यात जुन्या फायली असाव्यात, कारण त्या कापडांवर मागील काही वर्षांचे आकडे लिहिले होते. भिंतींचा रंग काही ठिकाणी उडालेला होता. त्यांच्यावर शासकीय कॅलेंडर लावलेले होते. काही कोपऱ्यात कोळ्यांनी जाळी विणलेली दिसत होती. म्हणजे टिपिकल सरकारी ऑफिस जसं असतं तसंच आमचं ऑफिस होतं.

"तुमचं सिलेक्शन झालंय का?" बाजूच्या खुर्चीत बसलेल्या गोऱ्या चेहऱ्याच्या तरुणाने मला विचारलं.

"हो, आणि तुमचं?"

"ज्युनिअर क्लार्क," त्याचं अपॉइंटमेंट लेटर माझ्या समोर नाचवत तो म्हणाला.

"अरे वा! माझंही

पहिला दिवस

ज्युनिअर क्लार्क म्हणून सिलेक्शन झालंय.''

''मस्तच! म्हणजे जातभाई असतात तसे आपण पदभाई आहोत तर!'' असं म्हणत त्यानं टाळी दिली. त्याच्या विनोदबुद्धीची मला गंमत वाटली.

''नाव काय तुमचं?''

''मी उमाकांत जगताप...'' म्हणत त्याने हस्तांदोलनासाठी हात पुढे केला.

''मकरंद मोहिते... ते पलीकडे बसलेत त्यांचंही सिलेक्शन झालंय का?' '

''हो, त्यांचं नाव आनंद रणदिवे, ते सीनिअर क्लार्क आहेत.'' उमाकांतने थोड्या गंभीर स्वरात त्या पलीकडच्या तरुणाची ओळख करून दिली. आमचं हे बोलणं चालू असताना त्या तरुणाने आमच्याकडे पाहिलं.

''हाय! मी मकरंद मोहिते. इथे ज्युनिअर क्लार्क म्हणून सिलेक्शन झालंय.'' म्हणत मी हात पुढे केला. हातात हात घेऊ की नको अशा रीतीने समोरच्या जाड भिंगाच्या चश्मेवाल्याने हस्तांदोलन केलं. आणि हसायला पैसे पडले असते तर माणूस कसा हसेल, अशा पद्धतीने तो ओठातल्या ओठात बारीकसं हसला. इतक्यात एक जाड्याश्या बाई समोरच्या टेबलामागे ठेवलेल्या लाकडाच्या खुर्चीत येऊन बसल्या. त्या खुर्चीचा कर्रऽऽ असा आवाज झाला, ती सजीव असती तर बाईंच्या वजनाने नक्कीच केकाटली असती असा एक विचार माझ्या मनात येऊन गेला.

''तिघेही आलेत काय?'' सानुनासिक प्रश्न आला. आम्ही तिघेही उठून उभे राहिलो.

''बसा, बसा... एक एक जण या...'' हे वाक्य पूर्ण होतं न होतं तेवढ्यात आमच्यातला चश्मेवाला तरुण टेबलापर्यंत पोहोचला देखील!

''हं... नाव काय? हं... दाखवा तुमचं सिलेक्शन लेटर... झेरॉक्स काढावी लागेल.'' असं म्हणेपर्यंत त्याने त्याच्या फोल्डरमधून झेरॉक्स काढूनही दिली. कागदपत्रे तपासली, बाईंचं समाधान झालं.

''तुमचं जॉयनिंग लेटर लिहा. दोन प्रतीत, त्यात या लेटरचा संदर्भ टाका, मी अमुक अमुक, तुमचं नाव, संदर्भांकित पत्रास अनुसरून आज दिनांक... रोजी मध्यान्हपूर्व या कार्यालयास रुजू झालो, तरी मला रुजू करून घ्यावे ही नम्र विनंती, असे नमूद करा आणि खाली सही करा.'' समोरच्या बाईंनी सविस्तर माहिती दिली. त्याचं झालं की उमाकांतचा नंबर आला. त्यानेही सर्व कागदपत्रे दाखवली आणि झेरॉक्स दिल्या. माझ्याकडे कागदपत्रं होती, पण त्याच्या झेरॉक्स नव्हत्या. कागदपत्रांच्या झेरॉक्स लागतात हे माझ्या लक्षातच आलं नव्हतं. उमाकांत नंतर माझा नंबर आला. माझ्याकडे झेरॉक्स नाहीत हे बघून अपेक्षेप्रमाणे त्या बाई वैतागल्याच!

"मी लगेच घेऊन येतो झेरॉक्स..." म्हणत मी निघणार तेवढ्यात दारावरच्या शिपायानं मला थांबवलं.

"झेरॉक्स आनल्यानी नाय? थांबा, तुम्हाला दुकान भेटायचा नाय. द्या, मी घेऊन येतो." म्हणत त्याने दहा रुपयांच्या झेरॉक्ससाठी पन्नास रुपये घेतले. लगेच जाऊन झेरॉक्स आणल्या आणि उरलेले पैसे स्वत:च्या खिशात टाकले. उमाकांतने जॉयनिंग लेटर लिहिलं होतं तेच उतरवलं. मघाच्या बाईंकडे दिलं. आता आम्ही खऱ्या अर्थाने कामावर रुजू झालो होतो. पहिलाच दिवस असल्याने ऑफिसची ओळख, तिथे काम करणाऱ्या लोकांची ओळख करून घेण्यात दिवस गेला. सोनगिरीचं ऑफिस तसं इतर जिल्ह्यांच्या मानाने लहानच! त्यामुळे ऑफिसमध्ये जास्त लोक नव्हते. आधी एक ऑफिस हेड– म्हणजे मोठे साहेब– एक प्रमुख लिपिक म्हणजे त्या जाड्याश्या बाई, दोन फील्ड ऑफिसर आणि दोन शिपाई. इतकाच स्टाफ होता. आता आम्ही आलो, तेव्हा ऑफिस भरून गेलं असं त्या प्रमुख लिपिक बाई सारखं म्हणत होत्या. त्यांचं नाव मोकाशी. आधी त्यांच्यावर ऑफिसचा सर्व कारभार होता, आता त्यांच्या मदतीसाठी तीन तीन जण आल्यानं पाच हजारी मनसबदाराला एकदम वीस हजारी मनसबदार झाल्यावर वाटेल तसं त्यांना वाटू लागलं. त्या आणखीनच निवांत मागे रेलून बसल्या आणि खुर्चीने पुन्हा कर्ऽऽ असा जीव गेल्यासारखा आवाज केला.

"एक नंबर साहेब बोलावतायत..." मघाच्या शिपायाने आम्हाला निरोप दिला. कार्यालयात रुजू करून घेण्याचे आमचे सर्व सोपस्कार पार पडले होते, आम्ही तडक उठलो. आनंद रणदिवेने तर बाजूच्या आरशात पाहून आपले केस ठीकठाक केले, जणूकाही तो एखाद्या मुलीला भेटायला जाणार होता. मला त्याची गंमत वाटली. साहेबांच्या केबिनमध्ये जाताना थोडी धाकधूक वाटत होती. आनंदने केबिनच्या दरवाज्यावर हलकेच टकटक केलं आणि एकदम अदबीत, "मे आय कम इन सर?" विचारलं. मी त्याच्या पाठी होतो. मीही त्याचं अनुकरण केलं. साहेब समोरच्या कागदांमध्ये डोकं घालून बसले होते. त्यांनी वर न बघता मानेनेच या म्हटलं. उमाकांत मात्र बागेत फिरायला गेल्यासारखा थेट आत शिरला. आम्ही सर्वजण आत आलो तरी साहेब काही आमच्याकडे बघायला तयार नव्हते. ते समोरचे पेपर वाचण्यात गढून गेले होते. आम्ही मात्र जेलरच्या समोर कैदी उभे राहतात तसे रांगेत उभे होतो, आणि तसं बघायला गेलं तर ते बरोबरही होतं. मघाशी जेव्हा जॉयनिंग रिपोर्ट दिला त्याच वेळी आम्ही या ऑफिसचे ऑफिशियल कैदी झालो होतो! मी साहेबांच्या रूमवर नजर टाकली. भिंतींचा मळकट पिवळा रंग, तसल्याच रंगाचे खिडक्यांना पडदे, मधोमध मोठं टेबल, त्यावर मरून रंगाचं कापड आणि त्यावर मोठी जाड काच

बसवलेली. टेबलवर एका बाजूला कॉम्प्युटर ठेवला होता. त्याच्या बाजूला पेन स्टॅन्ड, पेपरवेट, कागदपत्रे ठेवण्यासाठी ट्रे, प्लॅस्टिकच्या पिवळ्या, लाल फुलांची फुलदाणी. साहेबांच्या खुर्चीच्या मागच्या भिंतींवर महात्मा गांधी, शिवाजी महाराज, बाबासाहेब आंबेडकर, जोतिबा फुले यांसारख्या महापुरुषांचे फोटो ओळीने लावलेले होते. टेबलाच्या समोर चार खुर्च्या ठेवल्या होत्या. मी इकडेतिकडे बघत असतानाच 'बसा' समोरून आवाज आला. आम्ही समोर रांगेने मांडलेल्या खुर्च्यांवर बसलो. साहेबांनी त्यांच्या समोरचे पेपर बाजूला ठेवले, आणि आमच्या तिघांकडे नजर टाकली. "तुम्हा तिघांचं सिलेक्शन झालंय नाही का! प्रथम तुम्हा तिघांचे अभिनंदन! काय नाव तुमचं?" मग आम्ही एक एक करून आपापली नावं सांगितली.

"ओके, सोनगिरी ऑफिसात तुमचं स्वागत आहे. माझं नाव डी. पी. वाघचौरे. मी या ऑफिसचा हेड, बाहेर तुमची सगळ्यांची ओळख झाली का?" आम्ही मानेनंच हो म्हटलं. त्यांनी बेल वाजवली. तसा शिपाई आत आला. "मोकाशी मॅडम आहेत ना बाहेर? त्यांना बोलाव. आणखी कोण आहे? कदम?"

"नाय सायेब, तो टेजरीत गेलाय... आता काय येईचा नाय..."

"ठीक आहे. मोकाशी मॅडमना बोलाव आणि तू चहा सांग सगळ्यांसाठी."

"बरं साहेब," म्हणत शिपाई निघून गेला. थोड्या वेळात मोकाशी मॅडम आल्या. मग साहेबांनी बोलायला सुरुवात केली. "आपलं ऑफिस इतर जिल्ह्यांच्या मानाने थोडं लहान आहे त्यामुळे स्टाफ कमी आहे. याआधी फक्त मोकाशी मॅडम सर्व सांभाळत होत्या. आणि दोन शिपाई आहेत. एक आपला शिगवण आणि दुसरा आहे कदम. आणखी दोन फील्ड ऑफिसर आहेत. चौधरी आणि जाधव नावाचे, ते आज नाहीत. हा एवढा स्टाफ आहे आपला. आता तुम्ही आलात तेव्हा बाकीच्या स्टाफवरचा भार कमी होईल, काय मोकाशी मॅडम?"

"होय हो साहेब, माझ्या एकटीचं मरण होत होतं. ट्रेझरीतली बिलं काढा, पगाराची कामं करा, टपाल मार्क करून ज्याला-त्याला वाटा, झालंच तर आपल्या रेग्युलर फायली आहेतच! कामाचा खूपच लोड हो! प्रमुख लिपिक मीच! वरिष्ठ लिपिक मीच! कॅशिअर मीच!" मोकाशीबाईंनी त्यांची कर्मकहाणी साहेबांसमोर आम्हाला ऐकवली.

"हो, बरोबर आहे तुमचं, पण आता काही प्रॉब्लेम नाही. तुम्हाला मदतीला आता तीन तीन जण आहेत."

"देवच पावला बाई!" म्हणत त्यांनी वर बघून हात जोडले. साहेब हसले, त्यांच्या मागून आम्ही सर्वांनी तोंडदेखलं हसून घेतलं. तेवढ्यात शिपाई शिगवण

चहा घेऊन आला. त्याने साहेबांच्या समोर मोठा काचेचा कान असलेला कप ठेवला आणि आम्हाला सर्वांना बारक्या कागदी कपात चहा दिला. मी आणि उमाकांत चहा पिऊ लागलो, पण आनंद मात्र अजून चहाचा कप हातात धरून बसला होता. जेव्हा साहेबांनी चहा प्यायला सुरवात केली त्यांनतरच त्याने चहाचा कप तोंडाला लावला. आमचं चहापान झालं.

"ठीक आहे! आज सर्व ऑफिसची ओळख करून घ्या, आणि कामं समजावून घ्या. काही समजत नसेल तर मोकाशी मॅडम आहेत. तरी नाही समजलं तर मला विचारा. तुमचं आता शिकण्याचं वय आहे तेव्हा सगळी कामं नीट शिकून घ्या. ठीक आहे..." शेवटच्या 'ठीक आहे...'चा अर्थ 'आता या' असा होता. आम्ही बाहेर आलो. पाहतो तर आनंद आमच्याबरोबर बाहेर आला नव्हता.

"अरे, आनंद आतच राहिला वाटतं." मी म्हणालो.

"काहीतरी काम असेल त्याचं साहेबांकडे. ये बस इथे. आयला छटाकभर ऑफिस, आणि काय ओळख करून घ्यायची?" उमाकांत बारीक आवाजात म्हणाला.

"मला तर आवडलं हे ऑफिस. आपल्याला शिकण्यासाठी हे असंच लहान ऑफिस आहे ते बरं आहे." मी म्हणालो.

"तुझा पहिला जॉब आहे तर! मी आधी प्रायव्हेट सेक्टरमध्ये होतो. तिथे सालं आमचं टॉयलेट याच्यापेक्षा मोठं होतं." उमाकांत स्वत:च्याच विनोदावर हसू लागला. हा माणूस तिथला जॉब सोडून इथे कशाला आला असेल? एक प्रश्न मनाला चाटून गेला. इतक्यात मोकाशीबाई आपला भार सांभाळत तिथे आल्या. आम्ही स्तब्ध होऊन त्यांच्याकडे बघू लागलो.

"आपल्या ऑफिसमध्ये तसं जास्त काही काम नाही. सगळ्यांनी मिळून केलं तर लगेच होण्यासारखं असतं. मी उद्या तुम्हाला कामं वाटून देईन. आज पहिल्याच दिवशी लगेच कामं नकोत, नाही का?" मोकाशीबाई हसून म्हणाल्या आणि त्यांच्या खुर्चीत जाऊन बसल्या. त्यांच्या समोर काही फायली होत्या, त्यांच्यापैकी एक फाइल उघडली आणि काम करू लागल्या. आम्हीही मग जरा निवांत बाजूला जाऊन बसलो. उमाकांतचा स्वभाव गप्पिष्ट होता. तो स्वत:हून बोलत होता. एक विषय संपला की दुसरा सुरू. एकमेकांची ओळख करून घेतली. तो माझ्यापेक्षा तीन वर्षांनी मोठा होता. हॅन्डसम आणि बोलण्यात पटाईत असल्याने समोरच्यावर त्याची छाप लगेच पडत होती, आणि त्याला यापूर्वीच्या कामाचा अनुभव होता. तोही ठाण्याचा राहणारा असल्यामुळे सुट्टीच्या दिवशी आमचं एकत्रच घरी जायचं ठरलं. या तर झाल्या पुढच्या गोष्टी पण आता

माझ्यापुढे मुख्य प्रश्न होता तो म्हणजे निवाऱ्याचा. सावंतकाकूंच्या माहेरच्या घरी जास्त दिवस राहायचं नाही असं मी आधीच ठरवलं होतं.

"तू सध्या कुठे राहतोस?" मी विचारलं.

"सध्यातरी आम्ही शासकीय विश्रामगृहात राहतोय. आम्ही म्हणजे मी आणि आनंद रणदिवे..."

"तुम्ही दोघे एकमेकांना आधीपासून ओळखत होतात का?"

"नाही रे, सिलेक्शन झाल्यावर एकदा मुख्यालयात तो भेटला होता. माझी जास्त ओळख नाही त्याच्याशी. तो जास्त बोलतही नाही. शांत शांत असतो."

"हो रे, आणि अजून तो साहेबांच्या केबिनमधून बाहेरही आला नाही. काय बोलत असेल एवढं?"

"काय माहीत... जाऊ दे. तू कुठे राहतोस?"

"अरे, आमच्या शेजारच्या सावंतकाकूंचं माहेर आहे हे. त्यामुळे सध्यातरी त्यांच्या घरी राहतोय. पण मला लवकरात लवकर ते सोडायचंय. असं ओळखीच्या लोकांकडे राहायला ऑकवर्ड वाटतं."

"बरोबर, आहे खरं. म्हणून मी थेट शासकीय विश्रामगृहाची वाट धरली. आता घर शोधायचं आहे. तोपर्यंत विश्रामगृह जिंदाबाद!"

"पण इतके दिवस राहून देतील?"

"त्याला काय झालं! आपण रोजचे नियमाप्रमाणे पैसे दिले आणि तिथल्या खानसाम्याला थोडं खूश ठेवलं की झालं काम!" उमाकांत डोळा मारत म्हणाला. मीसुद्धा येऊ का तुमच्यासोबत राहायला, हा प्रश्न विचारायची तीव्र इच्छा मला झाली होती पण जास्त ओळखपाळख नसताना असं लगेच कसं विचारावं म्हणून मी काही बोललो नाही. इतक्यात आनंद साहेबांच्या केबिनमधून बाहेर आला.

"काय रे? एवढं काय बोलत होतास साहेबांशी?" उमाकांतने त्याला विचारलं.

"काही नाही, थोडं पर्सनल होतं." म्हणत त्याने विषय तिथेच संपवला. दुपार झाली होती. घड्याळात एक वाजला तसा पलीकडच्या खुर्चीतून कर्ऽऽ असा आवाज आला. मोकाशीबाई त्यांचा जेवणाचा बारीकसा डबा घेऊन उठल्या होत्या.

"जेवणाची वेळ झाली. तुमच्या जेवणाचं कसं? डबे आणलेत का तुम्ही? नाहीतर माझा डबा आहे." मोकाशीबाई आम्हाला विचारू लागल्या. पण त्यांच्या डब्याचा आकार पाहता, त्यांचा डबा त्यांनाच पुरेल की नाही ही शंका होती.

"नाही. इथे बाहेर जवळपास कुठे हॉटेल वगैरे असेल तर तिथे जाऊन खाऊ." उमाकांत म्हणाला.

"हॉटेल हाय पन जरा लांब जावा लागंल. गोकुळ नावाचं हॉटेल हाय हनुमान मंदिरला... तुमाला पायजे तर तिकडे जाऊ शकता." शिगवणने माहिती दिली. मग आम्ही तिघेही तिकडे निघालो. गोकुळ हॉटेलचं जेवण खरंच चांगलं होतं.

संध्याकाळी साडेपाच वाजता मोकाशीबाईंनी आपली बॅग भरायला घेतली. ऑफिस पावणेसहाला सुटणार होते. पंधरा मिनिटं आधीच सर्व जण तयार होऊन गप्पा मारत बसले. शिपाई शिगवण ऑफिसची दारे-खिडक्या लावू लागला. तेवढ्यात मोठे साहेब त्यांची हॅन्डबॅग घेऊन बाहेर आले. त्यासरशी मोकाशीबाई उठून उभ्या राहिल्या. आम्ही मग त्यांचं अनुकरण केलं. साहेबांनी सर्वांचा हसून निरोप घेतला. मग पुन्हा जसे आहेत तसे बसले. मोकाशीबाईंनी आमच्याशी इकडच्या तिकडच्या गप्पा मारायला सुरुवात केली. आम्ही ऑफिसची जुजबी माहिती करून घेतली. एकूणच निवांत असं ऑफिसचं वातावरण होतं. कामही जास्त असावं असं काही दिसत नव्हतं. मोकाशीबाईंकडे बघितल्यावर ज्या अर्थी त्या एकट्या जर इतके दिवस काम सांभाळत होत्या तर नक्कीच काम जास्त नसावं असं मला वाटून गेलं. ऑफिसच्या सगळ्या खिडक्या लावून झाल्यावर शिगवण बाहेर आला.

"बाई, पावणेसहा वाजल्यानित. घरी जायचंय की नाही?" शिगवण म्हणाला.

"अहो शिगवण, अजून तीन मिनिटं बाकी आहेत. वर घड्याळात बघा." मोकाशीबाई ठसक्यात म्हणाल्या. आम्ही पाहिलं, खरोखरच पावणेसहा वाजायला तीन मिनिटं बाकी होती. शिगवणने कोपरापासून हात जोडले. मी आश्चर्यानं उमाकांतकडे पाहिलं. त्यानं हलकेच कपाळावर हात मारून घेतला. आनंद मात्र तसाच स्थितप्रज्ञासारखा बसून होता. अखेर घड्याळाने तासकाटा सहाच्या जवळ आणि मिनिट काटा नवावर ढकलला तसा मोकाशीबाईंच्या खुर्चीचा कर्ऽऽ असा आवाज झाला.

"चला, सुटलं आपलं ऑफिस, आजचा दिवस भरला!" म्हणत त्या बाहेर पडल्या देखील. त्यांच्या मागोमाग आम्ही सगळे बाहेर पडलो. शिगवणने ऑफिसचा मुख्य दरवाजा लावून घेतला. मग आम्ही चौघे निघालो.

"दुपारी कुठे जेवलात?" ऑफिसच्या पायऱ्या उतरता उतरता शिगवणनं आम्हाला विचारलं.

"तुम्ही सांगितलं तिथेच गेलो होतो." मी म्हणालो.

"कसं वाटलं जेवण?"

"चांगलं होतं." उमाकांत म्हणाला.

"काय डिस्काउंट बिसकाउंट दिलंन की नाही त्याने?"

"नाही." मी म्हणालो.

"माझं नाव सांगायचं ना.... हॉटेलचा मालक रविशेठ आपला दोस्त आहे. चला, नाश्ता करायला जाऊ तिथेच!" म्हणत शिगवण आम्हाला पुन्हा गोकुळ हॉटेलात घेऊन गेला. गल्ल्यावरच्या पोऱ्याने शिगवणला ओळखून आदरानं नमस्कार केला.

"काय रे, रविशेठ कुठाय?" त्याने मोठ्या आवाजात त्याला विचारलं.

"शेठ गुहागावला गेलेत. या बसा."

आम्ही एका टेबलावर बसलो. शिगवणनं चार वडापाव आणि चहाची ऑर्डर दिली. हॉटेलच्या पोऱ्याने प्रथम प्राधान्यानं आमची ऑर्डर आणली.

"गल्ल्यावर हॉटेलचा मालक रविशेठ असतो. तो आपला एकदम खास दोस्त!" शिगवणनं पुन्हा तेच पालुपद लावलं. "आमी शाळेत एकत्र शिकलेले... एक नंबरचा आवली! पन राजा मानुस! आपल्याकडून तर तो बिलपन घेईत नाय. रविशेठ कधी येणारे रे?" शेवटचा प्रश्न गल्ल्यावरच्या पोऱ्याला उद्देशून होता.

"येतील इतक्यात!"

"बग, साला शंभर वर्षे काय मरनार नाय हा मानुस!" शिगवणच्या चेहऱ्यावर आनंद पसरला. आम्ही सर्वांनी बाहेर पाहिलं, हॉटेलचा मालक रविशेठ नुकताच येत होता. डोक्यावर काही काळे, काही पांढरे, आणि मेंदी लावल्यामुळे काही नारंगी अशा वेगवेगळ्या रंगछटांचे केस, साधारण त्याच रंगछटांची दाढी आणि मिशी, अंगात पांढरा सुती शर्ट, मळखाऊ रंगाची पॅन्ट, आणि पायात पांढऱ्या रंगाच्या चपला! माणूस मिश्कील स्वभावाचा असावा असं त्याच्या या एकूणच पेहरावावरून मला वाटून गेलं. आणि ते होतंही खरंच! "काय मेल्या शिग्या, हायस कुठं?" म्हणत एक मोठीशी थाप त्याने शिगवणवर टाकली.

"बा झव्लास! हात लागतोय तुझा मेल्या!" शिगवण कळवळला. त्यावर रविशेठ राक्षसी हसला.

"संतोष, अरे माझ्या मित्राकडे बघतोयस का नाय... काय तरी खायला आन आजून," रविशेठ गल्ल्यावरच्या मुलाला उद्देशून म्हणाला. त्यावर तो फक्त हसला. त्याला या दोघांची होणारी जुगलबंदी माहीत असावी.

"रव्या, बस. हे आमच्या ऑफिसमध्ये नवीन लागलेत," शिगवण म्हणाला. इतका वेळ रविशेठचं आमच्याकडे लक्ष नव्हतं. शिगवणने आमची ओळख करून दिल्यावर अचानक त्याच्यात एक समजूतदार माणूस शिरला, आणि तिऱ्हाईत माणसाला दाखवतात तसं हास्य चेहऱ्यावर आणून त्याने आमच्या

प्रत्येकाशी हस्तांदोलन केलं.

“हे कधी आले तर त्यांना डिस्काउंट - बिसकाउंट देत जा.” शिगवण म्हणाला.

“बास काय भाई, तू बोल्ला ना बास!, आमचा जुना मित्र! शाळेपासूनचा.” रविशेठ आमच्याकडे बघत डोळा मारत म्हणाला. त्यानंतर शिगवण आणि रविशेठ दोघे त्यांचं काहीतरी वैयक्तिक बोलत बसले ज्यात आम्हाला कुणालाच रस नव्हता. आमचा वडापाव आणि चहा घेऊन झाला होता. आता शिगवण कधी निघतो याकडे आमचं लक्ष लागलं होतं. आणि आमच्या सुदैवाने त्याने लवकर उरकतं घेतलं. आम्ही (नाष्टा) करून निघालो. शिगवणने उपचारादाखल बिल मागवले. तेव्हा पुन्हा त्याला पाठीत एक थाप खावी लागली. तरी आनंद बिल देण्यास हटून बसला.

“अहो, तुम्ही पाव्हणे आहात... आणि आमच्या शिग्याच्या ऑफिसातले. तेव्हा आजचं बिल राहू द्या. आमचा पाहुणचार समजा. ठेवा ते पैसे खिशात...” रविशेठने आग्रहाने त्याचे पैसे त्याला खिशात ठेवायला लावले. आम्ही त्यांचा निरोप घेऊन निघालो. शिगवण सोनगिरीपासून जवळच्या गावात राहत होता. एसटी पकडायची असल्याने तोही निघून गेला. आता आम्ही तिघेच राहिलो.

“तू आता कुठे जाणारेस?” उमाकांतने मला विचारलं.

“आता काय घरीच. वाळ नाक्याजवळ. सावंत काकूंच्या नातेवाइकांच्या घरी थोडे दिवस राहणार आहे. पण मला लवकरात लवकर ते घर सोडायचंय.” मी म्हणालो.

“मग तू आमच्याबरोबर का नाही राहात...? आपण तिघे राहू की, काय आनंद?” उमाकांत तर माझ्या मनातलं म्हणाला.

“मला काही प्रॉब्लेम नाही. पण त्याला आवडेल का आपल्याबरोबर?” आनंद म्हणाला.

“बास का यार! न आवडायला काय झालं...? मलाही बोअर होतंय त्या घरी. आणि आपण रूमचं भाडं वाटून घेऊ, म्हणजे आपले पैसेही वाचतील.”

“ठीक आहे. मग आम्ही थोडं मोठं घर शोधतो आपल्या तिघांसाठी. तीन चार दिवसात मिळेल एखादं घर भाड्याने.” उमाकांत म्हणाला.

“ठीक आहे, मी पण माझ्या परीने शोधतो घर. चला, उद्या भेटू!” म्हणत मी त्यांचा निरोप घेतला, आणि वाळ नाक्याची वाट चालू लागलो. आज मी खूप खूश होतो. ऑफिसचा पहिला दिवस चांगला गेला. ऑफिससुद्धा निवांत होतं. जास्त काम नसल्याने आपल्याला आपले बाकीचे छंद जोपासता येतील. कॉलेजला असताना मला कथा-कादंबऱ्या वाचण्याचा नाद होता, पण पुढे स्पर्धा परीक्षांच्या

भोवऱ्यात असा काही अडकलो, की हे सगळं विसरून गेलो होतो. त्याच त्याच रटाळ अभ्यासाच्या पुस्तकांभोवती फिरत राहिलो. त्या काळात मी माझ्या या छंदाला काहीच वेळ देऊ शकलो नव्हतो. बास! आता ठरलं तर! लवकरात लवकर एखादं वाचनालय शोधून काढू आणि मस्त मनसोक्त पुस्तकं वाचू! स्वत:वरच खूश होऊन मी चालत होतो. एकाएकी मुक्त असल्यासारखं मला वाटू लागलं. खूप मोकळं. आपोआप दीर्घ श्वास घेतला गेला. आणि त्याच सहजतेनं तो बाहेर आला. सोनगिरीच्या त्या मुख्य रस्त्यावर मी उभा होतो. बारीक बारीक पाऊस सुरू झाला. पावसाचे तुषार पिंजलेल्या कापसासारखे हवेबरोबर कसेही उडत होते. तेही कदाचित माझ्यासारखे मुक्त झाले असावेत. मी डोक्यावरची छत्री मिटवून टाकली, आणि त्या मनमौजी तुषारांना थेट सामोरे गेलो. माझ्या आजूबाजूला भरपूर लोक होते, तरी त्यात मला ओळखणारं कोणीही नव्हतं. गर्दीत एकटा. कधीकधी असं एकटं असणंही चांगलं असतं याची नव्याने जाणीव झाली. सावंत काकूंच्या घरी जायची इच्छा होत नव्हती. असंच जरा फिरू इथे. मी पाहिलं, लोक आपल्याच नादात इकडून तिकडे फिरत होते. खरेदी करत होते, बायका भाजीवाल्यांशी घासाघीस करीत होत्या. त्यांना प्रत्येकाला काही ना काही काम होतं, काहीतरी उद्देश होता. या सगळ्यांमध्ये मीच असा होतो की आत्ता या घडीला मला कसलंही काम नव्हतं. मी कुणाचं काहीही देणंघेणं लागत नव्हतो. त्या लहानशा बाजारात मी मन मानेल तिथे फिरू शकत होतो. मला काहीही घ्यायचं नव्हतं. कसलीही घाई नव्हती. ना गाडी पकडून कुठे जायचं होतं. मुक्तपक्षी असल्यासारखं मी सोनगिरीच्या बाजारात विहरत होतो. आता अंधार पडायला लागला. इतक्यात जवळच्या मंदिरातल्या घंटा वाजू लागल्या आणि पाठोपाठ आरती सुरू झाली. युगे अठ्ठावीस विटेवरी उभा... वामांगी रखुमाई दिसे दिव्य शोभा.... अशा या संध्याकाळच्या धुंद वातावरणात मंदिरातली तालबद्ध आरती ऐकून पाय आपोआप तिकडे वळले. विठ्ठल-रखुमाईच्या मंदिराची कमान ओलांडून मी मंदिरात शिरलो. समोर विठ्ठल-रखुमाईची बारीक पण काळ्या कातळाची अतिशय रेखीव मूर्ती होती. मन अगदी प्रसन्न होऊन गेले. त्यात टाळ आणि मृदंगाच्या नादात आजूबाजूचं सर्व वातावरण भारल्यासारखं वाटू लागलं. मंदिरही अतिशय सुंदर होतं. आरतीसाठी पंधरा-वीस लोक उभे होते. मी शांतपणे बाजूच्या कठड्यावर जाऊन बसलो. डोळे आपोआप मिटले गेले. विठोब्बा-रखुमाई.. विठोब्बा-रखुमाईचा गजर सुरू झाला. भजनीबुवा 'विठोब्बा रखुमाई'चा गजर वाढवत जाऊन एका विशिष्ट समेपर्यंत नेत आणि तसेच खाली येत. ते ऐकून तल्लीन झाल्यासारखं वाटू लागलं. आरती संपली पण मला डोळे उघडावेसे वाटेनात. मी तसाच बसून राहिलो. इतक्यात

माझ्या खांद्यावर कुणीतरी हात ठेवला. त्याने माझी तंद्री भंग पावली.

"प्रसाद घ्या." म्हणत तो माणूस मला हात पुढे करायला सांगत होता. मी यांत्रिकपणे हात पुढे केले. गूळ खोबऱ्याचा प्रसाद हातावर घेतला. तो माणूस प्रसन्न चित्ताने माझ्याकडे पाहून निघून गेला. हळूहळू मंदिरातील गर्दी कमी होऊ लागली. मीही उठलो. घड्याळात पाहिले तर पावणेआठ वाजले होते. उशीर झाला होता. आता घरी जाणं गरजेचं होतं. आपल्यामुळे त्या लोकांना त्रास कशाला? मी सावंतकाकूंच्या घराकडे निघालो. आजच्या इतकी शांतता मी यापूर्वी कधीच अनुभवली नव्हती. आजचा दिवस खरंच चांगला होता, आणि त्याचा शेवटही चांगला झाला.

ऑफिस आता नियमितपणे सुरू झालं होतं. कामाचा खूप लोड आहे अशी रडारड करणाऱ्या मोकाशी मॅडमनी आम्हा तिघांना त्यांची जवळपास सर्वच कामे वाटून टाकली होती आणि आपण मात्र दिवसभर एखादी फाइल समोर घेऊन नुसत्या बसून राहू लागल्या. आनंद रणदिवे वरिष्ठ लिपिक असल्याने त्याच्याकडे ट्रेझरीतली बिलं तयार करणं आणि पगाराची कामं अशी महत्त्वाची कामं दिली. कामाचा अनुभव असल्याने उमाकांत जगतापकडे कॅशिअरचा चार्ज देण्यात आला आणि या सर्वांपेक्षा मी लहान आणि नवखा असल्यामुळे माझ्याकडे आवक - जावकचं टेबल देण्यात आलं. माझं काम तसं सोप्पं होतं. दिवसभरात कार्यालयात येणारी पत्रे जमा करून दुसऱ्या दिवशी ती साहेबांच्या पुढे ठेवायची, साहेब ज्याची पत्रं असतील त्याला मार्किंग करणार, मग त्यांची आवक रजिस्टरमध्ये नोंद घ्यायची आणि ती पत्रं शिपायाकडे ज्याला त्याला वाटण्यासाठी द्यायची. हे झालं आवक. आता जावकमध्ये कार्यालयातून पाठवायची पत्रे जावक रजिस्टरमध्ये नोंद घेऊन त्यावर जावक नंबर टाकून लिफाफा बंद करून पुन्हा शिपायाकडे म्हणजेच शिगवणकडे पोस्टात टाकण्यासाठी देणं, हे काम. हे काम तर तास - दीड तासात होऊन जायचं. मग सगळा वेळ मोकळा! काय काम करावं हा प्रश्न पडायचा. एक दिवस असंच लवकर काम संपवून मी उमाकांतच्या टेबलाजवळ गेलो. त्याचं काम करण्याचं ठिकाण कडेकोट बंदोबस्तात होतं. तो कॅशिअर असल्यामुळे त्याच्या टेबलाच्या चारी बाजूंनी लोखंडी जाळीचं कुंपण होतं. त्याच्याशी व्यवहार करण्यासाठी फक्त एक हात आत जाईल इतकीच खिडकी होती. त्याच्या मागे सावकाराकडे असते तशी मोठी आणि जुनी तिजोरी होती. फाडून झालेल्या पावत्यांचा गठ्ठा बाजूला ठेवलेला होता. मी त्या बारीक खिडकीतून पाहिलं, तो आदल्या दिवशी जमा झालेली कॅश मोजत बसला होता. मी त्याला काही म्हणणार इतक्यात त्याने ट्रॅफिक हवालदार करतात तसा 'थांब' म्हणून हात केला. त्याची महत्त्वाची कसलीतरी आकडेमोड चालू होती. मी मधेच

कांदेपोहे

बोलून त्याची लिंक तुटू नये म्हणून त्याने आधीच खबरदारी घेतली. थोडा वेळ तो तसाच हातातल्या नोटा आणि कॅलक्युलेटर बरोबर झटापट करत राहिला. मधेच त्याची बेरीज चुके, चुकून अधिकच्या ऐवजी गुणाकाराचं बटण दाबलं जाई, तो कॅलक्युलेटरही बाबा आदमच्या जमान्यातला होता, त्यामुळे मधेच अचानक हरताळ केल्यासारखा बंद होई, मग त्या कॅलक्युलेटरच्या जन्मदात्रीचा शेलक्या शब्दात उद्धार केला जाई. त्याचा हा प्रकार बघून माझी चांगलीच करमणूक होत होती. शेवटी पैशाचं काम! त्यामुळे ते महत्त्वाचं होतं. थोड्या वेळाने हुश्श करून त्याने हात टेबलावर आपटला. त्याच्या चेहऱ्यावर मोठ्या अवघड कामातून पार पडल्यासारखे भाव जमा झाले होते.

“जुळली बाबा एकदाची बेरीज! च्यायला ताप आणला होता या आकडेमोडीने.”

“का रे काय झालं?”

“अरे, १८० रुपयांचा हिशेब जुळत नव्हता. आता ओक्के आहे. बरं तू कशासाठी आला होतास?” उमाकांतने विचारलं.

“आज काम झालं लवकर, मला बोअर व्हायला लागलं, म्हणून आलो तुझ्याकडे.”

“तुझं बरं आहे! काय काम असणार आवक - जावक टेबलला...”

“तेच तर! दिवसातून चार-पाच पत्रं येतात, आणि दहा-बारा पत्रे पाठवायची असतात, झालं काम! काय करू सांग.”

“तुला खरं सांगू, काही करू नको, गप आहे तसा राहा.”

“पण बोअर होतं यार... तुला काही मदत करू का?”

“नको, माझं काम झालं आहे आणि तुला अजून एक सांगतो, उगाच काम नाही म्हणून इकडेतिकडे फिरत जाऊ नकोस. काम नसलं तरी काहीतरी काम करतोयस असं दाखवत जा.”

“का रे? असं का म्हणतोयस?”

“सांगतो तेवढं ऐक. संध्याकाळी ऑफिस सुटल्यावर बोलतो. आता तुझ्या जागेवर जाऊन काम करतोय असं दाखव.” उमाकांत असं म्हणाला, मग मीही माझ्या जागेवर जाऊन बसलो. संध्याकाळी ऑफिस सुटल्यावर त्याला मी पुन्हा विचारलं, त्यावर तो म्हणाला, “अरे, तुझ्याकडे जर काम नाही असं आपल्या साहेबाला किंवा त्या मोकाशीबाईला वाटलं तर तुझ्या डोक्यावर आणखी कामे टाकतील. मग तुझं आहे ते काम तर करायचं आणि आणखी दिलेलं कामही करावं लागेल. तुझा पहिलाच जॉब आहे, म्हणून सांगतो. माझ्या पहिल्या जॉबमध्ये मला पण वाटायचं, खूप काम करू वगैरे... पण नंतर जसजसे अनुभव येतात त्यातून माणूस शहाणा होत जातो. मी सांगायचं काम केलं बाकी तुझं तू ठरव.”

''ठीक आहे. तू म्हणतोस तसं करतो.''

''मी म्हणतो म्हणून नाही. तुला पटत असेल तर कर.''

''हो रे बाबा, पटतंय. बरं मला सांग घर वगैरे कुठे बघितलंत की नाही?''

''चालू आहे शोधमोहीम. आज मी आणि आनंद जाणार आहोत एका ठिकाणी.''

''लवकर बघा यार. मला बोअर झालंय त्या घरी.''

''हो साहेब. बघतो... आणखी काय आदेश!'' उमाकांतच्या या उत्तरावर मला हसायला आलं. आम्हाला सोनगिरीच्या ऑफिसला जॉइन होऊन चार-पाच दिवस झाले होते. पण या दिवसात माझी आणि उमाकांतची दोस्ती अशी झाली की जणूकाही आम्ही कॉलेजपासून एकमेकांना ओळखत आहोत. दिसायला तो हॅन्डसम होताच, शिवाय त्याचा स्वभाव गमतीशीर होता. तो कधी काय बोलेल याचा नेम नसायचा. त्या मानाने आनंद फार काही बोलायचा नाही. शांत शांत असायचा, त्याच्याच विश्वात हरवलेला, त्यामुळे मी स्वत:हून त्याच्याशी बोलायला जात नसे. तो फारसा बोलत नव्हता म्हणून नव्हे तर कदाचित त्याला विनाकारण बोललेलं आवडत नसेल म्हणून मीच त्याच्यापासून लांब राहिलो. तो नेहमी हातचं राखून बोलतो असं मला वाटायचं. केवळ मलाच नाही तर उमाकांतला देखील असंच वाटत होतं. उमाकांत जितक्या सहजतेने माझ्याशी बोलायचा तितक्या सहजतेने तो आनंदशी बोलताना मी पाहिला नव्हता. त्याच्याशी बोलताना नेहमी एक अदृश्य पडदा दोघांच्या मधे आहे असा भास होत असे. पण तसा तो मनाने चांगला असावा. आणि इतक्या कमी वेळात एखाद्याबद्दल मत बनवणंही चुकीचं आहे.

ऑफिस सुटल्यावर गोकुळमध्ये जाऊन नाश्ता करणं हे आमचं नित्यकर्म झालं होतं. तिथला मालक तर ओळखीचा होताच. पण तिथली काम करणारी पोरेही आमच्या ओळखीची झाली होती. पण असं जरी असलं तरी आम्ही नाष्ट्याचे पैसे नियमित देत होतो. हॉटेलचा मालक रविशेठ म्हणजे एकदम कलंदर माणूस! तो कधीकधी आमच्याकडून नाष्ट्याचे पैसे घ्यायचा, तर कधी त्याच्या मनात आलं तर घ्यायचाच नाही. त्यामुळे आम्हालाही त्याच्याशी नक्की कसं वागावं असा प्रश्न पडायचा. कधीकधी तर वाटायचं याच्या हॉटेलात जाणं बंद करावं, पण दारुड्याचे पाय जसे आपोआप गुत्त्याकडे वळतात तसे त्याची मिसळ खाण्यासाठी आमचे पाय आपोआप गोकुळकडे वळायचे. मिसळीची उसळ चवदार असे, फरसाण तर तोंडात टाकल्या टाकल्या विरघळे आणि त्यावर तर्री मारलेला लालभडक झणझणीत रस्सा म्हणजे काय बोलावं! ताजी हिरवी कोथिंबीर, बारीक कापलेला कांदा, लिंबाची फोड आणि स्पंजसारखे मऊ

पाव! मिसळ खाल्ल्यावर मन अगदी तृप्त होत असे. रश्श्याची चव दीर्घकाळ जिभेवर रेंगाळत राही. आताही आम्ही मिसळीवर आडवा हात मारून बाहेर आलो होतो. आनंद आणि उमाकांत त्यांच्या शासकीय विश्रामगृहाच्या वाटेला लागले. मी सावंतकाकूंच्या घराकडे निघालो. लवकरात लवकर भाड्याने घर मिळू दे अशी प्रार्थना करीत मी सावंतकाकूंच्या घराचे गेट उघडले. काकूंचे बाबा त्यांच्या नातीला घेऊन बसले होतेच! मला पाहताच त्यांचं पुन्हा सुरू झालं. 'कोण आले... काका आले... कुठून आले... मुंबई हून...' मी नाइलाजाने चेहऱ्यावर हास्य आणण्याचा प्रयत्न केला. आणि त्या छोट्या मुलीबरोबर खेळू लागलो.

"आज बराच उशीर झाला तुम्हाला..." काकूंचे वडील म्हणाले.

"होय, थोडं काम होतं." मी म्हटलं.

"कामाचा ताण असतो का जास्त?"

"नाही, एवढा नाही सध्या..." आवक-जावक लिपिकाला कसला आलाय कामाचा ताण! पण मी आपलं बोलून गेलो.

"अगो, पोहे घेऊन ये... पावणे आलेत." काकूंच्या वडिलांनी आत हाक मारली.

"अहो नको, मी खाऊन आलो आहे बाहेरून."

"थोड्याशा पोह्यांनी काही होत नाही हो. तुमच्यामुळे आम्हाला देखील मिळतील." असं म्हणून सावंतकाकूंचे वडील त्यांच्याच विनोदावर हसू लागले.

थोड्याच वेळात पंजाबी ड्रेस घातलेली एक मुलगी चहा आणि पोहे घेऊन आली. अरे, ही कोण? आधी मला वाटलं त्यांच्या घरच्या सुनेनेच पंजाबी ड्रेस घातलाय की काय... मी तिच्या चेहऱ्याकडे पाहिलं, ती कोणीतरी दुसरीच तरुण मुलगी होती. तिला मी यापूर्वी कधीच पाहिलं नव्हतं. ती दिसायला चांगली होती. गोरीपान आणि सुंदर. तिने चेहऱ्यावर गोड स्मितहास्य आणून माझ्या हातात पोह्यांची प्लेट ठेवली. तिचा चेहरा आधी कधीतरी पाहिल्यासारखा मला वाटला. पण कुठे, हे लक्षात येत नव्हतं. मी पोहे खाऊ लागलो.

"कसे झालेत पोहे?" दुसऱ्याच घासाला काकूंच्या आईचा प्रश्न आला.

"छान आहेत." मी म्हणालो.

"आमच्या सुलक्षणेनं केलेत..." त्या म्हणाल्या. मी चमकून त्यांच्याकडे पाहिलं. त्यांच्या शेजारी मघाची ती मुलगी खाली मान घालून उभी होती. मी सहज काकूंच्या वडिलांकडे पाहिलं, त्यांच्या चेहऱ्यावर उत्सुकता दिसत होती. सुलक्षणा...? सुलक्षणा...? हे नाव आधी कधीतरी ऐकल्यासारखं वाटतंय. मी मनातल्या मनात विचार करू लागलो. मग अचानक माझ्या डोक्यात हजारो

दिव्यांचा प्रकाश पडला. अरे देवा! हे काय घडतंय? हा माझा कांदेपोह्यांचा कार्यक्रम आहे की काय? त्या विचारासरशी मला जोराचा ठसका लागला.

“बयो, पानी आन.” ते ऐकून सुलक्षणा आत पळाली आणि पाणी घेऊन आली. तिच्या हातून पाणी घ्यायला माझे हात पुढे येईनात.

“अहो पावणे, पाणी घ्या...” काकूंचे वडील म्हणाले. मी तिच्याकडे न बघता पाण्याचा ग्लास घेतला. पाणी घेताना तिच्या मुलायम बोटांचा स्पर्श झालाच! विजेची लहर हातातून मेंदूपर्यंत गेल्यासारखं वाटलं मला. मी कसाबसा पाणी प्यायलो. पोह्यांची ताटली खाली ठेवली. ते पोहे आता काही माझ्या घशाखाली उतरणार नव्हते.

“का हो, पोहे चांगले नाही झालेत का? की दुसरं काही बनवायला सांगू? अगो, उपमा बनवून आणा...” काकूंच्या वडिलांनी फर्मान सोडलं. त्यासरशी पुन्हा सुलक्षणा आत पळाली. हलाल करताना बोकडाला खाऊपिऊ घालतात तसं मला वाटायला लागलं.

“अहो, नका काही करू. मघाशी जोराचा ठसका लागला. मी बाहेर थोडं खाऊन आलो होतो. मला भूक नाही तेवढी...” मी मनाला येईल तशी कारणे देत सुटलो. खरंतर मी खूप गोंधळून गेलो होतो.

“बरं, जाऊद्या. चहा घ्याल ना थोडासा. अगो सुलक्षणा चहा घेऊन ये.” काकूंच्या आई म्हणाल्या.

सुलक्षणेनं चहा आणला. कपबशी हातात घेताच ती कडकड वाजू लागली. माझ्याही नकळत माझे हात थरथरत होते. मी बशी खाली ठेवून नुसता कप हातात घेतला नि तो गरम चहा तसाच घशाखाली ढकलू लागलो. तोंड भाजत होतं, पण आता करता काय? तीन- चार दिवसापूर्वी लग्नाचा विषय निघालेला होता. या लोकांनी लगेच हालचाली केल्यादेखील! हे असं काही अचानक समोर येईल असं मला वाटलं नव्हतं. मध्ये थोडा वेळ गेला आणि मी स्थिर झालो. कदाचित आपण जो विचार करतोय तसं काही नसेलही! सुनेची बहीण अशीच त्यांच्या घरी राहायला येऊही शकते. कॉलेजला सुट्टी वगैरे असेल, म्हणून आली असेल... पण मधेच सुट्टी कशी काय? आणि नेमका मी आल्यानंतरच बरोबर ती इथे आली. त्यात मेकअप वगैरेही केलेला दिसतोय. मनात विचारांचं द्वंद्व सुरू झालं. मी सहज काकूंच्या आईकडे पाहिलं. त्याही माझ्याकडे बघत माझ्या मनातल्या विचारांचा अंदाज घेत असाव्यात असं मला वाटून गेलं. आयला! हे काय नसतं लचांड मागे लागलं. झक मारली आणि इथे राहायला आलो असं वाटायला लागलं. पण आता असं घाबरून चालणार नाही. तसंच जर काही असेल तर आपल्याला या लोकांना न दुखावता नकार देता यायला हवा. मनाची

तयारी केली अन् खुर्चीला मागे टेकून बसलो.

"बाकी, काय म्हणतंय तुमचं ऑफिस?" काकूंच्या वडिलांनी काहीतरी बोलायचं म्हणून बोलायला सुरुवात केली.

"काही नाही... ठीक आहे."

"पगार वगैरे किती पडतो हातात?"

"अजून काही माहीत नाही. आत्ताच लागलोय ना..."

"मग, सुट्टी वगैरे कधी असते..."

"दुसरा आणि चौथा शनिवार आणि रविवार." मी जेवढ्यास तेवढं उत्तर देत होतो.

काकूंचे वडील इकडच्या तिकडच्या गोष्टीच बोलत राहिले. मीही सावध होऊन उत्तरे देत होतो. पण बरंच बोलणं झालं तरी अजून मुख्य विषय काही निघेना आणि शेवटपर्यंत तो निघालाच नाही. रात्रीचं जेवण झालं. मला वाटलं आता विचारतील. पण तसं काही झालं नाही. वायफळ चर्चा होत राहिली. मी मधूनच सुलक्षणेकडे एखादा चोरटा कटाक्ष टाकीत होतो. तशी दिसायला काही वाईट नव्हती. पण मग पुन्हा स्वत:च्या विचारांना आवर घातला. मग वाटलं आपणच आगाऊ विचार केला. या माणसांच्या मनात तसं काही दिसत नाही. रात्रीच्या जेवणानंतर मी झोपायला माझ्या रूममध्ये गेलो. जाऊन झोपणार तेवढ्यात काकूंचे वडील आले आणि मला येऊ घातलेल्या संकटाची चाहूल लागली.

"झोपणार होतात की काय?" त्यांनी विचारलं.

"नाही. असाच पडलो होतो. इतक्या लवकर झोपायची सवय नाही. तुम्ही बोला ना."

"नाही म्हटलं तुम्हाला उद्या लवकर जायचं असेल..." काकूंचे वडील गोल गोल फिरत होते. पण मुख्य विषयाला हात घालत नव्हते. गेले तीन - चार दिवस मी त्यांच्याकडे राहत होतो, पण एकदाही ते जेवणानंतर माझ्याशी गप्पा मारायला आले नव्हते. आणि आज अचानक ते आल्यामुळे नक्कीच त्यांना सुलक्षणेबद्दल माझं मत जाणून घ्यायचं असणार. त्यांनी बोलायला सुरुवात केली. "कसं आहे की, आपलं दोन-तीन दिवसांपूर्वी जे बोलणं झालं होतं, लग्नासंबंधी... आठवतंय का तुम्हाला?"

"अं... हो, हो आठवतंय ना. त्याचं काय?" मी मुद्दाम काही समजत नसल्याचं दाखवलं. पण आतून मात्र घाबरून गेलो होतो. आता हे नक्की सुलक्षणेबाबत विचारणार.

"त्याचसंबंधी जरा बोलायचं होतं. हे बघा, मला फिरून फिरून बोलायची सवय नाही, म्हणून डायरेक्ट विचारून टाकतो. आज ज्या मुलीने मघाशी

तुम्हाला पोहे दिले, तीच सुलक्षणा! तिच्याबद्दलच परवा आम्ही तुम्हाला विचारलं होतं.''

''हो का?'' त्यांच्या बोलण्यावर मी गोष्टी नव्याने समजल्यावर करतात तसा चेहरा केला.

''हां... हीच ती मुलगी. आमच्या सुनेची धाकटी बहीण, बीकॉमच्या शेवटच्या वर्षाला आहे. दिसायला सुंदर, नाकीडोळी छान आहे. आणि स्वयंपाकसुद्धा छान करते. तुम्ही तर पोहे खाल्लेच आहेत. आहे की नाही चव हाताला?' मी विचार केला, आता काय सांगावं? काय बोलल्याने वेळ मारून नेता येईल? यांना दुखवूनही चालणार नाही. काय सांगू... काय सांगू... मी विचारात पडलेला पाहून तेच म्हणाले. 'तशी काही घाई नाही. तुम्हाला विचार करायचा असेल तर पाहिजे तितका वेळ घ्या. तुमच्या घरच्यांचा सल्ला घ्यायचा असेल तर त्यांना विचारून पहा, की मी आमच्या बायडीला सांगू तुमच्या घरी विचारायला?''

''अहो, नको. सध्या तसं काही करू नका. मी सांगतो तुम्हाला. मला थोडा वेळ हवा आहे.''

''बरोबर आहे. लग्नाच्या गोष्टी आहेत या, भातुकलीचा खेळ नव्हे. आणि तुम्हाला एक गोष्ट सांगू का, लग्नाच्या गाठी तो बांधतो. त्याच्या मनात असेल तर न जुळणारी लग्ने जुळतात, आणि त्याच्या मनात नसेल तर ठरलेली लग्नही मोडतात. त्यामुळे तुम्ही तुमचा निर्णय विचार करून घ्या, आणि तुमचा निर्णय काहीही असला तरी आम्हाला तो मान्य असेल. त्यामुळे तुम्ही अगदी निर्धास्त राहा...''

''तुमचं म्हणणं मला पटतंय. पण अचानक असा इतका मोठा निर्णय घ्यायचा विचारही माझ्या मनात आला नव्हता. त्यामुळे थोडा गोंधळ झालाय.''

''साहजिकच आहे. आयुष्याचा सर्वात महत्त्वाचा निर्णय आहे हा. ठीक आहे, आता तुम्ही आराम करा. मी निघतो.'' म्हणत काकूंचे वडील निघून गेले. आता कसला डोंबलाचा आराम! माझी तर पुरती झोप उडून गेली होती. नसती कटकट च्या आयला! डोळ्यांसमोर सतत मघाचा प्रसंग येत होता. उत्सुकतेने माझ्याकडे पाहणारे काकूंचे आईवडील आणि खाली मान घालून उभी असलेली सुलक्षणा. तसं बघायला गेलं तर सुलक्षणा दिसायला काही वाईट नव्हती. नाकीडोळी चांगली, गोरीपान, सडपातळ... शिवाय हाताला चव चांगली होती आणि स्वभाव तरी तसा बरा असावा. मग तरीही मला तिला नकार द्यावा असं का वाटतंय? एकदम जबाबदारी अंगावर पडल्यासारखं का वाटायला लागलं? हे सगळं असं औपचारिकरीत्या समोर आलं म्हणून असेल कदाचित! हीच सुलक्षणा जर मला बाहेर कुठे भेटली असती, तिच्याशी अशीच ओळख झाली

असती, मग मैत्री झाली असती, तर मला काही प्रॉब्लेम वाटला नसता. पण आता काही का असेना, आपल्याला हे जमणार नाही. काहीही करून या लोकांना न दुखावता समजावता आलं पाहिजे. काकूंच्या आईवडिलांचं काही नाही, पण सुलक्षणा! तिला कसं समजावणार? ती खूप साधी मुलगी वाटली मला. तिने तिच्या आयुष्याची बरीचशी स्वप्ने रंगवली असणार, माझ्यात ती तिच्या भावी जोडीदाराला पाहत असेल, तिला खूप वाईट वाटेल आपला नकार ऐकून. छे! हे काहीतरीच होऊन बसलं. कुठून दुर्बुद्धी सुचली आणि सावंतकाकूंच्या घरी राहायला आलो असं वाटायला लागलं. आपण इथे आलो नसतो तर हे सगळं घडलंच नसतं. आता विनाकारण आपल्यामुळे या लोकांना त्रास होणार. आणि त्यात त्यांची मने दुखावून आपल्याला इथे राहणं शक्य तरी होईल का? घशाखाली घास उतरणार नाही, रात्रीची झोप येणार नाही, बास! आता उद्याच्या उद्या हे घर सोडायचं. उमाकांत आणि आनंद राहतात तिथे जाऊ. तिथे नाही तर सोनगिरीत बरेच लॉज आहेत. बघू, जाऊ कुठेतरी. पण इथे आता राहणं शक्य नाही.

ऑफिसात गेल्या गेल्या मी उमाकांत समोर जाऊन उभा राहिलो. तो त्याच्या कॅलक्युलेटर बरोबर झटापट करण्यात मग्न होता.

"मी तुमच्याबरोबर राहायला आलो तर चालेल का? आजपासूनच..." मी सरळ त्याला विचारून टाकलं. उमाकांत काहीही न समजल्यासारखा चेहरा करून माझ्याकडे बघायला लागला. मी त्याला पुन्हा तेच विचारलं.

"का रे बाबा? त्या लोकांनी तुला हाकलून दिलं का?" त्याने गमतीदार चेहरा करीत विचारलं.

"नाही रे... थोडा प्रॉब्लेम झालाय."

"प्रॉब्लेम? कसला प्रॉब्लेम?"

"तुला आता सांगू शकत नाही..."

"आईशप्पथ! म्हणजे?" करत त्याने तर्जनी नाकाला लावत विचारलं.

"हॅट... तसलं काही नाही रे... दुसराच मोठा प्रॉब्लेम झालाय."

"आता यापेक्षा आणखी कुठला मोठा प्रॉब्लेम असू शकतो. थांब. मी बाहेर येतो." म्हणत तो त्याच्या पिंजऱ्यातून बाहेर आला. आम्ही ऑफिसच्या बाहेर गेलो. "हा... बोला, काय उद्योग वाढवून ठेवलात?"

"मी नाही यार, त्या सावंतकाकूंच्या आईवडिलांनी गोची केलीय," असं म्हणून मी सुलक्षणा आणि आमचा पाहण्याचा कार्यक्रमाबद्दल त्याला सांगितलं. तसा तो पोट धरून मोठमोठ्याने हसायला लागला. त्याचं हसणं ऐकून आनंदही तिथे आला, शिपाई शिगवण काय झालं म्हणून विचारू लागला.

"अरे ए भाऊ, शांत राहा ना जरा. आपल्याला दवंडी नाही पिटायची." मी उमाकांतला शक्य तितक्या हळू आवाजात समजावत म्हटलं.

"काय झालं? मला पण सांगा." आनंद म्हणाला.

"काही नाही. तुला नंतर सांगतो." म्हणत उमाकांतने त्याला कटवलं. आनंदलाही फार काही

नकार

उत्साह नव्हता. त्याने खांदे उडवले आणि निघून गेला.

"यार तुला गंमत वाटतेय पण इथं माझा जीव जातोय." मी त्याला म्हणालो.

"तू इतकं काय टेन्शन घेतोयस? सरळ सांग मला ती आवडत नाही ते. सांग मला अजून परीक्षा द्यायच्यायत, अभ्यास करायचाय."

"छे! मी आता परीक्षा देणार नाही. मला कंटाळा आलाय."

"अरे, त्यांना सांगायला काय जातंय तुझं?"

"ओके, ओके. पण मला त्या मुलीला दुखवायचं नाही यार. तिला वाईट वाटेल माझा नकार ऐकून."

"तर... तर...! तू मोठा शाहरुख लागून गेलास नाय का? की, तुझा नकार ऐकून लगेच तिचं हृदय तुटून जाईल." त्याच्या बोलण्यावर मला हसायला आलं.

"तसं नाय रे. आता नकार ऐकून कुणाला बरं वाटेल?"

"तू जास्त विचार करू नकोस. तिचं ती बघून घेईल. बाय द वे, दिसायला कशी आहे ती? काय नाव तिचं?"

"सुलक्षणा. तशी दिसायला चांगली आहे रे. पण लग्नबिग्न इतक्या लवकर कोण करतं यार!"

"म्हणजे तुला आवडलीय तर मुलगी!"

"तसं नाय रे बाबा. आता हे बघ, आपण रस्त्याने जाताना एखादी चांगली मुलगी पाहिली तर ती आपल्याला आवडते की नाही, तसं आहे हे."

"म्हणजे तुला टाईमपास करायचाय वाटतं."

"तुला नाही कळत मी काय बोलतोय ते. जाऊदे, मला फक्त एवढंच सांग की, मी तुमच्याकडे लगेच राहायला येऊ शकतो का? कारण त्यांना नकार कळवून पुन्हा निर्लज्जासारखं त्यांच्याच घरी राहणं मला तरी शक्य नाही."

त्यावर उमाकांत विचारात पडलेला दिसला. त्याला माझं म्हणणं पटलं होतं बहुतेक. पण आता तो काय तोडगा काढतो याकडे माझं लक्ष लागून राहिलं. थोडा वेळ विचार करून तो म्हणाला, "मला तुझं म्हणणं पटतंय. पण एक छोटासा प्रॉब्लेम आहे. आता आम्ही जिथे राहतोय ना, म्हणजे शासकीय विश्रामगृहात, तिथे सध्या जागा नाही. तसं शासकीय विश्रामगृहात जास्त दिवस राहता येत नाही, मी तिथल्या खानसाम्याला पटवलं होतं. पण आता त्यानेच काल येऊन सांगितलं की भाड्याने दुसरीकडे जागा बघायला लागा, जास्त दिवस राहता येणार नाही म्हणून, त्यामुळे मी आणि आनंद आता रोजच संध्याकाळी घर शोधायला बाहेर पडतो.'

"शिट्! लागली वाट आता! मी तुझ्या भरवशावर होतो. आता मलाच काहीतरी करावं लागणार."

"मी एक काम करतो, आज त्या खानसाम्याला परत एकदा विचारतो, आणि तुझी व्यवस्था करतो, पण त्यात दोन-तीन दिवस जातील, आणि आम्ही मधल्या वेळेत घर शोधायचं काम करतोच आहोत, सापडेल लवकरच, पण थोडा वेळ लागेल. तू एक काम कर, आपल्याला घर मिळेपर्यंत तुझा निर्णय सांगूच नको, असंच विचार करायला वेळ हवा आहे सांगत राहा."

"ते जास्त दिवस नाही करता येणार रे. ते रोज माझ्याकडे आशेने पाहत असतात."

"बरं ठीक आहे, तुला जितके दिवस ढकलता येतील तितके दिवस ढकल, तसे जास्त दिवस नाही लागणार, धरून चाल तीन-चार दिवस."

ज्याच्याकडे मदतीसाठी गेलो त्यानेच हात वर केले. आता मला एकट्यालाच ही खिंड लढवावी लागणार होती. ऑफिस सुटलं. घरी तर जाऊच नये असं वाटत होतं, पण नाइलाज होता. घरी आलो तेव्हा काकूंचे वडील बाहेर पडवीत बसलेले होते. त्यांची नात त्यांच्याबरोबर होतीच. मला वाटलं आता ते मला पाहिल्यावर त्यांचं आवडीचं ते 'कोण आले... काका आले.' गातील, पण नाही. माझ्याकडे बघून एकदा समजुतीचं हसले. या बदलामुळे आणखी काहीतरी वेगळं, अनपेक्षित घडेल की काय, अशी एक शंका मनाला चाटून गेली. आणि ती शंका लवकरच खरी ठरली. मी पाहुण्यांच्या रूममध्ये बसलो असतानाच तिथे चहा घेऊन स्वत: सुलक्षणा आली. भूत पाहावं तसं मी तिच्याकडे पाहत राहिलो. तिने माझ्याकडे पाहून एक मंद स्मित केले आणि चहा समोरच्या टीपॉयवर ठेवला. तिने पांढऱ्या शुभ्र रंगाची कमीज आणि गडद निळ्या रंगाची सलवार आणि त्याच फिकट निळ्या रंगाची ओढणी घेतली होती. भुवया नुकत्याच कोरलेल्या दिसत होत्या. कानात मॅचिंग रिंग्ज होत्या. दिसायला तशी काही वाईट नव्हती. तिचा रंग गोरा नसला तरी दिसायला ती आकर्षक होती. आज मी प्रथमच तिला नीट पाहून घेतले.

"तुम्ही कशाला आणला चहा, मीच आलो असतो बाहेर." मी म्हणालो.

"आत्या म्हणाल्या चहा घेऊन जा, म्हणून आले." सुलक्षणा म्हणाली. तिचा आवाजही पहिल्यांदाच ऐकला. "मी इथे बसू थोडा वेळ?" ती समोरच्या खुर्चीकडे बोट दाखवत लाडिकपणे म्हणाली, आणि मी काही बोलायच्या आधीच ती जाऊन बसलीही. मला काय बोलावे ते सुचेना. मी आपला शांतपणे दिलेला चहा पिण्याचं काम करू लागलो. थोडावेळ तसाच भयाण शांततेत गेला. काय बोलावे याचा तिलाही प्रश्न पडला असावा, ती मान खाली घालून

तशीच बसून राहिली. वातावरणात एक विचित्रसा अवघडलेपणा आला. आता ही शांतता मला सहन होईना. काहीतरी बोलायचं म्हणून मीच म्हणालो, ''तुम्ही कोणत्या कॉलेजमध्ये आहात?''

''कोकाटे - कोळकर कॉलेज, बीकॉम लास्ट इयर.''

''अरे वा... छान.'' आता याच्या पुढे काय बोलावं या विचारात मी असताना तीच म्हणाली, ''मला थोडं बोलायचं होतं तुमच्याशी, तुमच्याकडे वेळ आहे ना?''

''हो हो, बोला ना.''

''आता तुम्हाला कल्पना आली असेलच की, मी इथे का आले आहे, ते.'' ती अडखळत म्हणाली.

''हो, मला आहे कल्पना.'' मी म्हणालो. आता ही काय म्हणेल याकडे माझे लक्ष लागून राहिले. काहीतरी महत्त्वाचं बोलायच्या आधी वक्ते जसा पॉज घेतात तसं तिने केलं. खूपच काहीतरी महत्त्वाचं असणार. कपबशी पकडलेल्या तळहाताला घाम सुटू लागला. आपला नकार ऐकून तिची काय अवस्था होईल या विचाराने माझं मन अस्वस्थ झालं. तिने बरीच स्वप्नं मनात बाळगली असतील, त्या स्वप्नांचा आता चुराडा होणार होता. एखाद्याकडून आलेला नकार पचवणं नक्कीच अवघड गोष्ट आहे. मी मनात असा काहीबाही विचार करत असताना तिने बोलायला सुरुवात केली. तिचा थेट प्रश्न आला, ''तुम्ही मला नकार द्याल का?'' मी कदाचित काहीतरी चुकीचं ऐकलं असावं असं मला वाटलं म्हणून मी पुन्हा तिला विचारलं, ''काय म्हणालात तुम्ही?''

''मी विचारलं तुम्ही मला नकार द्याल का?'' आपलं बोलणं कुणी ऐकत नाही ना हे तपासण्यासाठी इकडेतिकडे बघत तिने दबक्या आवाजात विचारलं.

''तुम्ही माझ्याकडून नकाराची अपेक्षा करताय?'' मी पुन्हा एकदा खात्री करून घेतली. त्यावर तिने नुसती मान हलवली. आता मात्र मला काहीच कळेनासं झालं. समोरची ही मुलगी मला स्वतःहून नकार द्याल का असं मला विचारत होती. तो प्रश्न पचवायला आता मला थोडा वेळ लागला.

''हे बघा, तुम्ही गैरसमज करून घेऊ नका. मला यासाठीच तुमच्याशी बोलायचं होतं. माझा इतक्यात लग्न करण्याचा बिलकूल विचार नाही, पण आमच्या घरचे लोक माझं ऐकत नाहीत. त्यांनी ताईच्या सासरकडच्यांना आणि आमच्या इतर नातेवाइकांना स्थळं पाहायला सांगितलीत. मला वैताग आला या सगळ्या गोष्टीचा. कोणी माझ्या मनाचा विचारही करत नाही आणि त्यांना समजवायला गेले तर कोणी समजूनच घेत नाही.'' एखादं गुपित सांगावं तसं ती बोलू लागली. मी प्रथमच तिला तसं बोलताना पाहत होतो. जणूकाही तिची

आणि माझी जुनी ओळख होती. बरेच दिवस तिच्या मनात साठवलेल्या गोष्टी ती बोलून दाखवत होती. मला तिचं कौतुक वाटलं, तिच्या मनात जे होतं ते तिने सरळ सांगून टाकलं. खरंतर हा माझ्यासाठी एक सुखद धक्का होता. इतके दिवस मी माझा नकार कळवल्यानंतर तिच्या मनाची काय अवस्था होईल याचा विचार करत होतो. तिला फार वाईट वाटेल असं मला वाटत होतं, पण घडलं निराळंच! मीच तिला नकार द्यावा यासाठी ती माझ्याकडे आली होती. मला मनातून सुटल्यासारखं वाटलं. पण आता काकूंच्या आईवडिलांनी विचारलं तर नकाराचं कारण काय सांगणार? तोच प्रश्न मी तिला विचारला.

"काहीही सांगा, तुमच्या मनाला जे योग्य वाटेल ते, पण प्लीज मला नकार द्या." ती अगदी काकुळतीला येऊन म्हणाली. खरंतर तिने मला एका संकटातून काढून दुसऱ्या संकटात ढकललं होतं. आता नकार देतोय म्हटल्यावर सावंत काकूंच्या आईवडिलांना त्यामागचं कारण सांगणं गरजेचं होतं, पण उमाकांत जसं म्हणाला तसं कारण सांगता येणं शक्य होतं. मी अजून एमपीएससी परीक्षेचा अभ्यास करतोय आणि माझा लग्नाचा एवढ्यात विचार नाही, हे कारण पुरेसं होतं आणि ते त्यांना पटण्यासारखं आहे. मी थोडा विचार केला, सुलक्षणा स्वत: लग्नाला नकार का देत आहे? तिला खरोखर पुढे शिकायचं आहे की काही दुसरं कारण आहे. आपल्याला त्याच्याशी काही घेणेदेणे नाही, पण तरीही तिच्या नकाराचं कारण विचारण्याचा मोह मला आवरता आला नाही.

"ठीक आहे, तुमची इच्छा असेल तर मी तसा नकार कळवतो. पण एक प्रश्न विचारू?"

"विचारा ना."

"तुमच्या नकाराचे कारण कळू शकेल?" माझ्या प्रश्नावर ती थोडी विचारात पडली. आपली तशी काही फार दिवसांची ओळख नाही, कालपरवाच भेटलो होतो आणि आज पहिल्यांदा बोललो, तेव्हा या माणसावर कसा विश्वास ठेवावा असा प्रश्न तिच्या मनात येणं साहजिकच होते. या प्रश्नावर उत्तर द्यावं की न द्यावं असा विचार ती करू लागली.

"तुम्हाला सांगायचं नसेल तर नका सांगू, मी सहज उत्सुकता म्हणून विचारलं. पण मला असं वाटतं की तुमच्यासमोर काही प्रश्न आहेत, तुमच्या मनात काहीतरी आहे, पण ते तुम्ही कुणाला सांगितलेलं नाही. तुम्हाला खरं सांगू का, मनातल्या गोष्टी दुसऱ्या व्यक्तीशी बोललं तर मन हलकं होतं. कदाचित मी तुम्हाला काहीतरी मदत करू शकतो." मी हे बोलून गेलो खरा पण नंतर माझं मलाच आश्चर्य वाटू लागलं. कदाचित येऊ घातलेलं संकट टळल्यामुळे माझ्या मनावरचा ताण हलका झाला होता. माझ्या बोलण्याचा योग्य परिणाम

झालेला दिसला. सुलक्षणा माझ्याकडे कृतज्ञतेने पाहू लागली. कदाचित मी तिच्या मनातलं ओळखलं होतं. तिला आता माझ्याबद्दल विश्वास वाटू लागला होता.

"तुम्ही म्हणता ते खरं आहे. पण तुम्हाला कसं सांगू तेच कळत नाही."

"तुम्ही मला बिनधास्त सांगू शकता. मी कुणाला काहीही सांगणार नाही आणि तुम्हाला खरं सांगू का, माझ्याही मनात सध्या हे लग्नाबिग्नाचे विचार नाहीत. त्यामुळे तुम्हाला नकार कसा द्यायचा याचाच मी विचार करत होतो."

"हो का? म्हणजे आपले विचार जुळतात तर!" असं म्हणून ती हसायला लागली. बाकी हसताना छान दिसत होती ती.

"तुम्ही मला अरेतुरे केलं तरी चालेल, माझं काही तितकं जास्त वय नाही. मला उगाचच ज्येष्ठ नागरिक झाल्यासारखं वाटतं," माझ्या या बोलण्यावर ती छानपैकी हसली.

"तुमचा स्वभाव गमतीदार आहे. पण ताईच्या घरच्यांना आवडणार नाही मी तुम्हाला अरेतुरे केलेलं."

"तुम्ही खूप हुशार आहात."

"का, कशावरून?"

"मी मघाशी विचारलेल्या प्रश्नाला तुम्ही बरोबर बगल दिलीत."

"कोणता प्रश्न?"

"हेच की, तुमच्या नकारामागचं खरं कारण काय? तुम्ही मला सांगू शकता, मी कुणालाही सांगणार नाही." मी असे म्हटले आणि त्यावर ती पुन्हा विचारात पडली.

"ठीक आहे, सांगते." म्हणत तिने पुन्हा एकदा एक मोठा पॉज घेतला. "ॲक्चुली, मला एक जण आवडतो. माझं प्रेम आहे त्याच्यावर, त्याचंही आहे माझ्यावर आणि आम्ही दोघांनी लग्न करण्याचा विचार केला आहे." सुलक्षणा बिनधास्त म्हणाली.

"अरे वा! ही तर चांगली गोष्ट आहे. अभिनंदन!" त्यावर ती उदासवाणं हसली. "का? काय झालं?"

"आमचं हे प्रेमप्रकरण मी अजून आमच्या घरी सांगितलं नाही आणि घरी सांगितलं तर त्याचे परिणाम काय होतील याची कल्पनाच न केलेली बरी."

"का? काय म्हणतील घरचे?"

"काय म्हणतील? काही म्हणणार नाहीत. सरळ माझं लग्न आमच्या जातीतल्या दुसऱ्या कुणाशी तरी लावून मोकळे होतील."

"ओह! म्हणजे मुलगा तुमच्या जातीतला नाही तर!"

“हं... पण आता काय करणार? प्रेम काय जात बघून करायचं?”

“खरं आहे तुमचं म्हणणं, पण तुम्ही असं किती दिवस घरच्यांपासून लपवून ठेवणार? कधीतरी सांगावं लागणारच.”

“हो, त्यासाठीच योग्य वेळेची वाट बघतेय. तोपर्यंत काहीतरी कारण काढून लग्न टाळण्याचा प्रयत्न करतेय.”

इतक्यात सुलक्षणेला काकूंच्या आईने हाक मारली.

“आले, आले,” म्हणत ती जायला निघाली. “थँक यू, व्हेरी मच.” ती माझ्याकडे बघत म्हणाली आणि निघून गेली. आता मी एकदम निर्धास्त झालो. सुलक्षणेसारख्या मुलीला दुखावण्याचं पाप माझ्या माथी लागणार नव्हतं. सुटलो बाबा एकदाचा!

दुसऱ्या दिवशी ऑफिसला गेल्यावर मी उमाकांतला घडलेला सर्व प्रकार सांगितला.

"आयला, शाहरुखलाच नकार?'' म्हणत तो गमतीने माझ्यावर हसू लागला.

"इतकं हसायची काही गरज नाही, मलाही नकार द्यायचा होता.''

"अरे, पण तू नकार द्यायच्या आधी तिनेच तुला नकार दिला ना. अरेरे!'' उमाकांत चिडवू लागला.

"तुझं डोकं फिरलंय उम्या.'' मी हसून त्याच्याकडे दुर्लक्ष केलं. नाहीतर तो आणखी काहीतरी बडबडत बसला असता. मी माझ्या कामाला लागलो. पाच-सहा पत्रं आली होती, ते आवक करून घेतले, आणि काही पत्रं पाठवायची होती ती पाकिटात भरून शिगवणकडे पोस्टात टाकण्यासाठी देऊन टाकली. माझं काम तासाभरात संपून गेलं. पण मी तसाच माझ्या जागेवर बसून राहिलो. त्याचं पहिलं कारण म्हणजे उमाकांत! एकतर त्याने मला दिलेला सल्ला आणि दुसरं कारणही उमाकांतच! सुलक्षणा प्रकरणावरून तो काहीतरी विषय काढून चिडवत राहिला असता. उमाकांत आणि मी एकमेकांची चेष्टा करण्याइतपत मित्र झालो होतो. तो माझी चेष्टा करी तसंच तो तावडीत सापडला की मीही त्याला सोडत नसे. त्याने माझ्या मकरंद या मोठ्या नावाचं 'मक्या' कधीच करून टाकलं होतं आणि त्यानेही त्याच्या उमाकांत या नावाऐवजी उम्या म्हण असं मला सांगितलं होतं. पण आतापर्यंत माझ्या तोंडून उम्या हे नाव काही घेतलं गेलं नव्हतं, ते आता आपसूकच आलं. आनंद मात्र अजूनही चार हात लांब आहे असंच वाटे. एकतर तो कधीच मनमोकळेपणाने बोलत नसे. दुसरी गोष्ट म्हणजे तो नेहमी कसल्यातरी विचारात असे. त्याचा स्वभाव आजपर्यंत मला कळलेला नव्हता. मी सहज आनंदच्या टेबलाकडे पाहिलं तर आनंद त्याच्या टेबलावर नव्हता. कुठे गेला असावा? मी विचार करीत असतानाच तो साहेबांच्या केबिनमधून बाहेर आला. त्याच्या चेहऱ्यावर कसलेही भाव दिसत नव्हते. मी आजपर्यंत कधीही आनंदला हसताना पाहिले नाही. तो आपल्या जागेवर येऊन बसला. मी

आनंद आणि उमाकांत या दोघांच्या स्वभावाबाबत विचार करू लागलो. शेवटी स्वभाव महत्त्वाचा, माणूस त्यावरून ओळखला जातो. दोघांच्याही स्वभावात जमीन-अस्मानाचा फरक होता. आणि तरी ते दोघे एकत्र राहत होते हे विशेष, पण त्याला ते दोघे तरी काय करणार? सोनगिरीमध्ये चांगल्या जागेचं भाडं दोघांना परवडणारं नव्हतं, म्हणून कदाचित ते नाइलाजानं एकत्र राहत असावेत असं मला वाटून गेलं. थोड्या वेळात आनंद पुन्हा उठून साहेबांच्या केबिनमध्ये गेला. त्याच्या हातात काही पेपर्स होते. आमच्या तिघांमध्ये खरंतर जास्त काम कुणाला असेल तर तो आनंद होता. वरिष्ठ लिपिक असल्याने त्याच्यावर बऱ्याच जबाबदाऱ्या टाकण्यात आल्या होत्या. तसं बघायला गेलं तर नवीन माणसाला इतकं काम देणं योग्य नव्हतं, पण मोकाशीबाईंनी त्यांचीही काही कामं आनंदकडे सोपवली होती. त्यामुळे बिचारा नेहमी बघावं तेव्हा कामात असायचा. मला वाटायचं त्याला त्याच्या कामात मदत करावी. तसं एकदा त्याला विचारलंही होतं, पण तोच नाही म्हणाला आणि आपलं काम करू लागला. त्याच्या या रुक्ष नकारामुळे मी पुन्हा त्याला कधी मदतीबद्दल विचारलं नाही आणि नंतर उम्या म्हणालाच, की स्वतःहून काम नाही असं दाखवू नको, आणि कुणाला मदत करायला जाऊ नको, त्यामुळे कशाला उगाच काम वाढवून घ्या! आनंद थोड्या वेळात साहेबांच्या केबिनमधून बाहेर आला. पाठोपाठ साहेबांच्या रूममधली बेल वाजली. शिगवण आत जाऊन बाहेर आला, ‘‘ओ, उमाकांत साहेब, मोठे साहेब बोलावतायत.’’

‘‘काय काम आहे?’’ उमाकांतने बसल्या जागेवरूनच त्याला विचारलं.

‘‘आता मला काय माहीत. तुम्हीच बघा.’’

उमाकांत थोड्या नाखुशीनेच त्याच्या जागेवरून उठला. त्याची आकडेमोड चालू होती. मध्येच उठून जावं लागल्याने तो थोडासा वैतागला. साहेबांच्या केबिनमध्ये गेला आणि थोड्या वेळाने बाहेर आला. त्याच्या चेहऱ्यावर राग आणि वैताग स्पष्ट दिसत होता. तो त्याच्या पिंजऱ्याच्या जागेत शिरला आणि धाड्कन दरवाजा लावून घेतला. नक्कीच आत काहीतरी झालं असावं, किंवा साहेब काहीतरी बोलले असावेत. काय झालं हे जाणून घ्यायची मला प्रबळ इच्छा झाली होती, पण मी ती तशीच दाबून धरली. उम्या तसा सायको आहे, त्यात वैतागलेला आणि आता रागावलेला! त्याचं खेकसणं ऐकण्यापेक्षा मी आहे तिथेच शांतपणे बसून राहिलो. संबंध दिवसभर जास्त काही काम न करता मी कामात असल्याचं भासवलं. संध्याकाळी आम्ही सगळे ऑफिसच्या बाहेर पडलो. आता उम्या नक्कीच काहीतरी बोलणार असा मी केलेला अंदाज बरोबर ठरला.

‘‘साला आपला साहेब पण येडाच आहे... फालतू गोष्टी धरून बसतो यार.’’

“का रे? काय झालं,” मला काही माहीतच नाही असा आव मी चेहऱ्यावर आणला.

“आयला, मागच्या महिन्यातल्या काही पावत्या होत्या, त्यांची एन्ट्री रजिस्टरमध्ये केली नव्हती. आता मागच्या महिन्यात काय झालं, किंवा किती पावत्या फाडल्या, हे मला कसं माहीत असणार? मागच्या महिन्यात काय आपण इथे होतो का?’

“नाही... पण त्याचं काय?”

“मागच्या महिन्यातल्या काही पावत्यांच्या एन्ट्रीज बाकी होत्या. आता हे मोकाशीबाईंनी मला सांगायला नको का? किंवा खरंतर त्यांनीच वेळच्या वेळी त्या एन्ट्रीज घ्यायला पाहिजे होत्या. मी माझं काम जेव्हापासून सुरू झालं तेव्हापासून एन्ट्रीज घेतल्या, मागच्या पावत्या तशाच राहिल्या. आता यात माझी काय चूक?” उम्या तावातावात बोलू लागला.

“बरोबर आहे. तुझी काहीच चूक नाही.” उम्याचा युक्तिवाद मला पटला.

“तो साहेब माझ्यावरच चढायला लागला. मी व्यवस्थित काम करत नाही म्हणाला. आता सरळ दिसतंय की मोकाशीबाईंची चूक आहे, तर तिला काही बोलणार नाही.”

“हो रे. मोकाशीबाई जुन्या आहेत ना खूप. त्यांना कसं बोलणार?” मी म्हणालो.

“अरे, मान्य आहे. मी म्हणालो की मागच्या एन्ट्रीज आता घेतो, तर म्हणाला आता ऑडिट प्रॉब्लेम होईल...”

“हं... बरोबर आहे साहेबांचं...”

“अरे पण आता काय करणार?” उम्या वैतागला.

“तू रजिस्टरमध्ये एन्ट्रीज घेण्याआधी बाईंना विचारायला हवं होतं, की मागच्या काही पावत्या राहिल्या आहेत का...” इतका वेळ शांत असलेला आनंद म्हणाला. मला त्याचं म्हणणं पटलं.

“बरं, ठीक आहे, मला माहीत नव्हतं. मी नवीन आहे. पण मोकाशीबाईंनी तरी सांगायचं ना?”

“हं... ते जाऊ दे, किती एन्ट्रीज बाकी आहेत?” आनंदने विचारलं.

“मागच्या महिन्याच्या दोन आठवड्याच्या.”

“म्हणजे फार फारतर साठ-सत्तर असतील, बरोबर?”

“एवढ्या नाहीत, चाळीस-पंचेचाळीस असतील.”

“ठीक आहे, काही प्रॉब्लेम नाही. मी उद्या बोलतो साहेबांशी. काही टेन्शन घेऊ नको.” आनंद अगदी आत्मविश्वासाने म्हणाला. आम्ही दोघे त्याच्याकडे पाहत राहिलो.

"तू काय सांगणार साहेबांना?" मी त्याला विचारलं. त्यावर तो नेहमीप्रमाणे शांत राहिला, मग उम्यानेही त्याला तेच विचारलं.

"त्याचं तुम्हाला काय करायचंय? उमाकांत, तुझा प्रॉब्लेम सॉल्व्ह झाला म्हणजे बास ना?" आनंद म्हणाला. तेही खरंच होतं. पण तो असं काय करणार होता, हे काही आम्हाला कळलं नाही. त्याने विषय मध्ये तोडून टाकला. पुढे आणखी काही विचारून फायदा नाही, त्यामुळे आम्ही निमूटपणे निघालो.

"काल मला एका नवीन जागेची माहिती मिळाली. आपण तिकडे जाऊ या का फिरायला?" आनंदने स्वत:हून विचारलं. ऑफिस सुटल्यावर तसंही काही काम नव्हतं मी त्याला होकार दिला.

"नाय यार, तुम्ही दोघे जा. मला कंटाळा आलाय, माझा मूड नाही आज." उम्या म्हणाला. आता तो आला नाही तर मी आनंदशी काय बोलणार? आधीच तो कमी बोलतो.

"अरे, असं काय करतो! चल ना. थोडं फिरून आलो तर तुलाही बरं वाटेल. काय आनंद?" तो यायला तयार व्हावा असं मला फार वाटत होतं.

"उमाकांत, तुला नक्की ती जागा आवडेल. चल, ऑफिसचं टेन्शन ऑफिस मधेच सोडायचं, मी तुला बोललो ना, की मी उद्या साहेबांशी बोलेन म्हणून. काही प्रॉब्लेम होणार नाही. चल." आनंद म्हणाला. येऊ की नको या मन:स्थितीत तो असतानाच अनायासे तिथे एक रिक्षावाला आमच्या समोर येऊन थांबला.

"चल, उम्या," म्हणता मी त्याला खेचून रिक्षात बसवलं.

"घाटे बीचला घ्या," आनंद रिक्षावाल्याला म्हणाला. आम्ही निघालो, कोकाटे - कोळकर कॉलेजच्या भल्या मोठ्या गोलाकार पटांगणाला वळसा घालून कॉलेजच्या मुलींचे घोळके न्याहाळत आम्ही पुढे निघालो. तीव्र नागमोडी वळणांचा उतार लागला, थोडं पुढे गेलो आणि समोर अथांग पसरलेला समुद्र आणि लालभडक सूर्य दिसला. त्या लालबुंद गोळ्याच्या परिघाचा खालचा भाग क्षितिजसमांतर रेषेवर टेकला होता, त्यामुळे सूर्य समुद्रावर तरंगल्यासारखा दिसू लागला.

"वॉव... सहीच!" इतका वेळ शांत बसलेला उम्या उत्साहात म्हणाला. "मस्तच यार आनंद."

"बघ, नायतर तू हे मिस केलं असतंस." चित्रकाराने कॅनव्हासवर मुक्तपणे फराटे मारावेत तसं समोरचं दृश्य दिसत होतं. आमची रिक्षा खाडीच्या पुलावर आली. मासे पकडायला जाणाऱ्या काही होड्या पुलाखालून चालल्या होत्या. काही परतीच्या वाटेवर होत्या. खाडीचा पूल ओलांडला आणि समोर सुरूचं बन

लागलं. त्यातल्या एका चिंचोळ्या रस्त्यावर आमची रिक्षा आत वळली. गर्द झाडी आजूबाजूला होती. त्यातून पिसाटल्यासारखा वारा सुटला होता. बंद दरवाजा उघडल्यावर भपकन प्रकाश आत आल्यानंतर जसं वाटतं तसं सुरूच्या गर्द झाडीतून एकदम समुद्राच्या मोकळ्या वातावरणात आल्यावर वाटलं. समोर राखाडी वाळू पसरली होती आणि त्यापुढे एकमेकांचा पाठलाग करत समुद्राच्या लाटा किनाऱ्यावर येऊन फुटत होत्या. समुद्राचं ते विशाल रूप डोळ्यात साठवत, खारा वारा अंगावर घेत आम्ही वाळूत येऊन उभे राहिलो.

"खरंच रे, हे मी मिस केलं असतं." उम्या स्वप्नात असल्यासारखा दूर कुठेतरी नजर लावून बोलू लागला. सूर्य आता अर्धा बुडालेला होता. बरेच लोक किनाऱ्यावरून चालत होते तसे आम्ही वाळूतून चालू लागलो. चपलांमुळे नीट चालता येत नव्हतं त्यामुळे उम्याने चपला हातात घेऊन चालायला सुरुवात केली. ते बघून मग आम्ही दोघांनी त्याचं अनुकरण केलं. मऊ, उबदार वाळूचा पायांना स्पर्श झाल्यावर बरं वाटलं. मी पॅन्ट वर दुमडून थेट पोटरीएवढ्या पाण्यात गेलो. लाटा पायापाशी येऊन फुटत होत्या. मस्त वाटत होतं. असा समुद्र तर मुंबईलासुद्धा आहे, पण चौपाटीवर जायचे तसे प्रसंग फारच क्वचित, इथे तसं नव्हतं, इथे समुद्राची मजा घेता येत होती. मला फारच प्रसन्न वाटू लागलं. आनंद आणि उम्याही खूश होते. थोड्या वेळाने सूर्य पूर्ण बुडाला, आणि त्यापाठोपाठ अंधाराने आपलं साम्राज्य पसरवायला सुरुवात केली. वाळूतून थोडी रपेट मारून आम्ही पुन्हा मागे फिरलो.

"आज माझ्याकडून तुम्हाला पाणीपुरीची पार्टी!" उम्याने घोषणा करून टाकली.

"अरे वा! मकरंद, साहेब भलतेच खूश झालेत." आनंद हसत म्हणाला. त्या वेळी मी पहिल्यांदा आनंदला हसताना पाहिलं. आम्ही मस्त पाणीपुरी, भेळपुरीवर ताव मारला. मुंबईतल्या भैयाच्या हातच्या पाणीपुरीला असते तशी चव लागत नव्हती, पण छान वाटत होतं. संध्याकाळ झाली, चांगलाच अंधार पडला. समुद्रकिनारी आलेले लोक आता परतीच्या वाटेवर लागले होते. आम्हीही निघालो.

सोनगिरीत आल्यापासून प्रथमच आम्ही समुद्रावर आलो होतो. इथला समुद्र मला भलताच आवडला. वेगळाच वाटला, एखाद्या मित्रासारखा! आता या मित्राला भेटायला नेहमी यावं लागणार हे तर जणू ठरूनच गेलं. पुढे घडणाऱ्या बऱ्याच घटनांचा तो साक्षीदार ठरणार होता.

पुढच्या दोन दिवसात उम्याने माझी त्यांच्यासोबत शासकीय विश्रामगृहात राहण्याची व्यवस्था केली, आणि मी सुटलो. सावंतकाकूंच्या वडिलांना मी ही गोष्ट सांगितली तेव्हा त्यांना थोडं वाईट वाटलं.

''इतक्यात आम्हाला कंटाळले काय?'' ते म्हणाले.

''नाही हो, तसं काही नाही, पण तुम्हाला तरी किती दिवस त्रास देणार?''

''अहो, त्रास कसला आलाय! उलट आम्हाला आनंद झाला, तुम्ही आलात त्यामुळे. बरं, कुठे मिळाली जागा?''

''इकडेच, आपल्या शासकीय विश्रामगृहात राहणार काही दिवस. तिथे आमच्या ऑफिसमधले लोक आहेत.''

''म्हणजे अजून तुम्हाला राहायला जागा मिळाली नाही तर!''

''शोधतो आहे. पण मिळेल.''

''मग कशाला एवढी घाई करता? राहा इथे तुम्हाला हवे तितके दिवस.''

''तुम्ही म्हणालात तेच खूप आहे आणि तसंही आठवडा झालाच इथे राहून.''

''आल्या आल्या आम्ही स्थळं दाखवायला सुरुवात केली, त्यामुळे तर नाही ना जात तुम्ही?''

''नाही, तसं काहीं नाही,'' हे मी म्हणालो, पण तेच खरं कारण होतं.

''तसं काही मनावर घेऊ नका. मी तुम्हाला मागेच बोललो होतो, लग्नाच्या गाठी तो बांधतो. आपण फक्त निमित्तमात्र असतो. आता तुम्ही गेलात तरी येत जा अधून मधून...'' यावर ते फार काही बोलले नाहीत. त्यांनी कदाचित माझ्या देहबोलीवरून अंदाज बांधला असावा. माझी बॅग भरली आणि सावंतकाकूंच्या आईवडिलांचा निरोप घेऊन मी निघालो. जाण्याअगोदर पुन्हा सुलक्षणेचा विषय ते लोक काढतील तेव्हा काय काय उत्तर द्यायचं हे मी ठरवून ठेवलं होतं, पण तसं काही झालं नाही.

रुटीन

त्यांनी मला त्याबाबत काहीच विचारलं नाही. मला खरंतर त्यांच्या या वागण्यामुळे एकीकडे वाईटही वाटत होतं आणि दुसरीकडे त्यांच्यापासून सुटका झाल्यामुळे आनंदही वाटत होता. तसं त्यांनाही फार काही वाईट वाटलं नसावं, असं दिसलं. फक्त सोनूच्या आईचा चेहरा थोडा हिरमुसल्यासारखा दिसत होता. तिच्या बहिणीसाठी आलेलं चांगलं स्थळ हातून जात असल्यामुळे तिला कदाचित वाईट वाटत असावं. सुलक्षणेला तर आनंद झाला असणार यात शंकाच नव्हती. तिच्याबरोबर शेवटचं बोलणं झाल्यावर दुसऱ्याच दिवशी तिच्या घरी निघून गेली होती. सोनू मात्र नेहमीसारखी हसत खेळत, किंचाळत होती. जाताना का कुणास ठाऊक मी तिच्या हातात शंभर रुपयांची नोट ठेवली. बाकीचे नको नको म्हणत होते, पण मी आग्रहाने त्यांना ती ठेवायला लावली. आठवडाभरात त्या टुमदार घराने आणि त्यातल्या माणसांनी फार माया लावली. त्यांना सोडून जाताना वाईट वाटलं हे काही वेगळं सांगायला नकोच!

मी माझं सामान घेऊन उम्या आणि आनंदच्या शासकीय विश्रामगृहाच्या रूममध्ये आलो. त्या दिवशी रविवार होता. रूम साधीच पण हवेशीर होती. त्यात मधोमध डबल बेड होता. त्याच्या बाजूला लाकडी टीपॉय आणि दोन खुर्च्या एवढंच साहित्य होतं. रूमला टॉयलेट बाथरूमची सोय होती. उम्याने तिथल्या एका कर्मचाऱ्याला पटवून आमच्या रूममध्ये आणखी एका गादीची सोय करून घेतली आणि ती बेडच्या बाजूला जमिनीवर टाकली. ती गादी माझ्यासाठी होती. मला एकूणच ती जागा आवडली. माणसांची फार काही वर्दळ नसायची. कोणी सरकारी अधिकारी लांबून आला तर त्याची सोय शासकीय विश्रामगृहात केली जायची. तो अधिकारी फार फारतर दोन - तीन दिवस राहायचा आणि काम झालं की निघून जायचा, मग त्या खोल्या रिकाम्याच राहत असत. त्यामुळेच आम्हाला खूप कमी पैशांमध्ये बरेच दिवस तिथे राहायला मिळत होतं. ती जागा शहरापासून थोडी लांब होती, त्यात मनाला वाटेल तसं वागण्याचं स्वातंत्र्य होतं. शिवाय उम्या आणि आनंदसारखे समवयस्क होते. सावंतकाकूंच्या त्या घरी खूप अवघडल्यासारखं वाटायचं. त्यात तो कांदेपोह्याचा कार्यक्रम! छे... सुटलो बाबा एकदाचा! जमिनीवर टाकलेल्या गादीवर पडल्या पडल्या माझ्या मनात विचार येऊ लागले. साहजिकच, सुलक्षणेचा चेहरा समोर दिसू लागला. तिच्या मनाप्रमाणे झालं होतं, त्यामुळे ती खूश असणार हे निश्चित. चला, आपल्यामुळे कुणाचं नुकसान झालं नाही हेही काही कमी नाही. नवीन जागा असूनही मला छान झोप लागली.

सकाळी मोबाइलच्या व्हायब्रेशनच्या आवाजानं जाग आली. डोळे किलकिले करून मी घड्याळात पाहिलं तर सकाळचे साडेसहा वाजले होते. इतक्या

सकाळी कोण फोन करतंय? माझा मोबाइल शोधू लागलो. इकडेतिकडे शोधल्यावर तो सापडला. मोबाइल वाजत नव्हता. तरी व्हायब्रेशनचा आवाज येत होता. आयला, आवाज कुठून येतोय, मी आजूबाजूला बघू लागलो तर आनंद धीरगंभीर आवाजात ओऽम करत बसला होता. नंतर एक नाकपुडी बंद करून जोरात श्वास घेऊन तो दुसऱ्या नाकपुडीने सोडू लागला. थोड्या वेळाने सापासारखा फूत्कारू लागला. आधी मला त्याचा वैताग आला, पण नंतर गंमत वाटली. गादीवर तसाच आडवा पडून मी त्याच्या या करामती बघू लागलो. पलीकडे उम्या डोक्यावर पांघरून घेऊन प्रेतासारखा पडला होता. त्याला या सगळ्या प्रकाराची माहिती नसावी, कारण एखाद्या गुहेतून यावा तसा डोक्यावर घेतलेल्या चादरीतून त्याचा घोरण्याचा आवाज येत होता. प्राणायाम, कपालभाती करून झाल्यावर आनंद टॉवेल घेऊन अंघोळीला गेला. आनंदच्या वागण्यात एकप्रकारची शिस्त दिसून येत होती. एवढ्या सकाळी उठून प्राणायाम? तेही आपल्यावर कुणाचं बंधन नसताना? घरी होतो त्या वेळी 'सकाळी लवकर उठून व्यायाम कर'चा डोस मला रोज मिळायचा. सकाळी उठून व्यायाम करून शरीराला त्रास का द्या, या विचारसरणीचा मी माणूस! बरेच दिवस मी काही या प्रकाराकडे वळलो नव्हतो, कधीतरी घरच्यांना बरं वाटावं म्हणून मी दोनचार योगासनं करायचो, पण त्यात काही राम नव्हता. त्याने आळस जाण्याऐवजी जास्तच यायचा. मग मी शवासन करायचो. हे आसन मला मनापासून आवडायचं. इथे आल्यावर तर कसलंच बंधन राहिलं नाही. मी पालथं पडून उशीत डोकं खुपसलं. थोड्या वेळाने आनंद अंघोळ वगैरे करून अंडरवेअर, बनियनवर टॉवेलने डोकं पुसत बाहेर आला. मीही मग माझं उरकून घेतलं, तोपर्यंत आनंदने बाहेर जाऊन लोकसत्ता आणि टाइम्स ऑफ इंडिया आणला आणि तो वाचत बसला. मला सकाळी उठल्या उठल्या काहीतरी खायला लागतं, नाहीतर माझं डोकं दुखायला सुरुवात होते.

"इथे जवळ कुठे हॉटेल आहे का रे?" मी आनंदला विचारलं.

"आसपास तर काही नाही. का रे?" आनंदने विचारलं. आता हॉटेल कशासाठी हवं असणार? माझ्या अगदी तोंडावर आलं होतं हे म्हणायचं पण मी स्वत:ला आवर घातला. एकतर या लोकांनी आपल्याला राहायला जागा दिली आहे, आणि आपण त्यांनाच काहीतरी बोलायचं म्हणजे काय?

"भूक लागलीय रे... सकाळी काहीतरी खायला लागतं नाहीतर ॲसिडिटी होते."

"अरे मग माझ्या बॅगमध्ये चिवडा आहे की, काढ. मी पण खातो." म्हणत त्याने मानेनेच त्याची बॅग दाखवली. वा! हे तर बेस्टच झालं! मी त्याच्या

बॅगमधून चिवड्याची पिशवी काढली. खमंग वास पसरला. दिवाळीत बनवतात तसा पोह्यांचा चिवडा घरीच बनवलेला दिसत होता आणि त्याची चवही अप्रतिम होती. मिटक्या मारत मी तो खाऊ लागलो. आनंद मात्र संपादकीय लेख लक्षपूर्वक वाचता वाचता मधूनच खात होता.

गंमत म्हणजे चिवड्याच्या वासाने उम्या जागा झाला आणि डोक्यावरचं पांघरूण तसंच घेऊन तो आनंदच्या मागे उठून बसला, एखादं प्रेत अचानकपणे उठून बसावं तसा. आनंद पेपर वाचण्यात दंग होता. अचानक मागे कुणीतरी बसल्याचा त्याला भास झाला सहज मागे बघितलं आणि तो दचकलाच! विचित्र आवाजात ओरडून तोंडात टाकण्यासाठी हातात घेतलेला चिवडा कुठच्या कुठे उडाला. उम्यावर त्याचा काहीच फरक पडला नाही. बिळातून नाग बाहेर यावा तसा चादरीतून त्याचा फक्त हात बाहेर आला आणि चिवड्याच्या पिशवीत गेला. चांगला मूठ भरून चिवडा घेऊन तो हात पुन्हा चादरीत गडप झाला.

"उमाकांत, मूर्ख आहेस काय तू? केवढ्याने घाबरवलंस मला. आणि तोंड तरी धू आधी. तसाच काय चिवडा खातोस." आनंद भलताच वैतागला. मला खूप हसू येत होतं, पण आनंदला वाईट वाटू नये म्हणून महत्प्रयासाने मी ते दाबून धरलं. उम्याचा मात्र चादरीतून बारीक हसण्याचा आवाज येत होता. आनंदने वैतागून बाजूची उशी घेऊन त्याला मारली. तो गमतीदार प्रकार होता. चिवडा खाऊन उम्या पुन्हा थोडा वेळ झोपला. अगदी ऑफिसला जायच्या पंधरा मिनिटे आधी तो उठला, आणि वाघ मागे लागल्यासारखा इकडून तिकडे पळू लागला. केवळ दहा मिनिटांत त्याने सगळं आवरलं आणि तयार होऊन बसला. त्या वेळी आनंद आरशात बघून तोंडाला कसलंतरी क्रीम लावत होता, त्यानंतर त्याने चेहऱ्यावर पावडर लावली. डियोच्या जाहिरातीतला मॉडेल जसा वरपासून ते खालपर्यंत डियो अंगावर फवारतो तसं त्याने फवारलं. केसांना जेल लावलं. एखाद्या बाईपेक्षा जास्त वेळ त्याला तयार व्हायला लागत होता. आम्ही आपले तयार होऊन दारात उभे राहिलो.

"आनंद, चल ना यार!" उम्या वैतागला.

"आलो, पाचच मिनिट," आनंद असं जरी म्हणाला तरी तो काही पाच मिनिटांत आवरणारा नव्हता. अजून कपडे घालायचं बाकी होतं. आम्ही पुन्हा आत येऊन खुर्च्यांवर बसून राहिलो. तब्बल पंधरा मिनिटांनी तो बॅग घेऊन आमच्या समोर उभा राहिला.

"अरे, तुझा भांग व्यवस्थित पडला नाही..." उम्या त्याच्याकडे वैतागून म्हणाला. पण त्यातला उपरोधिकपणा आनंदच्या लक्षात आला नाही. तो पुन्हा वेड्यासारखा "हो का?" म्हणत आरशासमोर जाऊन पाहू लागला.

“चल यार!” उम्या वैतागला.

आम्ही गोकुळमध्ये नाष्टा करायला आलो. नेहमीप्रमाणे रविशेठने आमचं हसून स्वागत केलं. “अरे संतोष, साहेब लोकांना बग काय पायजेल.” अशी ऑर्डर पोऱ्याला दिली. आमचा नेहमीचा ठरलेला नाष्टा, फरसाण मिसळ आणि चहा! मिसळीवर ताव मारून आम्ही डुलत डुलत ऑफिसला पोहोचलो. साहेब आमच्या आधीच येऊन बसले होते. मोकाशीबाईसुद्धा त्यांच्या खुर्चीवर बसलेल्या होत्या. आल्या आल्या शिगवण म्हणाला, “अहो, किती वेळ? साहेब विचारत होते तुम्हाला.” आणि तेवढ्यात साहेबांनी जोरात बेल वाजवली. बेलच्या आवाजाच्या तीव्रतेवरून साहेब चिडल्याचं कळत होतं. शिगवण धावत आत गेला आणि लगेच बाहेर आला. “उमाकांतसाहेब आणि मकरंदसाहेब, तुम्हा दोघांना आत बोलावलंय.”

आम्ही दोघांनी एकमेकांकडे प्रश्नार्थक नजरेनं पाहिलं. जाणं तर भाग होतंच. आम्ही आत गेल्या गेल्या साहेबांचा आवाज आला, “किती वाजले?” आम्ही इकडेतिकडे बघू लागलो. “किती वाजले?” आवाजाची पातळी वाढलेली होती.

“सॉरी सर, थोडा उशीर झाला आम्हाला...” उम्या म्हणाला.

“थोडा? मी पाऊण तास झाले आलोय, ऑफिसमध्ये कुणाचा पत्ता नाही. मला असं उशिरा आलेलं बिलकूल चालणार नाही. आज तुमचा लेटमार्क लागणार... आणि महिन्यात असे तीन लेटमार्क झाले तर तुमची एक सी. एल. जाते हे माहीत आहे का तुम्हाला? तुम्ही तरुण मुलं अशी उशिरा आलात तर कसं चालणार? आजचा दिवस सोडून देतोय. उद्यापासून उशीर झाला तर लेटमार्क लागणार. जा आता तुम्ही आणि रणदिवेना आत पाठवा.”

मनातल्या मनात साहेबाला शिव्या घालत आम्ही बाहेर आलो, तेव्हा आनंद समोरच उभा होता.

“साहेबांनी तुला आता बोलावलंय,” मी म्हणालो. त्याने समजुतीने मान हलवली आणि तो आत शिरला. उम्या त्याच्या पिंजऱ्यात गेला आणि मी माझ्या टेबलाशी. मी माझे काम करू लागलो. बराच वेळ झाला आनंद साहेबांच्या केबिनमधून बाहेर आलाच नाही. तो इतका वेळ काय करत असेल आत? आणि साहेबांचाही काही आवाज येत नव्हता. म्हणजे साहेब काही त्याच्यावर चिडलेले दिसत नव्हते. कसे असणार? आल्या आल्या तोफेच्या तोंडी तर आम्ही दोघेच गेलो. सगळा राग आमच्यावरच काढला त्यांनी... आनंदाला फार फारतर लवकर येण्याच्या सूचना दिल्या असतील. तसंही आनंदकडे खूप महत्त्वाची कामं दिलेली होती. तो नेहमी कामात असायचा आणि आपलं काम प्रामाणिकपणे करायचा.

आता राहिलो मी आणि उम्या! मला तर कामाचा कोणताच अनुभव नव्हता आणि उम्या काम करायचा पण गोंधळात काही चुकाही करायचा, शिवाय त्याची बॉडी लँग्वेज एखाद्या बेफिकीर माणसासारखी वाटायची, त्यामुळे साहजिकच आम्ही कमी महत्त्वाचे होतो.

मी माझी कामं संपवून निवांत बसलो. आनंद बाहेर आला. त्याच्या चेहऱ्यावरून आत काय घडलं असावं हे बिलकूल समजत नसे. तो थेट त्याच्या टेबलापाशी गेला आणि त्याचं काम मान खाली घालून करू लागला. मी उम्याकडे नजर टाकली, तर पिंजऱ्यात बसून त्याची नेहमीची आकडेमोड करत बसला होता. इतक्यात साहेबांनी बेल मारली. शिगवण आत गेला. लगेच बाहेर येऊन माझ्यापाशी आला आणि साहेबांनी आत बोलावल्याची खूण केली. मी साशंक मनानेच उठलो आणि आत गेलो.

"आत येऊ का सर?" सकाळच्या प्रकरणामुळे मी जरा अदबीतच विचारलं.

"मोहिते, तुम्ही आधी कुठे काम केलं होतं का?" त्यांच्या विचारण्याच्या टोनवरून आपलं काहीतरी नक्कीच चुकलं आहे असं मला वाटून गेलं.

"नाही सर, हा माझा पहिलाच जॉब आहे." मी मवाळ आवाजात म्हटलं.

"अरे देवा! आता तुम्हाला सगळं समजावून सांगायला लागणार. हे जे टपाल आहे ना, ते ज्या त्या दिवशी वाटलं गेलं पाहिजे. आता हे कोर्टाचं समन्स, उद्या केस आहे पुण्याला आणि ते मला आत्ता मिळतंय. आता मी कधी जाणार पुण्याला? आपल्या ऑफिसला ते दोन दिवसांपूर्वीच आलं आहे." साहेब माझ्यापुढे ते समन्स फडफडवत म्हणाले.

"सॉरी सर, माझ्या लक्षात आलं नाही. यापुढे मी वेळच्या वेळी टपाल वाटत जाईन."

"तुम्हाला काही समजत नसेल तर मोकाशी मॅडम आहेत, शिवाय आनंद रणदिवे आहेत. तेही कामात सिन्सिअर आहेत. त्यांना विचारत जा आणि जर त्यांनाही जमत नसेल तर मला विचारलं तरी चालेल. ठीक आहे?"

मी मानेनेच होकार दिला, आणि बाहेर आलो. आनंद माझ्याकडे बघत होता. तो कदाचित आत काय झालं असेल याचा अंदाज घेत असावा. मीही त्याच्यासारखंच चेहऱ्यावर कोणतेही भाव येणार नाहीत याची काळजी घेत आपल्या जागेवर जाऊन बसलो.

आता व्यवस्थित काम करायचं असं ठरवून मी पुन्हा माझ्याकडे चुकून काही पेंडिंग नाही ना ते पाहून घेतलं. फार काही महत्त्वाचं नव्हतं. माझं समाधान झालं. काम उरकेपर्यंत संध्याकाळही झाली. आम्ही निघालो. आनंद मला काहीतरी विचारेल असा माझा कयास होता, पण त्याने काहीच विचारलं नाही. उम्या आज

वेगळ्याच मूडमध्ये दिसत होता. आज त्याच्या आवडीच्या हिरोचा, शाहरुखचा नवीन सिनेमा रिलीज होणार होता आणि त्याने दुपारपासूनच आनंदला आणि मला रात्री फिल्म बघायला जायचं असल्याबाबत सांगून ठेवलं होतं.

"आज पटापट जेवण करा रे. आपल्याला पिक्चरला जायचं आहे." सहाव्या वेळा जेव्हा उम्या हे म्हणाला तेव्हा मात्र आम्ही दोघेही वैतागलो.

"मी नाही येणार. तुम्ही दोघे जा." आनंद वैतागून म्हणाला.

"ओ भाऊ, असं नाय चालणार... आपल्या शारुखचा पिक्चर आहे. यायला तर लागणारच. यू नो, बडे बडे देशो में छोटी छोटी बाते होती रेहती है सेनोरीटा..." उम्या शाहरुखच्या आवाजात म्हणाला.

"काय बकवास आहे तो शारुख. मला नाय आवडत तो." आनंदने तोंड वाकडं केलं.

"शारुख आवडत नाय? मग कोण आवडतं तुला?"

"आमीर खान, द परफेक्शनिस्ट!" आनंद अभिमानाने म्हणाला.

"आमीर खान, हॅ. कसला डोंबलाचा परफेक्शनिस्ट." असं म्हणून उम्या काहीही बोलू लागला. मग दोघांनी एकमेकांच्या आवडत्या हिरोंना इतकी नावं ठेवली की ती जर त्या हिरोंनी प्रत्यक्षात ऐकली असती तर त्यांनी फिल्ममध्ये कामं करणं सोडून दिलं असतं. त्यांची जुगलबंदी तर जेवण झाल्यानंतर रिक्षाने रामलक्ष्मण टॉकीजच्या दारात उतरेपर्यंत चालू होती. शेवटी मलाच वैताग आला.

"गप्प बसा रे येड्यांनो. काय लहान मुलांसारखे भांडताय? उम्या, तू आम्हाला फिल्मला घेऊन आलायस तर तिकिटेसुद्धा तूच काढायची." मी म्हणालो.

"बास का भाई, काढतो ना." म्हणत तो तिकिटांच्या लाइनला उभाही राहिला. रामलक्ष्मण टॉकीज म्हणजे एकदम भारीच होतं. बाल्कनी वगैरे प्रकार तिथे नव्हता. आता सोनगिरीसारख्या लहान शहरात अशीच टॉकीज असणार. नवीन फिल्म असल्यामुळे थोडीफार गर्दी होती. थोड्या वेळात उम्या तिकिटं घेऊन आला.

"आपल्या आवडीच्या सीट्स मिळाल्या आहेत. इ रांगेतल्या" म्हणत त्याने आनंदला टाळी दिली. त्यालाही बरं वाटलेलं दिसलं. आम्ही आत जाऊन पाहतो तर फक्त बी आणि इ रांगेतल्या बाकड्यांवरच पंखा होता आणि तो फिरत होता. बाकी ठिकाणीही पंखे होते पण ते बंद होते. टॉकीजमध्ये शिरल्यावर तर उम्याचं वागणं एकदम बदलून गेलं. एखाद्या मवाल्यासारखा शर्टाची वरची बटणे काढून कॉलर वर करून तो आपल्या सीटवर बसला आणि पाय पुढच्या सीटवर टाकले.

“अरे, नीट बस की, पुढे बसणाऱ्यांना त्रास होईल,” मी म्हणालो. पण त्याच्यावर काही फरक पडला नाही.

“इथे पिक्चर बघायला आलास ना की एका माणसाला दोन सीट मिळतात. एक आपली आणि एक पुढची. पाय टाकून बसण्यासाठी.” असं म्हणून ख्याऽ ख्या करून हसायला लागला. तो तसाच पाय समोरच्या सीटवर टाकून बसला आणि आश्चर्याची गोष्ट म्हणजे खरंच पुढच्या सीटवर कोणीच आलं नाही. जी काही गर्दी होती ती फक्त बी आणि इ रांगेत होती आणि तिकिटाचे दरही खूप कमी होते. एकूणच खिशाला परवडणारं असं ते टॉकीज होतं. रात्री उशिरा फिल्म संपली आणि आम्ही तिघे डुलत डुलत रूमवर आलो. एकूणच आमचं रुटीन सुरू झालं होतं.

सोनगिरीला येऊन मला जवळपास दोनएक महिने होत आले होते. सुरुवातीचा नावीन्याचा उत्साह कुठेतरी कमी झाला होता, आणि आता मला घरची प्रकर्षाने आठवण येत होती. चौथा शुक्रवार आला आणि मला घरी जाऊन यावं असं वाटू लागलं. सोनगिरीहून घरी येणं म्हणजे माझ्यासाठी दोन रात्री आणि दोन दिवसाचं हॉलिडे पॅकेज होतं. घरी आलो आणि इतकं बरं वाटलं म्हणून सांगू! घरापासून लांब राहिल्यानेच घराची किंमत माणसाला कळते आणि घरातल्या लोकांचीही! घरचं जेवण म्हणजे पंचपक्वान्नांहून कमी नाही हे बाहेरचं खायला लागल्यावर कळतं. एखाद्या सासुरवाशिणीला माहेरी आल्यावर जसं वाटेल तसं मला वाटलं. सकाळचे दहा वाजत आले तरी मी अजून अंथरुणातच होतो.

"अरे किती वेळ झोपतोस तू? तिकडे पण असाच १० वाजता उठतोस की काय?" आई तांदूळ निवडत म्हणाली.

"कंटाळा आलाय गं. या आठवड्यात जाम काम होतं." मी अंथरुणात तसाच लोळत पडलो होतो.

हे माझं नेहमीचंच वाक्य आणि आपला मुलगा ४०० किलोमीटर अंतर पार करून येत असल्यामुळे आईही काही बोलली नाही, त्या दोन दिवसांत माझ्या आवडीचे सगळे पदार्थ तयार झाले आणि मी त्यावर येथेच्छ ताव मारला. माझे १५-२० दिवसांचे मळलेले कपडे धुवून इस्त्री करून तयार ठेवले गेले. टीव्हीच्या रिमोट वर फक्त माझीच बोटं चालली. आईला आणि माझी बहीण सुमाला त्या फडतूस सास-बहूच्या आणि मराठी सिरियल्स बघायच्या होत्या. सुमा माझ्याशी त्याच्यासाठी भांडली, आई तिलाच ओरडली, "बघू दे गं त्याला त्याच्या आवडीचे कार्यक्रम, आपण रोजच बघतो ना?" मला ते एकदम भारी वाटलं. एकदम व्हीआयपी ट्रीटमेंट! मी एकही चॅनल नीट बघत नाही आणि सारखा सारखा चॅनल बदलल्यामुळे टीव्ही खराब होतो, असं काहीतरी तिने आईला सांगितलं. पण तसं काही

संशयकल्लोळ

नसतं, असंच मी म्हणालो. पण त्या दिवशी मला टीवी बघण्याचा फार काही मूड नव्हता, त्यामुळे मी माझी सगळी इस्टेट दान केल्याच्या आविर्भावात "तुम्हाला काय पाहिजे ते बघा" असं म्हणून रिमोट आईजवळ दिला. तर सुमाने त्यावर झडप घातली आणि मराठी चॅनल लावला. आता काय बघावं लागणार याची मला कल्पना आलीच! एक नवीन सिरियल सुरू झाली आहे आणि ती पुनर्जन्मावर आधारित आहे अशी मौलिक माहिती मला मिळाली. सुरुवातीला येणाऱ्या नावांबरोबर त्या सिरियल मधली काही पात्रं आणि सीनही दाखवत होते त्या सिरियलची हिरॉईन मात्र मला आवडली. सुंदरच होती ती! म्हणून म्हटलं बघू तरी. आपल्याला कथानकाविषयी काही घेणंदेणं नाही पण निदान थोडा वेळ तो सुंदर चेहरा तरी पाहायला मिळेल. सुरुवातीची ती नावं आणि ते भयानक संगीत संपलं आणि सिरीयल सुरू झाली. सीन होता --- कथेचा नायक एका मुलीला म्हणजेच त्या सुंदर नायिकेला घरी आणतो आणि घरच्यांना सांगतो की त्याने तिच्याशी लग्न केलं आहे. नायकाच्या घरचे सगळे लोक टेन्शनमध्ये. त्याबरोबर आमच्याही घरात टेन्शन!

"अगं आई याने बघ तिच्याशी लग्न केलं." सुमा आश्चर्यचकित झाल्याची दिसत होती.

"कसं काय गं?" भाजी निवडता निवडता आईने विचारलं.

"अगं तो कुठेतरी सोनगिरी का कुठल्यातरी गावात गेला होता त्याला तिथे एक मुलगी दिसली, आणि काही ओळखपाळख नसताना त्याने तिच्याशी लग्न केलं. का म्हणून विचारलं तर म्हणे मला माहीत नाही का केलं ते..."

'सोनगिरी' हे नाव ऐकल्यावर आई आणि सुमा दोघी माझ्याकडे काहीशा भीतीने आणि काहीशा संशयाने पाहू लागल्या.

"काय झालं? काय बघताय माझ्याकडे?" मी थोडं त्रासिकपणे विचारलं.

"तू पण सोनगिरीलाच आहेस ना?" सुमाने संशयाने विचारलं..

"हं. मग?" मी चेहऱ्यावर शक्य तितकी बेफिकिरी असल्याचं दाखवत म्हणालो.

त्यावर सुमा काही बोलली नाही. ती नुसती आईकडे पाहू लागली. बहुधा त्या दोघींना माझ्याकडूनही अशाच काहीशा संकटाची जाणीव झाली असावी. आता मात्र हे जास्तच झालं..

"ए बावळट.... डोकंबिकं फिरलं का काय तुझं? कसल्यातरी सिरियली बघते आणि कायपण विचार डोक्यात आणतेस?' मी जरा भडकूनच म्हणालो. पण त्या दोघींवर जास्त काही फरक पडला नसल्याचं मला जाणवलं. त्या दोघी आता माझ्याकडे न बघता सिरीयल पाहू लागल्या. सिरियलमधले ते नायकाच्या

घरचे एकदम सुन्न झालेले. घरातल्या प्रत्येकाचे चेहरे ३-३ वेळा दाखवले जायचे. नायकाचे वडील आकांडतांडव करायला लागले होते, नायकाची आई तर रडायलाच लागली. मी चोरून एकदा आईकडे पाहून घेतलं तर तीही एकटक सिरियल बघत होती. भाजी निवडण्याचं काम आता बंद पडलं होतं. कुठून दुर्बुद्धी सुचली आणि यांना रिमोट दिला असं मला वाटायला लागलं. मालिकेच्या त्या भागात अर्धा तास नायकाचं भ्रमिष्टासारखं वागणं, त्याच्या घरच्यांचे पडलेले चेहरे, त्यातल्या काहींचा झालेला त्रागा, या सगळ्यामुळे गोंधळात पडलेली बिचारी नायिका हे असलंच काहीतरी बघावं लागलं. शेवटी एकदाचा तो एपिसोड संपला. घरात स्मशानशांतता पसरली होती. एकूणच आईच्या डोक्यात आता काय चाललं असावं याचा मला अंदाज आला. सुमाही काही बोलत नव्हती. मला आता ही शांतता खायला उठली, काहीतरी विचारायचं म्हणून मी विचारलं, "भाजी कुठली केलीय गं आज?"

"वांग्याची." - आईचं त्रोटक उत्तर आलं.

"शी. दुसरं काही नाही का?"

"रोज रोज तुम्हाला काय नवीन करायचं रे? आता कालच पावभाजी केली होती ना?" आई वैतागलेल्या सुरात म्हणाली.

आता अशा वेळी शहाण्या माणसानं पुढे काहीही बोलायचं नसतं. सुमानंही डोळ्यांनीच 'शांत राहा' असं सांगितलं. जेवताना आईनंच सुरुवात केली 'आजकालच्या पोरांना खरंच काही अक्कल उरली नाही, जरा मोठी झाली की त्यांना वाटतं की आपल्याला शिंगं फुटली. त्यांचे निर्णय स्वत:च घेतात आणि चुकले की मग बसतात रडत."

"काय झालं?" बाबांनी विचारलं.

"अहो त्या कदमांची नीलिमा एका रिक्षावाल्याबरोबर पळून गेली. काय देखणी पोरगी हो! पण अक्कल कुठे शेण खायला गेली देव जाणे. शिवाय तो जातीबाहेरचा आहे."

अरे बाप रे! नीलिमाने असला काही प्रकार केला? शाळेत ती माझ्याच वर्गात होती, दिसायला सुंदर होती. मला आवडणाऱ्या अनेक मुलींपैकी तीही एक होती. पण पळून जायचं तर एखाद्या पैसेवाल्या मुलाबरोबर पळून जायचं... रिक्षावाला कशाला? प्रेम आंधळं असतं म्हणतात ते काही खोटं नाही. पण बरं आहे आता तिला रिक्षाला पैसे द्यायला लागणार नाहीत. मी असा विचार करत असताना बाबा आईला काहीतरी बोलले असावेत.

"अहो संबंध काय म्हणजे काय? हे असलं काहीतरी आजूबाजूला घडलं की त्याचा संसर्ग इतरांनाही होतो. तेही असेच मूर्खासारखे वागायला लागतात."

शेवटचं वाक्य आई माझ्याकडे बघून म्हणाली. लहानपणी आई चिडली की मला जाम भीती वाटायची, पण आजकाल ती चिडली की मला हसायलाच येतं.

"आई तू टेन्शन नको घेऊ, मी नाही त्या नीलिमासारखा रिक्षावाल्याबरोबर पळून जाणार!" माझ्या या वाक्यावर सुमा आणि बाबा जोरजोरात हसायला लागले. आई आणखीनच चिडली.

"मकरंद, तुला गंमत वाटते काय? आणि तुम्ही हसण्यावारी नेऊ नका. परवा उषामावशीचा नंदू म्हणाला, मावशी, मक्यावर लक्ष ठेव, नाईतर तिकडूनच कोणीतरी एखादी घेऊन येईल आणि आज हे असं काहीतरी टीव्हीवर दाखवलं."

"तुझं आपलं काहीतरीच! आता टीव्हीवर दाखवलं म्हणजे तसं काही होणार आहे का?" बाबा समजुतीच्या सुरात म्हणाले.

"हे असं काही ऐकलं की जीव घाबरा होतो माझा... बाबा रे, असलं काही करणार नाहीस ना?" आई म्हणाली.

"काय आई तू पण! कसलंही टेन्शन घेतेस." मी म्हणालो.

"आई, दादा असं कसं करेल? तू काहीतरी मनात आणू नको, आणि त्या नंद्याला म्हणावं आधी कमवायला शिक. बी. कॉम.च्या शेवटच्या वर्षाला दोनदा नापास झालाय आणि आपल्याला सांगतोय." सुमानेही आता आगीवर पाणी टाकायचं काम केलं. खरंच, बहिणी हव्यात आधी आग लावून देण्यासाठी आणि नंतर जास्त पेटलं की पाणी ओतण्यासाठी!

दोन दिवसांच्या सुट्टीनंतर मी पुन्हा सोनगिरीत आलो. खरंतर यायची इच्छा नव्हती पण काय करणार? जावंच लागलं. सोनगिरीत ऑफिसला जॉइन झाल्यानंतर आमच्यापुढे मुख्य प्रश्न होता तो म्हणजे घराचा! सुरुवातीला शासकीय विश्रामगृहात आमची सोय झाली, पण तिथे जास्त दिवस राहता येणार नाही, असं उम्या म्हणाला, त्यामुळे आम्ही युद्धपातळीवर घर शोधायच्या कामाला लागलो. बऱ्याच ठिकाणी आम्ही घर शोधायचा प्रयत्न केला, पण आमच्या पदरी निराशाच आली. आम्ही जिथे जिथे जात होतो तिथे तिथे आम्हाला नकारच मिळत होता. काही लोक बॅचलर्सना जागा देत नव्हते, त्यांना लग्न झालेलं जोडपं, किंवा एखादं कुटुंबच भाडेकरू म्हणून हवं होतं. बॅचलर्सना जागा का नको, तर ते कसेही राहतात, बेजबाबदार असतात, त्यातले काही व्यसनी असतात, घरमालकाच्या घरी एखादी तरुण मुलगी असेल तर बॅचलर्सपासून असणारा धोका वाढतो, आणि घरमालकीण तरुण असेल तर आणखीच धोका! पण हे सगळे धोके कुटुंबवत्सल माणसापासूनही आहेतच की! पण सगळा दोष बॅचलर्सवर टाकणार हे लोक. आता मिळेल ती जागा, अगदी कसलीही असली तरी तिथे राहायला जायचं असंच आमचं तिघांचं मत बनलं होतं. एके दिवशी रात्रीचं जेवण करून आम्ही आमच्या नेहमीच्या घर शोधण्याच्या उद्योगाला लागलो. मेन रस्ता सोडून आतल्या एका गल्लीमध्ये एक बिल्डिंग दिसली. त्याखाली एक इस्त्रीचं दुकान होतं. मी सहज त्या दुकानदाराला इथे एखादी रूम भाड्याने देण्यासाठी आहे का म्हणून विचारलं.

"रूम पायजेल? उं... एक आहे. बंगला आहे मस्त, एकदम झक्कास!" इस्त्रीवाला म्हणाला. वा! आंधळा मागतो एक डोळा आणि देव देतो दोन. बंगला? आमच्या मनोरथाचे घोडे गंगेत न्हाले.

"आता मिळेल का बघायला?" आनंदने विचारलं.

"चला दाखवतो." म्हणत तोही उठला. जणूकाही तो आमचीच वाट बघत होता. त्याने बंगल्याची चावी

भूतबंगला

घेतली आणि निघाला. आम्ही पण त्याच्या मागे जाऊ लागलो. इस्त्रीवाला सांगत होता, बंगला एकदम मस्त आहे, पुढे गार्डन आहे, पाण्याचा प्राब्लेम नाही वगैरे वगैरे'. आम्ही आपलं 'हो का....अरे वा...' करत त्याच्या मागे चालत होतो. इस्त्रीवाल्याचं नाव बबन होतं. तो आम्हाला मुख्य रस्त्यापासून जरा आत आडरस्त्याला घेऊन गेला. तिथे बराच अंधार होता.

"काय हो, असाच अंधार असतो का नेहमी इथे?" आनंदने बबनला विचारलं, त्यात थोडी चिंतेची झाक दिसत होती.

"त्याचा काये की, इथे राहीत नाय ना कोणी, बंगला बंदच असतो. आतून बाहेरच्या लाइट लावल्यानि की प्रकाशच प्रकाश! आणि हे जरा आतल्या बाजूला पडतं ना, म्हणून रस्त्यावर लाइट नाहीत. पण आता पुढच्या आठवड्यात बसवणार आहेत लाइट इथे." बबन बंगल्याच्या त्रुटी झाकण्याचा प्रयत्न करतोय असं मला वाटलं. आम्ही आपले त्याच्या मागे अंदाजाने पावलं टाकत चाललो होतो. तिथं इतका अंधार होता की कुणी डोळ्यात बोट घातलं असतं तरी दिसलं नसतं. अंधारामुळे दिसत नसल्याने असेल किंवा घाबरल्याने असेल, आनंद माझ्या हाताला धरून चालत होता. उम्या मात्र आपलाच बंगला बघायला जातोय अशा थाटात बिनधास्त बबनच्या मागे चालत होता. अखेर एका जुनाट गेटपाशी येऊन आम्ही थांबलो. त्याला नुसतीच एक साखळी गुंडाळलेली होती... गेट उघडताना हिंदी हॉरर फिल्ममधे येतो तसा कर्रऽ... आवाज झाला.' आयला, कुठून मरायला आलो इथे' असं मला वाटायला लागलं. थोडं पुढे गेल्यावर, "इथे पायऱ्या आहेत बरं का." बबनने आम्हाला सूचना केली. आम्ही अंदाजाने चालत होतो. उम्या आमच्या पुढे चालला होता. तो पायऱ्या चढत असताना, अचानक, म्याआव्वऽऽ...आयंवऽऽ आयंवऽऽ असला काहीतरी भयानक विचित्र आवाज झाला आणि त्याबरोबर उम्याची भयकारी किंकाळी आली. 'ओय... ओय...' करत घाबरत उम्याने टणाटण तीन-चार उड्या मारल्या. आनंदने तर घाबरून माझा हात आणखीनच घट्ट पकडला, त्यामुळे मीही थोडा घाबरलो.

"अहो काय झालं? काय झालं?" करत बबन विचारत होता. त्याने त्याच्या जवळची छोटी टॉर्च पेटवली आणि आवाजाच्या दिशेने वळवली, तर तिथे एक छोटं मांजरीचं पिल्लू केकाटत होतं. अंधारात उम्याचा पाय चुकून त्याच्यावर पडला होता बहुतेक. त्या टॉर्चच्या प्रकाशात मी उम्याचा चेहरा पाहिला तर तो चांगलाच टरकलेला दिसला मला.

"अहो टॉर्च होती, तर मघाशीच का नाही लावली?" उम्या वैतागून बबनला विचारू लागला. त्याच्या स्वरावरून तो पक्का घाबरलाय हे आम्ही ओळखलं.

“अहो काय घाबरताय! मांजराचं पिल्लूच ते!” वर हे बबन आम्हालाच सुनावत होता. एकूणच इथे जमलेल्यांपैकी बबन सोडून बाकी सगळ्यांची पाचावर धारण बसलेली आहे हे मला जाणवलं. बबनने दरवाज्याचं कुलूप उघडलं, आणि आत शिरून खटा-खट सगळी बटणं दाबली. सगळ्या बंगल्यात प्रकाश पसरला. अचानक डोळ्यावर पडलेल्या प्रकाशामुळे आमचे डोळे दिपले. प्रकाशाशी समायोजन साधण्यात काही क्षण गेल्यानंतर आम्ही पाहिलं. प्रचंड मोठा हॉल आणि त्यात अतिशय सुंदर इंटिरिअर केलेलं, जुन्या वाड्यांमध्ये असतं तसं. सुरेख नक्षीकाम केलं होतं. छताला मधोमध एक मोठं मौल्यवान झुंबर लावलेलं होतं. बाकी हॉलमधे तितकंसं सामान नव्हतं.

“हा हॉल बघा कसा भारी आहे! इकडे आत तीन रूम आहेत, टॉयलेट बाथरूम आहे.” बबन आम्हाला उत्साहात सांगत होता. एखादं प्रदर्शन बघितल्यासारखं आम्ही सगळ्या रूम आणि किचन बघून घेतलं. परत हॉलमधे येता येता मी विचारलं, “काय हो, भाड्याचं कसं काय?” तर काहीच उत्तर आलं नाही. आम्ही मागे, इकडेतिकडे बघितलं तर बबन कुठेच दिसेना.

“अरे तो बबन कुठे गायब झाला?” आनंद भयमिश्रित गंभीर आवाजात विचारत होता.

“इथेच तर होता, आपल्या मागे, मग कुठे गेला?” उम्याही घाबरत म्हणाला. त्याच्या डोळ्यात भय स्पष्टपणे दिसत होतं.

“इथेच आतल्या रूममधे असेल रे, उम्या बघ रे.” मी त्या दोघांना धीर देत म्हणालो खरं, पण माझीही अवस्था त्यांच्यापेक्षा वेगळी नव्हती.

“हट, मी नाही जाणार आतल्या रूममधे. मरू दे त्याला! आपण निघू इथून.” उम्या एकटा आत जायला घाबरत होता. तोच काय पण आमच्यापैकी कोणीही आत जाऊन पाहण्याचं धाडस दाखवलं नसतं.

“ओ बबन, बबन?” मी बाहेरूनच त्याला हाक मारण्याचा प्रयत्न करू लागलो. परंतु काहीच आवाज येईना.

“त्याचे पाय बघितलेत का कुणी?” आनंद घाबरत काहीच्या काही विचारायला लागला. हे मात्र जरा जास्तच झालं. तेवढ्यात आमचं लक्ष दरवाज्याच्या उजवीकडे असलेल्या भिंतीवर गेलं. भिंतीवर एक भला मोठा फोटो लावलेला होता आणि जुन्या काळातला एक लामणदिवा त्याला लटकवलेला होता. त्या फोटोमध्ये एक व्यक्ती उभी होती. थोडी रागीट चेहऱ्याची. पांढऱ्या पोशाखात. आम्ही जवळ जाऊन पाहिलं तर तो फोटो नसून एक तैलचित्र होतं.

“हा. हा फोटो इथे कसा आला? मघाशी तर नव्हता.” उम्या आता कसल्याही शंका उपस्थित करायला लागला, त्यामुळे मलाही तो चित्रातला

माणूस भयानक वाटायला लागला.

“मरू दे. आयला, चला निघू इथून.” असं म्हणत आम्ही मागे फिरलो, आणि पाहतो तर काय!, एक पांढऱ्या कपड्यातला उंच माणूस आमच्या मागे उभा होता. तो अचानक समोर आल्याने अस्फुटशी किंकाळी आमच्या तिघांच्याही तोंडून बाहेर पडली. उंची सहा फुटांवर, संपूर्ण पांढरे कपडे, चप्पलही पांढरी, खांद्यापर्यंत लांब लालभडक केस, आणि निळसर डोळे, अचानक त्याला बघून आम्ही जामच टरकलो.

“अहो, काय झालं? एवढे का घाबरलात?” तो माणूस आम्हाला विचारत होता.

“न...न.... नाही... तू... तू... तुम्ही कोण...?” उम्याने घाबरत घाबरत विचारले. आनंदने परत घाबरून माझा हात धरला.

“मी मालक आहे या बंगल्याचा. मघाशी इथून जात होतो तर बंगल्यात प्रकाश दिसला म्हणून आलो. तुम्ही कोण? आणि इथे कसे आलात?”

“आ... अहो, आम्हाला तो बबन इस्त्रीवाला हा बंगला दाखवायला घेऊन आला.” उम्या म्हणाला

“तो बबन कुठाय?” तो माणूस विचारत होता.

“अहो तो मधेच कुठेतरी गायब झाला.” मी कसाबसा बोललो. मागच्या चित्रातला हाच माणूस समोर प्रगट झाला नाही ना? म्हणून मी हळूच घाबरत ते तैलचित्र पाहून घेतलं. हा कुणीतरी दुसराच होता. मी आनंदकडे बघितलं तर तो त्याचे पाय निरखत होता. पायही सरळच होते.

“काय? गायब झाला म्हणजे?” असं म्हणून त्याने बबनला एक जोरदार हाक मारली.

“आलो... आलो साहेब... आलो,” म्हणत ते बावळट ध्यान आतल्या रूममधून पळत आलं.

“जरा बंगल्याच्या मागच्या बाजूला गेलो होतो. विहिरीवर झाकण टाकलं. कचरा पडू नये म्हणून.” तो सांगत होता. आयला, हा गायब झाला असं वाटून केवढी घाबरगुंडी उडाली आमची!

“बरं, बंगला आवडला ना तुम्हाला? १००० रुपये भाडं आहे, लाइट, पाणी वेगळं.” तो पांढऱ्या कपड्यातला माणूस सांगत होता. आम्ही यापूर्वी पाहिलेल्या जागांपेक्षा ही जागा चांगलीच प्रशस्त होती, पण त्यामानाने भाडं फारच कमी होतं. इतकं कमी भाडं ऐकून आमच्या मनात शंकेची पाल पुन्हा चूकचुकली.

“फक्त एक अट आहे.” तो मालक बोलू लागला. “फक्त वर्षातून दोन

दिवस आमचा एक माणूस इथे येईल, आणि हा जो तुमच्या मागे फोटो आहे ना त्याला दिवाबत्ती करेल. आणि पूजा करेल. बाकी काही अडचण नाही.'' आम्ही परत ते चित्र पाहू लागलो. म्हणजे हा भयानक फोटो मालक काही काढणार नव्हता तर.

''कोण आहेत हे?'' मी सहज मालकांना विचारले.

''हा माझा मोठा भाऊ. या बंगल्यात राहायचा, इथेच त्याने आत्महत्या केली. या झुंबराला लटकून!'' आम्ही तिघेही तडक त्या झुंबराखालून बाजूला झालो. आता असल्या बंगल्यात कोण राहील...?

''ठीक आहे, आम्ही सांगतो तुम्हाला नंतर...'' असं म्हणून आम्ही तिथून सटकलोच. पळत पळत बाहेर आलो. मुख्य रस्त्यावर आल्यावर सहज मी मागे पाहिलं. बंगला परत अंधारात गडप झाला होता.

एखाद्या ठिकाणी गेल्यावर आपल्याला असं वाटतं की, आपण याआधी इथे आलो आहोत, या जागेची आपली जुनी ओळख आहे, किंवा ती जागा पाहिल्या पाहिल्या आपण तिच्या प्रेमात पडून जातो. असंच काहीसं माझं झालं, मी मांडवीच्या किनाऱ्यावर पहिल्यांदा आलो त्या वेळी. ती जागा उम्याने शोधून काढली होती. कोलंबसने अमेरिकेचा लावला तसा मांडवीचा शोध उम्याने लावला. एके दिवशी संध्याकाळी त्याने मला आणि आनंदला रिक्षात कोंबलं. कुठे नेतोयस विचारलं तर काही बोलेनाच. मग आम्ही मांडवीला आलो. तिथे एक सुंदरसा समुद्रकिनारा आहे आणि जेटी की काय म्हणतात तो तसला प्रकार. हा मांडवीचा किनारा मला पाहताक्षणीच जाम आवडला. जेटीचं एक टोक पाण्यात आतपर्यंत गेलेलं. असं म्हणतात की पूर्वी तिथे मोठी मोठी जहाजं लागायची. गेट वे ऑफ इंडिया सारखं इथेही 'गेट वे ऑफ सोनगिरी' आहे आणि मुंबईला चौपाटीवर भरते तशीच जत्राही. चौपाटी म्हटली की भेळपुरी आलीच, मग नारळपाणी आणि मक्याची कणसेही जोडीला असतात. दोन चार घोडागाड्या, एक -दोन उंट उगाचच आपले फेऱ्या मारत असतात. मला आजपर्यंत कळलं नाही की घोडागाडीत आणि त्या उंटाच्या पाठीवर बसून लोकांना काय मिळतं? संध्याकाळी सूर्यास्त बघण्यासाठी भलतीच गर्दी होते जेटीवर. कुणी तो सूर्य डोळ्यांत साठवून घेतंय, कुणी कॅमेऱ्यात, तर कुणी मोबाइल मधे. खरंच, सूर्यास्त बघावा तो समुद्रकिनारीच! दुसऱ्या कोणत्याही ठिकाणाला त्याची सर येणार नाही. आल्याआल्या आम्ही नेहमी त्या जेटीचं पाण्यात बुडलेलं टोक गाठतो. समोर अथांग पसरलेला सागर... अथकपणे घुसळत असलेलं पाणी, त्याचा गर्जनासदृश आवाज, मधूनच दिसणारी एखादी होडी, लालबुंद होत जाणारा सूर्य, त्यामुळे क्षणाक्षणाला बदलत जाणारा आकाशाचा रंग, आणि अंधार पडत चाललेला असताना समुद्रात दूरवर लुकलुकत असलेले बोटींवरचे दिवे. हे सारं दृश्य अतिशय विलोभनीय आहे. जेटीच्या टोकावर गेल्यावर एक वेगळीच अनुभूती होते. जगाच्या शेवटच्या टोकावर आपण उभे आहोत. त्या पुढे काहीही नाही.

मांडवी

समोर मुक्तहस्ताने कोणीतरी गुलाल उधळला आहे, आणि त्याचे मनोहारी प्रतिबिंब पाण्यावर पडलेले आहे. आता सूर्य पूर्णपणे बुडालेला होता, पण तरीही आपली नारिंगी छटा त्याने सभोवतालच्या आकाशावर सोडलेली होती. समोरच्या सोनदुर्गावर असलेल्या दीपगृहावरचा प्रकाश गोल गोल फिरू लागला, तो तसा फिरू लागला की सगळ्यांना आशीर्वादच देतोय असं वाटतं. अंधार पडू लागला तसं सभोवतालचं पाणी काळवंडायला लागलं, भयानक वाटायला लागलं. असं वाटलं की या लाटा आता त्यांच्या हजार हातांनी आपल्याला आत खेचून घेतील. एक सूर्य काय बुडाला, आजूबाजूचं वातावरण एकदमच बदलून गेलं, आयुष्याचंही असंच असेल का? आपली जवळची व्यक्ती दूर गेल्यावर असाच अंधार दाटत असेल. सूर्यास्तामुळे बदललेल्या वातावरणाचा परिणाम आपल्या मनावरही होतोय हे माझ्या लक्षात आलं. ही तिथून निघायची खूण होती, आणि आमच्या मित्रांनाही आता निराळीच ओढ लागलेली दिसली. जेटीवर बरेच लोक संध्याकाळी जमतात. त्यात तरुण मुलांची संख्या जास्त! का? तर सुंदर सुंदर मुली येतात म्हणून. आमचंही मांडवीला येण्याचं ते एक प्रमुख कारण आहे. आमचं म्हणजे उम्याचं! उम्या तर तिथे शिकाऱ्यासारखा वावरतो, आपलं सावज शोधत, आणि बऱ्याचदा त्याला यश आलेलंही आम्ही पाहिलं आहे. आत्ताही तो समोरच्या एका आकाशी कलरचा ड्रेस घातलेल्या मुलीकडे एकटक पाहत होता आणि ती मुलगीही त्याच्याकडे मधूनमधून पाहत होती.

''प्रगती आहे.'' मी हळूच उम्याच्या कानाजवळ जाऊन म्हणालो. त्यावर तो मिश्कीलपणे हसला आणि म्हणाला, 'ती मुलगी फक्त 'टाईमपास' करतेय.'

''हे तू कशावरून म्हणतोस?'' उम्या लगेच निष्कर्षाप्रत आल्यामुळे मी आश्चर्याने त्याला विचारलं.

''नीट बघ, मधूनमधून ती घड्याळाकडे बघतेय. ती तिच्या बॉयफ्रेंडची वाट पाहत आहे.'' उम्याने माझ्या शंकेचं निरसन केलं.

''पण बॉयफ्रेंडच कशावरून? मैत्रिणीचीही वाट बघत असेल.'' आनंदने आपली एक शंका उपस्थित केली.

''नाही, शंभर टक्के ती तिच्या बॉयफ्रेंडची वाट बघतेय. मैत्रिणीला भेटण्यासाठी एवढं सजूनधजून कोणी येत नाही.'' उम्या त्याच्या निष्कर्षावर ठाम होता.

''हो का? मग ती तुझ्याकडे का पाहतेय एवढी?'' मी वाद घालण्याच्या उद्देशाने म्हणालो.

''अरे बाबा, काहीतरी टाईमपास नको का. 'सेकंड ऑप्शन' म्हणून पाहतेय.'' उम्या म्हणाला, त्यावर आनंद आणि माझा विश्वास बसला नाही, पण थोड्या वेळात उम्याच खरा ठरला. त्या मुलीचा बॉयफ्रेंड तिला भेटायला आला, आणि

ते दोघे जेटीच्या टोकाकडे गेले. आम्ही उम्याकडे 'तुस्सी ग्रेट हो' अशा अर्थाने पाहू लागलो. उम्याची मुलींच्या बाबतीतली ही निरीक्षणशक्ती आणि तर्कशक्ती पाहून आम्ही अवाक् झालो होतो. एकूणच उम्याचा स्वभाव आता माझ्या लक्षात यायला लागला होता आणि त्याला शाहरुखच्या फिल्म्स का आवडायच्या याचेही कारण कळलं. उम्याचा स्वभावच मुळात फ्लर्ट होता, शोले फिल्ममधल्या विरूसारखा, जहाँ लडकी देखी लाइन लगाना चालू.

"पण तुला वाईट नाही वाटलं तिला बॉयफ्रेंड आहे हे पाहून?" मी त्याला गमतीत विचारलं.

"त्यात वाईट काय वाटायचं? जगातली शेवटची मुलगी नव्हती ती. चलता है." उम्या बेफिकिरीने म्हणाला.

"जाऊ दे उम्या, वाईट वाटून घेऊ नकोस. मी समजू शकतो तुझ्या भावना." आनंद उम्याला चिडवण्याच्या उद्देशाने म्हणाला.

"मला कशाला वाईट वाटेल?"

"जाऊ दे. होतं असं कधी कधी." आनंद मिश्कीलपणे म्हणाला.

"पण माझा असा तर्क आहे की ती मुलगी आपल्याला पटू शकते. तिच्या वागण्यावरून मला असं वाटतंय." उम्या आत्मविश्वासाने सांगत होता.

"कसं काय?" आनंदने उत्सुकतेने विचारले.

"ते दोघे जेटीवरून थोड्या वेळात येतील परत, माझा अभ्यास सांगतोय, येताना ती मुलगी माझ्याकडे परत बघेल." उम्याने भविष्य वर्तवलं. त्यावर आनंद राक्षसासारखा हसला. मलाही त्याचं हे विधान मोठं गमतीदार वाटलं. इतका आत्मविश्वास! आणि तोही एका अनोळखी मुलीबद्दल!

"आणि नाही बघितलं तर? आम्हाला पार्टी द्यायची तू." आनंद उत्साहित होऊन म्हणाला.

"आणि बघितलं तर? तू देणार का आम्हाला पार्टी?" उम्याने पलटवार केला.

"हो देतो ना, त्यात काय!" आनंदनेही तयारी दाखवली. दोघेही इरेला पेटले होते. चला, बरं झालं. आता ती मुलगी उम्याकडे बघो अगर न बघो, माझी पार्टी मात्र फिक्स होती. थोड्या वेळाने आम्ही विनय हॉटेलमधे गेलो. मस्त चिकन तंदुरी आणि बिर्याणी हादडली. त्यानंतर मसालापान पण खाल्लं. उम्या तर आग्रह करत होता की आइस्क्रीम पण खाऊ म्हणून, पण मीच नको म्हणून सांगितलं. जेवणाचं आणि मसालापानाचं बिल बिचारा आनंद भरत होता.

भूतबंगल्याच्या त्या प्रकरणानंतर दोन दिवसांतच आमच्या सुदैवानं आम्हाला एका नवीनच बांधून तयार असलेल्या बिल्डिंगमध्ये भाड्याने जागा मिळाली. दुसऱ्या मजल्यावर आमची रूम होती. घरमालक सोनगिरीपासून जवळच्या गावात राहत होता. इन्व्हेस्टमेन्ट म्हणून त्याने त्या बिल्डिंगमध्ये ब्लॉक घेतला होता, आणि तो भाड्यानेच देणार होता. शिगवणच्या ओळखीने आम्हाला तो फ्लॅट मिळाला. घरभाडे तीन हजार आणि डिपॉझिट वीस हजार असं आधी घरमालक म्हणाला. घरभाड्याचं ठीक होतं, पण वीस हजार कुठून आणण्याचे? शेवटी उम्याने त्यावर तोडगा काढला. घरमालकाला दोन महिन्यांचे आगाऊ भाडे देत जाऊ, त्या बदल्यात डिपॉझिट रद्द करावं असा प्रस्ताव त्याने मांडला. त्यावर घरमालक विचारात पडला. शेवटी शिगवणने मध्यस्थी करून घरमालकाला पटवला आणि आम्ही आमच्या नव्या घरात राहायला आलो. बिल्डिंग नवी असल्याने अजून बरीच बिऱ्हाडं राहायला यायची होती. दर आठवड्याला कोणी ना कोणी राहायला येत होते, बहुतेक भाडेकरूच होते आणि अशा तऱ्हेने थोड्याच दिवसांत सर्व फ्लॅट भरले गेले. बिल्डिंग भरल्यासारखी वाटू लागली आणि आम्हीही आता नव्या जागेत स्थिरावलो.

दुसरा आणि चौथा शनिवार असला की सगळे आपापल्या गावी पळायचे, कारण दोन दिवस सुट्टी असल्याने सोनगिरीत बसून काय माश्या मारायच्या? म्हणून मग चलो घर! सोनगिरीत ऑफिसला जॉइन झाल्यापासून दर दुसऱ्या आणि चौथ्या शनिवारी मी घरी येत होतो. पण या शनिवारी मला जाम कंटाळा आला होता. या शनिवारी इथेच राहायचं ठरवलं. याआधी मी एकटा असा कधी राहिलो नव्हतो, म्हटलं बघू तरी एकट्याला असं किती बोअर होतं?

"अरे पकशील दोन दिवस त्यापेक्षा घरी चल." आनंद म्हणाला.

"हंऽ मला माहीत आहे हा साला इथे का थांबतोय ते," उम्या नाकाला तर्जनी

अपघात

लावत डोळा मारत म्हणाला.

"हट साल्या, तुला त्याच्याशिवाय काय दिसतंय?" मी म्हणालो, "बघू दोन दिवस राहून इथे. जायचा यायचा कंटाळा आला यार."

"बघ बाबा, आम्ही येईपर्यंत काही उद्योग वाढवू नको म्हणजे झालं." उम्या.

"ठीक आहे, ठीक आहे" आता या उम्याला काय बोलायचं म्हणून मी जास्तकाही बोललो नाही.

ऑफिसमधून ते दोघे संध्याकाळच्या जनशताब्दीने गेले. ऑफिस पावणेसहाला सुटलं. दुसरा शुक्रवार असल्याने पुढचे दोन दिवस सुट्टी होती त्यामुळे आनंद आणि उम्यासारखे बरेच जण लवकर निघून गेले होते. ऑफिस सुटल्यावर घरी जायचा तर काही मूड नव्हता, कारण घरी कोणीच नव्हतं. माझी ऑफिसची बॅग खांद्यावर टाकली आणि बाहेर पडलो. कंटाळा आला की आमचं फिरायचं एकच ठिकाण - ते म्हणजे मांडवी! शनिवार-रविवार मांडवीला गर्दी असते, पण आज शुक्रवार असल्याने जास्त गर्दी नसणार आणि तसंच झालं. अगदीच कमी माणसं होती त्या जेटीवर. बरं झालं! आता जरा निवांतपणे बसता येईल, असा विचार करून मी जेटीचं पाण्यात गेलेलं शेवटचं टोक गाठलं. अगदी शेवटच्या चौथऱ्यावर जाऊन बसलो. पायाखाली लाटांचं पाणी येऊन आदळत होतं. पांढरा फेस तयार होऊन लगेच विरघळत होता. समोरचा सूर्य लालबुंद झाला होता. मला सूर्यास्त बघायला फार आवडतो. एकामागोमाग लाटा पायावर येऊन आदळत होत्या.

- एवढी ऊर्जा पाण्यात कुठून येत असेल, असा विचार डोक्यात आला.

- पुराणकाळात कोणीतरी ऋषी होते, त्यांनी म्हणे सगळा समुद्र प्यायला होता, पण त्यानंतर त्यांचे काय हाल झाले असतील?

- हे पाणी किती खोल असेल?

- आता त्सुनामी आली तर? हे असले काहीही विचार डोक्यात यायला लागले.

- आता मी बसलो आहे त्या जागेवरून जरा जरी डावीकडे सरकलो तर मी खोल पाण्यात पडेन - डाव्या बाजूचं काळं पाणी मला अधिकच भयानक वाटू लागलं. मी नीट सावरून त्या कट्ट्यावर बसलो. खरंतर आज गर्दी नसल्यानं कुणीच त्या जेटीच्या टोकाकडे फिरकतही नव्हते. इतक्यात मागून काही मुलींचा हसण्याचा आवाज आला. मी सहज मागे वळून पाहिलं, तर काळा बुरखा घातलेल्या तीन मुली जेटीच्या टोकाशी येत होत्या. त्यांचे चेहरेही काळ्या फडक्याने झाकले होते, फक्त डोळे उघडे होते. त्या तिघी कमालीच्या गोऱ्या होत्या निदान त्यांच्या डोळ्यांवरून तरी ते दिसत होतं. त्यातल्या एका मुलीनं

माझ्याकडे पाहिलं आणि मीही तिच्याकडे! माझी नजर तिच्या नजरेत अडकल्यासारखी झाली आणि त्याच क्षणी माझं हृदय अकारण जोराने धडधडल्याचं मला जाणवलं. तिचे डोळे मला गहिऱ्या सागरासारखे वाटले. दोन-तीन क्षणात ती माझ्या समोरून गेली, पण तिची नजर बाणासारखी लागली.

''अय्या आपा, कितना मस्त है ना? पुढे जाऊया अजून?'' ती मुलगी दुसरीला म्हणाली.

''नाही हा आसमाँ, ज्यादा आगे नहीं,'' ती दुसरी मुलगी पहिल्या मुलीला म्हणाली. अच्छा तर तिचं नाव आसमाँ होतं तर!

आसमाँ... आसमाँ... मी वर आकाशाकडे बघितलं. मस्त नाव आहे. त्या मुलींबरोबर आणखी एक मुलगी होती, त्यांच्या पुढच्या संभाषणावरून असं कळलं की त्या तिघी बहिणी आहेत आणि बऱ्याच दिवसांनी मांडवीला फिरायला आल्या आहेत. त्या तीन मुलींपैकी आसमाँ आणि तिची छोटी बहीण पाण्यात जाऊन खेळायला लागल्या. लाट जशी येईल तशी आसमाँ आणि तिची छोटी बहीण मागे पळत येत होत्या. ती मधेच माझ्याकडे एखादी नजर टाकायची. माझ्या हृदयात एकदम धस्स व्हायचं. उम्याला बुरखा घातलेल्या मुली जाम आवडतात. तो म्हणतो त्यांचं खरं सौंदर्य हे त्यांच्या डोळ्यांत असतं. बरोबर बोलत होता साला!!! तिच्या डोळ्यात काजळ घातल्याने ते अधिकच आकर्षक दिसत होते. आसमाँ आणि तिच्या छोट्या बहिणीची मस्ती चालू होती. त्या दोघी थोड्या पाण्यात जाऊन एकमेकींवर पाणी उडवत होत्या. त्यांची मोठी बहीण त्यांना ओरडत होती, पण त्या दोघी काहीही ऐकायच्या मन:स्थितीत दिसत नव्हत्या. मीही त्यांचा तो पाणी उडवण्याचा खेळ बघत होतो. आसमाँ मधेच माझ्याकडे बघत होती. खरंच तिच्या डोळ्यांतून सटासट गोळ्या सुटत होत्या, आणि एव्हाना माझ्या शरीराची चाळण झाली होती. त्यांच्या त्या खेळावरून नजर काढून मी सहज समुद्राच्या दिशेने पाहिलं आणि का कुणास ठाऊक पण समोरून येणाऱ्या लाटेत काहीतरी वेगळं आहे असं मला जाणवलं. लांबून येत असताना पाण्याचा खूप मोठा भाग समुद्राच्या पृष्ठभागापासून बराच वर उचलून आल्यासारखा वाटला. तिच्यात खूप मोठी दडलेली ऊर्जा असावी असं मला वाटून गेलं. आणि ती दडलेली ऊर्जा लवकरच आपली ताकद दाखवणार होती. आसमाँ आणि तिच्या लहान बहिणीचं त्या येऊ घातलेल्या मोठ्या लाटेकडे लक्ष नसावं, कारण त्या दोघी आधीच्या मागे जाणाऱ्या लाटेच्या मागे मागे जात समुद्राच्या दिशेने खूप पुढे गेल्या होत्या. त्यात आसमाँ तिच्या लहान बहिणीच्या पुढे होती. पुढून येणाऱ्या लाटेकडे तिचं लक्षच नव्हतं. पण तिची लहान बहीण त्या अजस्त्र लाटेकडे पाहून जवळजवळ किंचाळलीच आणि मागे पळू लागली.

ती का किंचाळली हे पाहण्यासाठी आसमाँने मागे आमच्याकडे वळून पाहिलं. तोपर्यंत लाटेने बरंच अंतर पार केलं होतं. मी पाहिलं, आता ती अजस्र लाट नागाच्या फण्यासारखी तिच्या मागे उभी राहिली आणि तिच्या उंचीची झाली. तिची मोठी बहीण तिच्या नावाने ओरडली. ''आसमाँ, पीछे देख'' पण त्याला फार उशीर झाला होता. आसमाँ मागे बघणार तेवढ्यात ती लाट फुटली. आणि एखाद्या अजगराने झडप घालून आपली शिकार गिळावी तसे त्या लाटेने आसमाँला गिळंकृत केलं. पाण्याचा तो लोंढा मी बसलो होतो त्या ठिकाणी येऊ लागला. मी प्रतिक्षिप्त क्रियेने पाय वर केले आणि त्या चौथऱ्यावर थेट उभा राहिलो. ती लाट जोरात चौथऱ्यावर येऊन आदळली आणि पाणी वर उसळले. उसळलेल्या पाण्याने मी थोडासा भिजलोही, पण माझं तिकडे लक्ष नव्हतं. मी लाटेखाली गेलेल्या त्या मुलीला शोधत होतो, पण त्या फेसाळलेल्या पाण्यात आसमाँ कुठेच दिसेना. तिच्या बहिणी तिच्या नावाने हाका मारू लागल्या. मी आजूबाजूला पाहिलं तर आसमाँ लाटेच्या धक्क्याने बाजूच्या खोल पाण्यात पडली होती. अरे देवा! हे काय झालं? असं काही होईल असं वाटलंही नाही मला. तिची लहान बहीण मोठमोठ्याने रडायला लागली आणि मोठी बहीण जोरजोरात ओरडू लागली. त्या वेळी जेटीवर फक्त मी आणि त्या तिघीच होतो, (आणि आता त्या दोघी...) ओह शिट्! आता मलाच काहीतरी करावं लागणार होतं, कारण तिच्या दोघी बहिणी आरडाओरडा करण्यावाचून दुसरं काही करू शकत नव्हत्या. आसमाँ हात वर करून पाण्याच्या वर येण्याचा प्रयत्न करीत होती. पण एका मागोमाग येणाऱ्या लाटांमुळे तिच्या नाकातोंडात पाणी जात होतं. तिला खाली वाकून हातही देता येत नव्हता. ती जेटीपासून लांब जाऊ लागली. अचानक मला माझी बॅग आठवली आणि तिला असणारा तो पट्टा! मी तो पट्टा क्लिप मधून काढला आणि घाईघाईत त्याचं दुसरं टोक आसमाँच्या दिशेने फेकलं.

''आपा... आपा.''

''आसमाँ... आसमाँ...'' दोघी बहिणी एकमेकींना हाक मारत होत्या.

''एक मिनिट, तिला हा पट्टा पकडायला सांगा, मी हा पट्टा पाण्यात टाकलाय...'' मी घाईघाईत तिच्या आपाला म्हणालो.

''आसमाँ, ये पट्टा पकड ले.. जल्दीऽऽ'' तिची आपा तिला ओरडून सांगत होती. आसमाँ तो पट्टा पकडण्याचा प्रयत्न करत होती पण पाण्याच्या लाटेमुळे तो तिला पकडता येत नव्हता. अखेर कसाबसा तिने तो पट्टा पकडला, मी आणि तिची मोठी बहीण तिला खेचू लागलो. तिची छोटी बहीण आम्ही काय करतोय ते पाहण्यासाठी जवळ आली.

"पीछे हट रेहाना, नै तो तू भी जायेगी पानी में..." आपाचा जोरदार ओरडा खाऊन तिची छोटी बहीण रेहाना मागे सरकली. पट्ट्याला पकडून आसमाँ जेटीच्या कठड्यापाशी आली. मी वाकून तिला हात दिला. माझ्या हाताला घट्ट पकडून ती वर येण्याचा प्रयत्न करू लागली. पण तिला ते जमेना. मग आम्ही दोघांनी मिळून आसमाँला बाहेर काढलं. पाणी नाकातोंडात गेल्याने ती खोकत होती. तिच्या आपाने तिला जोरदार मिठीच मारली, आणि ती रडायला लागली या सर्व गोंधळात माझ्या एक गोष्ट लक्षात आली की आसमाँच्या तोंडावरचा तो काळा पडदा पाण्यात कुठेतरी गायब झाला होता. आणि इतका वेळ नुसत्या डोळ्यांनी गोळ्या मारणाऱ्या आसमाँचा मुखचंद्र माझ्या समोर होता. अप्रतिम लावण्य... आणि तेही भिजलेलं... केसांच्या काही बटा भिजून कपाळावर आलेल्या, पाण्यामुळे तिच्या डोळ्यांतलं काजळ विस्कटून आजूबाजूला पसरलेलं... ओठ भीतीने थरथरत होते. पण त्यातही ती अतिशय सुंदर दिसत होती. तिचा बुरखा भिजून अंगाला चिकटलेला होता, कानातल्या झुमक्यांतून अजूनही थेंब थेंब पाणी ठिबकत होतं.

"आपा, मै तो मर ही गई थी." असं म्हणून आसमाँ तिच्या बहिणीच्या गळ्यात पडली आणि रडू लागली.

"हट पगली ऐसा नहीं बोलते..." असं म्हणून तिची बहीण तिला समजावू लागली. 'ये भाईसाब थे इसी लिये अच्छा हुआ, शुक्रिया जी' आसमाँने यावेळेस माझ्याकडे पाहिलं. तिचे डोळे जणू मला सांगत होते. thank you... thank you very much...

"चल अब घर चलते है. चल रेहाना. कैसी आफत आयी, खुदा का शुक्र है, बला टली."

त्या तिघीही जाऊ लागल्या. मी तिच्या पाठमोऱ्या आकृतीकडे पाहत उभा राहिलो. त्या थोडं पुढे गेल्या असतील तोच आसमाँने पुन्हा एकदा मागे वळून माझ्याकडे पाहिलं. त्या वेळी तिच्या डोळ्यात धन्यता, कृतज्ञता, प्रेम असे किती भावांचे प्रकार असतील तितके भाव दाटले होते. 'अगर खुदा ने चाहा तो इसी आसमान के नीचे हम फिर मिलेंगे' तिचे डोळे असेच काहीसे सांगताहेत असं मला वाटलं.

बिअरचा पहिला ग्लास प्यायल्यावर जशी एक हलकीशी नशा येते, तसं काहीसं झालं होतं. फिल्ममध्ये फ्लॅशबॅकचे काही तुकडे दिसतात तसं वाटू लागलं. मी एकटाच मांडवीच्या किनाऱ्यावर जातो काय, तिथे आसमाँ नावाची एक सुंदर मुलगी दिसते काय, ती अपघाताने जेटीवरून खाली समुद्रात पडते काय, आणि मी तिचा जीव वाचवतो काय, सगळंच भन्नाट! लूपमध्ये गाणी लावावीत तसे ते प्रसंग एकामागोमाग एक माझ्या डोळ्यांसमोर येत होते. तो भिजलेला सुंदर चेहरा माझ्या डोळ्यांसमोरून जाईना. मी डोळे बंद केले तरी तिचा चेहरा मला दिसत होता. खरंतर एवढं काही व्हायचं कारण नव्हतं. उम्या आणि आनंद नसल्याने मी एकटाच होतो, आणि तिचा विचार करण्यावाचून दुसरं काही काम नव्हतं, त्यामुळे असं होत असावं बहुतेक. आजपर्यंत बऱ्याच मुली बघितल्या, पण त्या बुरख्याआड असलेल्या चेहऱ्याचे नशीले डोळे प्रत्येकक्षणी मला खुणावत होते. काहीतरी खास असं नक्कीच होतं. शनिवार-रविवार सुट्टीचे दोन्ही दिवस संध्याकाळी मी मांडवीच्या किनाऱ्यावर गेलो होतो, कदाचित तो चेहरा पुन्हा दिसेल या आशेने. पण काही फायदा झाला नाही. ती मला तिथे दिसली नाही. खरंतर ती तिथे दिसावी हा विचारच बालिश आहे. ज्या ठिकाणी आपण मरता मरता वाचलो, त्या ठिकाणी कोणी पुन्हा कशाला येईल? पण मी अंधार पडेपर्यंत त्या जेटीच्या टोकाशी बसून राहिलो. फारच शांत वाटत होतं. दूरवर समुद्रात गेलेल्या बोटींवरचे दिवे लुकलुकत होते. दीपगृहाचा गोल फिरणारा लाइट सुरू झाला. समुद्राचं अथकपणे घुसळणारं पाणी पाहत मी काहीसा अंतर्मुख झालो होतो. मला स्वप्नात देखील वाटलं नव्हतं की मी कामानिमित्त मुंबईसारखं मेट्रोपॉलिटन शहर सोडून सोनगिरीसारख्या गावात येईन. क्लास वन अधिकारी व्हायची स्वप्नं तर केव्हाच विरून गेली होती. कनिष्ठ लिपिक पदामध्ये काही राम नाही असं वाटत होतं. काय असेल आपलं पुढचं आयुष्य?

महिन्याकाठी

मिळणाऱ्या

चणेवाला

तुटपुंज्या पगारात आपलं आयुष्य काढावं लागणार. रडतखडत जगण्यावाचून पर्याय नाही. मला जास्तच उदास वाटू लागलं. सूर्य बुडाल्यामुळे आजूबाजूचं वातावरण झपाट्याने बदलू लागलं. अंधार आपलं साम्राज्य पसरवत होता. समोरचं घुसळणारं पाणीही काळवंडल्यासारखं वाटू लागलं, तरीही मला तिथून उठावसं वाटेना. मी तसाच त्या शेवटच्या चौथऱ्यावर बसून राहिलो.

"काय राव, कुठे होता गेली पंचेचाळीस वर्षं?" अचानक आलेल्या आवाजाने मी दचकलो. मागे वळून पाहिलं तर एक चणे- शेंगदाणे विकणारा इसम माझ्याकडे मिश्कील चेहऱ्याने बघत होता. आधी तर मी त्याच्याकडे लक्षच दिलं नाही. असे बरेच जण असतात ना जे काहीही बडबडत असतात, आपण तिकडे दुर्लक्ष करतो. मी पुन्हा दूर समुद्राकडे बघू लागलो.

"काय विसरलाव काय आम्हाला? आपली पंचेचाळीस वर्षांची दोस्ती विसरलाव?" तो चणेवाला पुन्हा म्हणाला.

"तुम्ही काय म्हणताय मला समजलं नाही."

"आपण नाय का भेटलो होतो पंचेचाळीस वर्षांपूर्वी. आठवतंय का?"

"काय बोलताय तुम्ही? माझं वय २७ वर्षे आहे. मी कसं काय भेटू शकतो तुम्हाला पंचेचाळीस वर्षांपूर्वी?" मला त्या माणसाचं बोलणंच समजेना.

"काय नाय ओ, गंमत केली. चणे घेणार का?" मी मानेनेच नकार दिला.

"अहो घ्या हो, फुकट देतोय." म्हणत त्याने गरम चण्यांनी भरलेली सुरनळी माझ्या हातात दिली. मला त्याच्या या कृतीचा एकदम राग आला.

"अहो, नको मला, आणि फुकट तर बिलकूल नको." मी तुसडेपणाने म्हणालो.

"फुकट नको तर विकत घ्या." म्हणत तो दात विचकत हसू लागला.

"तुम्हाला एकदा सांगितलेलं कळत नाही का? मला नको आहेत हे चणे. घ्या ते परत." म्हणत मी ती पुडी त्याच्या चण्याच्या टोपलीत टाकली.

"ठीक आहे, जशी तुमची मर्जी." म्हणत तो तिथेच उभा राहिला. मला त्याचा वैताग येऊ लागला. प्रत्येकाची स्वत:ची अशी एक स्पेस असते, आपल्या इच्छेव्यतिरिक्त कोणी त्यात येऊ नये आणि अनोळखी माणसाने तर नाहीच नाही. एकतर माझा मी शांतपणे बसलो होतो, माझा कुणालाही त्रास नव्हता. मला फुकट चणे देतोय. कोण समजतो हा स्वत:ला? आहे तर भंपक चणेवाला! मला त्या चणेवाल्याचा राग येऊ लागला.

"मागच्या महिन्यात एकाने याच ठिकाणाहून पाण्यात उडी टाकून आत्महत्या केली होती. मला वाटलं तुमचाही तोच प्लॅन हाय का काय!" तो दात विचकत म्हणाला.

"मी कशाला करू आत्महत्या?"

"आता ते मला काय माहीत. असंल तुमचं काय प्रकरण बिकरण."

मला कळेना मी या माणसाशी का बोलत उभा राहिलोय... मी त्याला कोणतंही प्रत्युत्तर केलं नाही आणि त्याला टाळण्याच्या उद्देशाने समुद्राच्या दिशेने बघत राहिलो.

"त्या दिवशी विठ्ठल-रखुमाई मंदिरात पण असेच बसलेलात." मागून त्याचा आवाज आला आणि मी चमकलो.

"तुम्हाला कोणी सांगितलं, मी विठ्ठल-रखुमाई मंदिरात गेलो होतो ते?"

"कोणी सांगायला कशाला पायजेल, मी स्वतः माझ्या डोळ्यांनी बघितलं." तो टोपलीतले चणे कागदाच्या सुरनळीत भरत म्हणाला.

"कोण आहात तुम्ही? तुम्ही काय माझा पाठलाग करताय का?" माझा आवाज चढला.

"तुमचा कशाला पाठलाग करू मी. मला काय दुसरा काम नाय काय." तो बेफिकिरीने म्हणाला. आता मात्र हद्द झाली. या माणसाची आपली काहीही ओळखपाळख नाही, तरी मी कुठे गेलो होतो, काय करतोय यावर या माणसाचं लक्ष का? मी त्याच्याकडे एकदा पाहिलं. मळके कपडे, केस विस्कटलेले, खुरटी दाढी आणि मिशी. डोळ्यांत मात्र बेफिकिरी. मला थोडा सर्किटच वाटला तो. त्याच्याशी जास्त बोलण्यात काही तथ्य नाही. मी त्याच्याकडे दुर्लक्ष करत दुसरीकडे बघू लागलो.

'एक अकेला इस शहर में. रात में और दोपेहर में. आब-ओ-दाना ढुँढता है. आशियाना ढुँढता है. म्हणत तो गुणगुणत तिथेच उभा राहिला. आवाज चांगला होता त्याचा आणि गाणंही सुरात होतं. ते गाणं जवळपास माझ्याशी संबंधित असावं असं मला वाटलं. त्या चणेवाल्याने गाण्याचा एक अंतरासुद्धा म्हटला. त्या संध्याकाळच्या वातावरणात, समुद्रकिनारी खारा वारा अंगावर घेत हे असं सुंदर गीत ऐकून सिनेमातल्यासारखं वाटलं मला. मन अगदी प्रसन्न होऊन गेलं.

मग मी थोडा विचार केला, मघाशी त्या चणेवाल्याने आपल्याला विठ्ठल-रखुमाई मंदिरात पाहिल्याचं म्हटलं. ते कसं काय? तोही आला असेल तिथे आरतीच्या वेळी. पण आपल्याला कसा दिसला नाही? कसा दिसणार? आपलं तर कुणाकडेच लक्ष नव्हतं. आपण भारल्यासारखे त्या मंदिरात आलो आणि आरतीच्या नादात सर्वकाही विसरून गेलो. आपण कुणाशी बोललोही नाही. आरती सुरू होती, आपण फक्त डोळे मिटून बसलो होतो. मस्त तंद्री लागली होती. फक्त एका माणसानं आपल्याला त्या तंद्रीतून जागं केलं आणि प्रसाद

दिला, नाहीतर आपण तसेच बसून राहिलो असतो. एक मिनिट. एक मिनिट. आपल्याला प्रसाद देणारा माणूस हाच तर नव्हता?

मी मागे वळून त्याच्याकडे पाहिलं. जणू काही मला ते आठवेल हे त्याला आधीच माहीत असावं. माझ्याकडे पाहत तो समजुतीने हसला. आधी मला तो थोडासा वेडसर वाटला होता. पण त्याचं ते समजुतीचं हास्य पाहून तर मला असं वाटलं की या माणसाला मनातलं कळत असेल की काय? मी त्याच्याशी बोलणार तेवढ्यात तो गाणं गुणगुणत निघूनही गेला.

काही माणसं जरा विचित्रच असतात. त्यांच्या वागण्या बोलण्यावरून आधी त्यांच्या स्वभावाचा अंदाज येत नाही किंवा ते काय विचार करत असतील हे सांगणंही कठीण होऊन बसतं. त्याचाच प्रत्यय आणणारी एक विचित्र घटना काही दिवसांत घडली. एक दिवस उम्या माझ्या टेबलापाशी आला आणि एखादं गुपित सांगावं अशा आवाजात म्हणाला, ''मला जरा प्रॉब्लेम वाटतोय.''

''कसला प्रॉब्लेम?'' कोणताच संदर्भ नसलेलं त्याचं वाक्य ऐकून मी विचारलं.

''इथे ऑफिसमध्ये डिस्कस करण्यासारखं नाही आहे हे.''

''मग?''

''तुला ऑफिस सुटल्यावर सांगतो. पण आपल्यात झालेलं बोलणं कुणाच्या कानावर पडता कामा नये. अगदी आनंदच्या सुद्धा!'' उम्या इकडेतिकडे कानोसा घेत म्हणाला, जणूकाही आम्ही गुप्तहेर होतो आणि कोणीतरी आमच्या मागावर होतं. मी बरं म्हणालो. उम्या त्याच्या पिंजऱ्यात निघून गेला. तो गेल्यावर माझ्या लक्षात आलं की उम्या आणि माझ्यात काहीच बोलणं झालं नव्हतं. तो काय म्हणाला आणि कशाबद्दल बोलत होता हेच मला कळलं नव्हतं, तर मी दुसऱ्या कुणाला काय सांगणार? कपाळ! पण उम्याने डोक्यात किडा मात्र सोडून दिला होता. स्वत: त्याचं काम करण्यात गुंतलाही, आणि मी इथे उम्या कशाबद्दल बोलत असावा याचा बावळटासारखा विचार करत बसलो. सबंध दिवस माझा त्याच विचारात गेला. कधी एकदा ऑफिस सुटतंय असं मला झालं. पावणेसहाच्या ठोक्याला मोकाशीबाई ऑफिसबाहेर पडल्या आणि त्यांच्या मागे आम्ही तिघेही निघालो.

''सकाळी तू काय म्हणत होतास? काहीतरी प्रॉब्लेम आहे वगैरे?'' ऑफिसच्या गेटमधून बाहेर पडताच मी त्याला विचारलं. त्यावर त्याने बोलू नये ते बोलल्यावर समोरचा जसा चेहरा करील तसा केला आणि मी जीभ चावली आणि इतक्यात,

''काय रे? कसला प्रॉब्लेम?'' आनंदने विचारलंच.

''काही नाही रे,

डबलगेम

माझा कॅलक्युलेटर बिघडलाय. त्याचा प्रॉब्लेम झालाय असं म्हणालो होतो त्याला.'' उम्या काहीतरी म्हणायचं म्हणून बोलला. त्यावर आनंदने समजल्यासारखी मान डोलावली आणि तो समोर बघून चालू लागला. उम्याने 'तुला काही अक्कल आहे का?' अशा अर्थाने माझ्याकडे पाहिलं. मीही खुणेने सॉरी म्हणालो. माझ्या लक्षातच राहिलं नव्हतं की उम्याने आनंदलाही काही कळता कामा नये असं बजावलं होतं. मग आम्ही तिघे गोकुळमध्ये नाष्ट्यासाठी गेलो, तेव्हा तिघांपैकी कोणीही बोलत नव्हते. निमूटपणे चहा-नाष्टा उरकला. सोनगिरीत एकत्र राहिल्यापासून आम्ही आमचा एकत्रित खर्च तिघांनी मिळून आळीपाळीने करायचा असं ठरवलं होतं. त्यानुसार आजचा खर्च आनंदनं करायचा होता. तो पैसे द्यायला काउंटरवर गेला तेव्हा उम्याने मला खुणावलं. त्याचा नीटसा अर्थ मला कळला नसला तरी तो जे म्हणेल ते करायचं असं मी मनोमन ठरवलं. बाहेर पडून आम्ही आमच्या रूमवर जात असताना मधेच उम्या आनंदला म्हणाला, ''मला बाजारात थोडं काम आहे आणि मक्यालासुद्धा थोडी खरेदी करायची आहे तर आम्ही जरा बाजारात जाऊन येतो.'' असं म्हणून त्याच्या उत्तराची वाट न बघता तो मला खेचून घेऊन जाऊ लागला. आनंद काहीही न बोलता रूमकडे निघाला. थोडं पुढे गेल्यावर मी उम्याला म्हणालो, ''अरे, काय चालू आहे तुझं? नक्की काय झालंय?''

''जाम मोठा गेम झालाय आपल्यावर.'' एखादा डिटेक्टिव्ह काहीतरी गौप्यस्फोट करताना जसा बोलेल तसा तो म्हणाला.

''कसला गेम?''

''तू विचार पण करू शकणार नाहीस.''

''सांगतरी काय झालंय ते!''

''ऑफिसला जॉइन झाल्यापासून तुझ्या काही लक्षात आलं नाही का?''

''हे बघ उम्या, नीट काय ते सांग पट्‌कन. तू काय बोलतोयस, मला काहीही कळत नाही.''

''बरं, ठीक आहे. ऐक. आनंद आपल्याशी डबलगेम खेळतोय.'' प्रत्येक शब्दावर जोर देत तो म्हणाला.

''काय? डबलगेम? हे कशावरून बोलतोयस तू?''

''त्याचं वागणं तुला खटकत नाही?''

''त्याच्या वागण्यात काय खटकण्यासारखं आहे? तो शांत शांत असतो. जास्त काही बोलत नाही. कदाचित तो स्वभाव असेल त्याचा.''

''हेच तर तुमच्यासारख्या बावळटांना कळत नाही.''

''बरं, ठीक आहे. सांग तुला काय सांगायचंय ते.'' मलाही थोडा राग

आलाच.

"चिडू नकोस, नीट ऐक, आनंद आपल्या साहेबाचा खबरी आहे. तो आपल्या दोघांच्या चुका साहेबाला जाऊन सांगतो. स्वत:ची इमेज चांगली ठेवतो आणि दुसरे कसे कामचुकार आहेत किंवा कशा चुका करत असतात हे तो साहेबाना सांगून त्यांचे कान भरत असतो."

"आता हे तुला कोणी सांगितलं?" माझा काही विश्वास बसेना.

"कोणी सांगायला कशाला पाहिजे? त्याच्या वागण्यावरून कळतं की, तुला आठवतंय, आपला पहिलाच दिवस होता, ऑफिसचा. आपण साहेबाला भेटायला गेलो, तेव्हा आपण बाहेर आलो तरी तो साहेबांशी बराच वेळ एकटाच बोलत बसला होता. त्यानंतर माझा पावती पुस्तकांचा मॅटर झाला, हेसुद्धा त्यानेच साहेबांच्या लक्षात आणून दिलं. तुलासुद्धा आवक-जावक पत्रांवरून साहेब बोलले होते, बरोबर? आपण दोघे शिव्या खातो, पण आनंदला साहेब कधी बोलल्याचं आठवतंय? त्या दिवशी आपल्या तिघांनाही ऑफिसला पोहोचायला उशीर झाला होता, पण साहेब फक्त कुणावर चढला? आपल्या दोघांवर! आनंदला एका शब्दानेही तो काही बोलला नाही. का? कारण तो साहेबाचा खबरी आहे."

उम्या अगदी तावातावानं मुद्दे मांडत होता आणि त्यामुळे त्याच्या बोलण्यात तथ्य असावं असं मला वाटून गेलं.

"तुला पटतंय का मी काय बोलतोय ते?" मी विचारात पडलेला पाहून त्याने पुन्हा विचारलं.

"तू म्हणतोयस ते पटतंय, पण एक मन म्हणतंय आनंद असा नसावा. त्याला काय मिळणार हे सगळं करून?"

"काय मिळणार? साहेबाची मर्जी संपादन करतोय तो. आपल्याला एकदा च्यूत्यात जमा केल्यावर साहेब कोणावर विश्वास टाकणार? त्याच्यावरच ना? अरे हे ऑफिस पॉलिटिक्स आहे. आपल्या बरोबरच्या लोकांच्या चहाड्या करायच्या आणि बॉसची चाटायची. माझ्या मागच्या जॉबमध्ये असे बरेच चाटे मी बघितलेत, त्यामुळे असल्या लोकांना ओळखण्यात आपण कधीच चूक करत नाय." उम्या चांगलाच तापला होता.

"बरं, चल तू म्हणतोस तसं असेलही."

"असेल नाही असंच आहे!"

"असं असेल तर आपण डायरेक्ट त्याला तसं विचारू. की बाबा तू असा का वागतोस आमच्याशी? जे काही असेल ते क्लिअर करून टाकू."

"येडाबिडा आहेस काय? हे लोक अतिशहाणे असतात आणि समजा

आपण त्याला डायरेक्ट विचारलं तरी तो सांगेल की त्याने तसं काही केलेलंच नाही किंवा आपल्या बोलण्याला पुरावे मागेल तो. या असल्या लोकांना जरा वेगळ्या पद्धतीने हॅन्डल करावं लागतं. नायतर परत आपलीच मारली जाते.''

''मग काय म्हणणं आहे तुझं?''

''आपण सध्या काहीच करायचं नाही. फक्त त्याच्यावर लक्ष ठेवायचं आणि आपल्याकडून चुका होऊ द्यायच्या नाहीत.''

''पण हे असं किती दिवस करायचं? आनंद आपला मित्रच आहे. आपण एकत्र राहतोय.''

''आपण त्याला आपला मित्र मानतोय, पण तो तसं मानत नाही त्याचं काय? आणि एकत्र राहत असलो तरी त्याच्याशी जास्त बोलायचं नाही. ऑफिसबद्दल, ऑफिसमधल्या लोकांबद्दल आणि मुख्य म्हणजे साहेबांबद्दल काहीच मत द्यायचं नाही. काहीही बोलायचं नाही. समजलं का?'' उम्या इरेला पेटला होता.

''ठीक आहे. मी प्रयत्न करीन.''

''माझ्यावर विश्वास ठेव. तू नवीन आहेस म्हणून तुला वॉर्न करतोय आणि लवकरच तुलाही लक्षात येईल मी काय बोलतोय ते!'' उम्या म्हणाला त्यावर मी नुसती मान हलवली. ''बरं, चला, बराच उशीर झालाय. त्याला संशय येता कामा नये. आणि घरी गेल्यावर त्याच्याशी नॉर्मल वाग, नेहमीसारखंच! त्याचं वागणं आपल्याला समजलंय अशी शंका त्याला यायला नको. काय?''

मी हो म्हणालो आणि आम्ही दोघे घराकडे निघालो. उम्याने माझ्या डोक्यात संशयाचा भलताच किडा सोडून दिला होता.

आनंदविषयी उम्याने जे सांगितलं त्यामुळे मी खरोखर गोंधळून गेलो होतो. एकतर आनंद असं काही करत असेल यावर माझा विश्वास बसत नव्हता. तो स्वभावाने शांत होता. गरजेपुरतंच बोलणारा होता आणि इतर कुणाच्या फंद्यात पडणारा नसावा असं मला वाटत होतं, पण उम्याने डोक्यात जो किडा सोडला त्यामुळे आनंदविषयी माझं मत थोडं का होईना पण कलुषित झालं. आता त्याच्याकडे बघण्याची दृष्टी बदलली. डोळ्यांवर संशयाचा चश्मा चढला. त्याच्या वागण्याचा नेहमी उलटा अर्थ काढला जाऊ लागला. आनंद बऱ्याच वेळा साहेबांच्या केबिनमध्ये जायचा, पण ते कामानिमित्त होतं की आणखी काही हे मात्र सांगणं कठीण होतं. बरं आता एखाद्याचं खरं रूप कळल्यावर त्याला कळू न देता त्याच्याशी पूर्वीसारखाच व्यवहार करणं म्हणजे फारच त्रासाचं काम! पण उम्याच्या वागण्यात काहीच फरक पडला नव्हता. आम्ही ऑफिसमधून संध्याकाळी आल्यानंतर उम्या पुन्हा कुठेतरी बाहेर निघून जायचा. कुठे ते मलाही सांगायचा नाही. तो आनंदशी पूर्वीसारखाच वागत होता, किंबहुना आधीपेक्षाही चांगला! पण मला हे जुळवून घ्यायला थोडा त्रास पडलाच. त्यावर उपाय म्हणून मी बाजारातून काही मासिकं विकत घेतली आणि रूमवर आल्यावर ती वाचत बसू लागलो. लायब्ररीतून पुस्तकं आणून वाचू लागलो. आनंदशी बोलणं टाळू लागलो. आनंद आधीपासूनच मितभाषी होता. त्यात त्याचा एमपीएससीचा अभ्यास चालू होता. राज्यसेवेची प्री-परीक्षा नुकतीच दिली होती, पास होण्याची खात्री वाटत असल्यामुळे तो मेन्सच्या अभ्यासाची तयारी करत होता. त्यामुळे असंही तो आमच्याशी जास्त बोलत नव्हता.

असाच एक दिवस आम्ही ऑफिसमधून घरी आलो. उम्या परस्पर कुठेतरी गेला होता. आनंद त्याचं अभ्यासाचं पुस्तक उघडून वाचत बसला. मी थोडा वेळ मासिक चाळत बसलो, पण मला त्याचा कंटाळा आला. बाहेर जावंसं वाटू लागलं. असंही माझे पैसे संपले होते. एटीएममध्ये जावं लागणार होतं.

"आनंद, मी जरा एटीएमला जाऊन येतो. तू

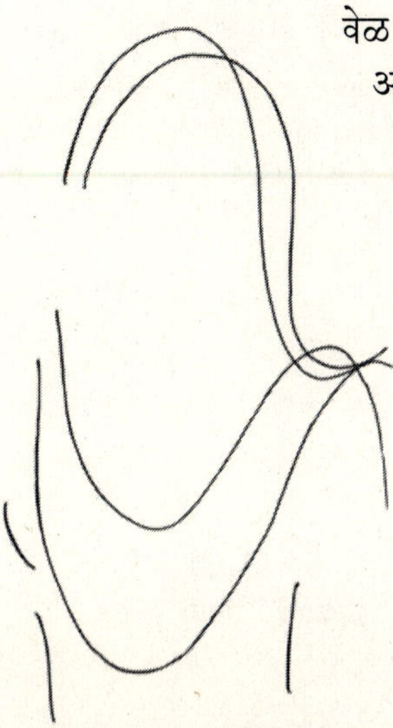

येतोस का?'' मी त्याला विचारलं. आणि अपेक्षेप्रमाणे त्याचं नाही असं उत्तर आलं. मी एकटाच बाहेर पडलो. आमच्या बँकेचं एटीएम बरंच लांब म्हणजे वाळनाक्यावर. संध्याकाळी हनुमान मंदिर परिसरात चांगल्या मुली दिसतात. मी इकडेतिकडे न्याहाळत चाललो होतो. एटीएम पाशी गेल्यावर बघतो तर पाच-सहा जण त्या रांगेत उभे. सगळ्यांचे पैसे आजच संपावेत, असा विचार करत मीही त्या रांगेत उभा राहिलो. पूर्वी त्या बँकेत रांगा लावायला लागायच्या आता एटीएम समोर रांगा लावाव्या लागतात 'कितीही सोईसुविधा तयार करा, रांग काही चुकत नाही'. काही काही माणसं मुद्दाम त्या एटीएम मशीनशी खेळत होती तर काहीना पैसे कसे काढायचे ते कळत नव्हतं. शेवटी कसातरी माझा नंबर आला. पुढचा माणूस पैसे काढत होता. मी पाठच्या खिशातल्या पाकिटातून एटीएम कार्ड काढलं तोच माझ्या मागे काळे कपडे घातलेलं कुणीतरी उभं आहे असं जाणवलं. मी सहज मागे पाहिलं तर काळ्या बुरख्यामध्ये एक मुलगी उभी होती. त्या सेकंदाच्या एकअष्टमांश वेळेतही मी ते डोळे बरोब्बर ओळखले. अरे देवा! ही तर आसमाँ! माझं हृदय जोराने धडधडलं. त्या जेटीवरच्या प्रसंगानंतर मी तिला शोधण्याचा किती प्रयत्न केला. बऱ्याच वेळा उगाचच जेटीवर जाऊन आलो; पण ती काही दिसली नव्हती आणि आज अचानक ध्यानीमनी नसताना ती दत्त म्हणून समोर (की मागे?) उभी होती. एटीएम मध्ये गेलेल्या माणसाने पैसे काढले आणि तो बाहेर येऊ लागला. मी आत गेलो. मला काही सुचत नव्हतं. मी किती पैसे काढले, माझं मलाच कळले नाही. पैसे काढून बाहेर आलो. ती माझ्या समोर उभी होती. माझी आणि तिची नजरानजर झाली. तिनेही मला ओळखलं. निदान तिच्या डोळ्यांतल्या बदललेल्या भावांवरून मला ते लगेच कळलं. ती काही बोलणार इतक्यात मी मान वळवली आणि चालू लागलो. 'मूर्खा काय करतोयस? थांब आणि बोल.' माझं एक मन सांगत होतं तरी पाय थांबले नाहीत. मी तसाच पुढे निघालो. 'एक नंबरचा गाढव आहेस, चांगला चान्स सोडलास, निदान स्माइल तरी द्यायची होतीस, तू काहीच करू शकत नाहीस, मूर्ख.' मी स्वत:लाच दोष देत तसाच पुढे निघालो. मला माझा स्वत:चाच खूप राग येत होता. पण काय करणार, वेळ निघून गेली होती. आता ती परत कशी काय भेटणार? शेवटी मी वैतागून 'गोकुळ' मध्ये गेलो. आणि एक चहा सांगितला. मला कळत नव्हतं की मी असं का वागलो ते. मी खरंच खूप गोंधळून गेलो होतो. मी मनातल्या मनात स्वत:ला इतक्या शिव्या दिल्या होत्या की त्यामुळे माझ्या अंगातली शक्ती नाहीशी झाल्यासारखी वाटत होती. मी हताशपणे समोरच्या रस्त्याकडे पाहत बसलो. शून्य नजरेने. गाड्या, माणसे येत-जात होती. अचानक एक आकृती मला ओळखीची वाटली. मला माझ्या

डोळ्यांवर विश्वास बसत नव्हता. अरे हो तीच! आसमाँ! ती एकटी रस्त्याच्या पलीकडच्या बाजूने चालत होती. मी यांत्रिकपणे उभा राहिलो. ''सचिन, चहा ठेव, मी आलोच थोड्या वेळात.''

''पण चहा तयार आहे साहेब.''

''ठेव रे, मी आलोच पाच मिनिटांत.''

गोकुळमधून बाहेर पडलो. माझी नजर तिच्यावरच खिळली होती. ती स्टेडिअमच्या रस्त्याने पुढे चालली होती. त्या रस्त्याला एक समांतर रस्ता जात होता. आणि त्या दोन समांतर रस्त्यांना जोडणारा रस्ता पुढे होता. 'मक्या, तुला देवाने आणखी एक संधी दिली आहे.' मी वेड्यासारखा त्या दुसऱ्या रस्त्याने धावत सुटलो. माझ्या अंगात वेगळीच शक्ती संचारल्यासारखं मला वाटलं. वाटेत येणाऱ्यांना मी चुकवत जोरात पळत होतो. त्या समांतर रस्तांना जोडणारा रस्ता लागला. धावल्याने मला धाप लागली होती. जोरजोरात श्वास घेऊन मी माझा श्वास सारखा केला, जेणेकरून मी धावत आलो आहे हे तिला कळू नये. आणखी एक उजवं वळण आणि ती बरोब्बर माझ्या समोर येणार होती. मी शांतपणे चालू लागलो. ते उजवं वळण घेतलं, रस्ता क्रॉस केला, पाहिलं तर ती समोरून येताना दिसली. तिने मला पाहिलं, मी तर आता तिच्याकडेच बघत येत होतो. तिच्यातलं आणि माझ्यातलं अंतर क्षणाक्षणाला कमी होत होतं. वीस फूट... दहा फूट... पाच फूट... कम ऑन मक्या बोल... असं मी मनाशी म्हणत असतानाच समोरून आवाज आला.

''अरे आप यहाँ?'' त्या प्रश्नाने मी चमकलो.

''हांऽऽ... इथेच जात राहा था...'' दोन भाषांची मिसळ झाली हे मला कळलं. मी पुरताच गोंधळून गेलो होतो. खरंतर मीच बोलायला सुरुवात करणार होतो. चालता चालता मी मनात पहिलं वाक्य पण पाठ करून ठेवलं होतं, पण तिनेच सुरुवात केल्याने माझा गोंधळ उडाला. माझ्या या उत्तरावर ती गोड हसली. मला फेंगशुईच्या, दरवाज्याजवळ लावलेल्या, आणि वारा आल्यावर होणाऱ्या नळ्यांच्या त्या किणकिणाटासारखा भास झाला.

''त्या दिवसापासून तुम्ही तर दिसलाच नाहीत. मला तुम्हाला नीट थँक यू पण म्हणता नाही आलं.'' मघाशी झालेल्या गोंधळामुळेच की काय, तिने सरळ मराठीत सुरू केलं. तिचं मराठी खरंच चांगलं होतं.

''छे... त्यात थँक यू काय म्हणायचं...'' काहीतरी बोलायचं म्हणून मी बोलून गेलो.

''नाही, खरंच थँक यू. तुम्ही नसतात तर मी वाचले नसते.''

''बचाने वाला तो वो खुदा है...'' आपणही हिंदीत काही कमी नाही हे

दाखवून देण्यासाठी मीही एक डायलॉग मारला, पण पुढे 'मी फक्त निमित्तमात्र आहे' हे वाक्य लगेच भाषांतरित करता न आल्याने मराठीतच बोलून टाकले.

"हो, बरोबर आहे..." ती होकारार्थी हसली.

"मी मघाशी तुम्हाला एटीएम पाशी पाहिलं."

"पण ओळखलं नाहीत नं? मीही तुम्हाला पाहिलं. मी काही बोलायच्या आतच तुम्ही निघून गेलात. मला खरंच राहून राहून वाटत होतं की तुम्ही आता भेटता की नाही. आपका शुक्रिया अदा करनेका एक मौका मिला था वो भी मैने गवाँ दिया इसी लिये मै अपने आप को कोसती रही. पण चांगलं झालं कदाचित आपण भेटणार होतो, म्हणून आता परत भेटलो." ती हसऱ्या चेहऱ्याने म्हणाली. मला तिला सांगावसं वाटत होतं की, मी माझा चहा, नाश्ता सोडून, एवढ्या लांब धावत फेरा मारून तुलाच भेटायला आलो आहे. पण तसं काही बोलून फायदा नव्हता. मला तिच्या साधेपणाचा हेवा वाटायला लागला. तिच्या मनात होतं ते तिने सरळ बोलून दाखवलं. नंतर थोडा वेळ शांततेत गेला. 'मूर्खा, आणखी काहीतरी बोल नाही तर ती निघून जाईल..'

"तुझं नाव काय?" मला माहीत होतं तरी काहीतरी विचारायचं म्हणून मी विचारलं.

"आसमाँ... आणि तुमचं?"

"मकरंद... तू राहतेस कुठे?" हे मात्र माहीत नव्हतं.

"इथेच पुढे जवळच राहते. खरंतर मी तुम्हाला घरी घेऊन जायला पाहिजे; पण मला आता कम्प्युटर क्लासला जायचं आहे. आपण नंतर भेटू..."

"हो, चालेल नं. बाय..."

"थँक यू. परत एकदा."

आम्ही हसून एकमेकांचा निरोप घेतला. थोडं पुढे गेलो आणि मी माझ्या या कृतीबद्दल विचार करू लागलो. 'काय केलं हे आपण? एका मुलीचा पाठलाग केला? भारीच आहेस मक्या तू! ठीक आहे, जास्त नाही पण आपण बोललो तरी! वा! लय भारी!' मला एकदम हलकं हलकं वाटायला लागलं. एकदम कर्जमुक्त झाल्यासारखं. आणि स्वतःच्या कृतीवर हसूही यायला लागलं. गोल फिरून परत गोकुळमध्ये आलो.

"अहो काय साहेब? कुठे गेला होतात?" हॉटेलचा पोऱ्या-सचिन विचारत होता.

"काही नाही रे... इथेच गेलो होतो. चल एक चहा दे आणि वडापाव पण. जाम भूक लागलीय..." आजचा चहा नेहमीपेक्षा जरा जास्तच गोड लागत होता.

दुसऱ्या महायुद्धानंतर अमेरिका आणि रशिया या दोन बलाढ्य देशांमध्ये जसं शीतयुद्ध सुरू झालं होतं तसंच काहीसं उम्या आणि आनंद यांच्या बाबतीत घडू पाहतंय असं मला वाटू लागलं. वर वर दोघे एकमेकांशी नीट वागत होते, पण आतून त्यांच्यात दुरावा निर्माण झाला होता. माझी मात्र नॉन अलायन्स मूव्हमेंट (नाम) मधल्या देशांसारखी अवस्था झाली. माझं कोणीच ऐकून घेत नव्हतं. मीही त्या दोघांकडे फारसं लक्ष देत नव्हतो. ऑफिसमध्ये तर एकमेकांशी जास्त बोलायचा प्रसंग येत नव्हता, पण घरीही कर्फ्यू लागल्यासारखं वातावरण होऊन गेलं होतं. सोनगिरीमध्ये एकट्याला राहणं परवडणार नसल्याने दीवार फिल्मचे अमिताभ बच्चन आणि शशी कपूर नाइलाजाने एकत्र राहतायत असं वाटत होतं. एकमेकांशी बोलायचं झालं तर ते थेट न बोलता मला मध्ये घेत होते. मला या सर्व प्रकारचा कंटाळा यायला लागला होता. कारण तुम्ही ज्या लोकांबरोबर राहता त्यांचे एकमेकांचे संबंध चांगले नसतील तर त्या एकत्र राहण्याला काहीच अर्थ नसतो. त्यापेक्षा एकटं राहिलेलं परवडलं.

महिनाअखेर होता. आज भरपूर काम होतं ऑफिसला. मासिक अहवाल, त्रैमासिक अहवाल, पगारबिलांची कामं, असं खूप काम होतं. त्यामुळे उम्या आणि आनंद कामात गढून गेले होते. कधी नव्हे ते मोकाशी मॅडमसुद्धा काम करत होत्या. ते काम कमी म्हणून की काय शिपायांपैकी दोघेजण ट्रेझरीत बिलं घेऊन गेले होते. त्या बिलांमध्ये काही चुका निघाल्याने ती बिलं पुन्हा दुरुस्तीसाठी आली होती. त्यामुळे आनंद पिसाळल्यासारखा इकडेतिकडे फिरत होता. रात्र थोडी सोंगं फार अशी त्याची अवस्था झाली होती. बिलं दुरुस्त करून ती पुन्हा शिपायामार्फत ट्रेझरीत पाठवेपर्यंत संध्याकाळचे साडेचार वाजून गेले. इतक्यात साहेबांच्या केबिनची बेल वाजली. शिगवण आत गेला आणि आनंदला आत जायला सांगितलं. आनंद थोड्या वैतागानंच आत गेला आणि जास्त वैताग चेहऱ्यावर घेऊन बाहेर आला.

निमूटपणे आपल्या टेबलाशी बसून काम

दोस्ती

करू लागला. संध्याकाळचे सहा वाजले आणि उम्या त्याच्या पिंजऱ्यातून बाहेर आला. त्याने बाहेरून त्या पिंजऱ्याला कुलूप लावलं आणि तो माझ्यापुढे खुर्ची टाकून बसला. माझं काम तर केव्हाच संपलं होतं, पण मी नुसता बसून होतो. आनंद समोर पेपर्स आणि कॅलक्युलेटर घेऊन घाईघाईने काहीतरी लिहीत बसला होता. तो बिचारा एकटाच काम करत होता. त्याला मदत करावी असं मला वाटत होतं. मी उम्याकडे सूचक नजरेने पाहिलं, पण उम्याने डोळ्यांनीच मला दटावलं. इतक्यात साहेब त्यांच्या केबिनमधून बाहेर आले. आम्ही सर्वजण यांत्रिकपणे उभे राहिलो. आनंद कामात व्यस्त होता, त्याने वर पाहिलं नाही. साहेब त्याच्या टेबलापाशी गेल्यावर तो घाईघाईने उभा राहिला.

"कुठपर्यंत आलंय काम?" त्यांच्या आवाजाला धार होती.

"मंथली रिपोर्ट झालाय साहेब, आता तीन महिन्यांचा रिपोर्ट बनवतोय." आनंद कसाबसा म्हणाला.

"बघू." म्हणत साहेबांनी समोरचे कागद हातात घेतले. एकदा बारकाईने त्यावर नजर फिरवली आणि ते पेपर्स पुन्हा आनंदपुढे टाकत रागाने म्हणाले, "आता तुम्हाला बेरजा पण शिकवायच्या का? नीट चेक करा." आनंदचा चेहरा एकदम उतरला. काहीशा अविश्वासाने त्याने ते पेपर्स घेतले आणि तो बेरीज चेक करू लागला. त्याच्या दुर्दैवाने बेरीज खरोखरच चुकली होती. घाई नडली. साहेबांना सॉरी म्हणत त्याने पुन्हा नव्याने अहवाल तयार करायला घेतला.

"आज कोणत्याही परिस्थितीत हे सर्व अहवाल मला हवे आहेत. झाले की मला मेल करा. मी रात्री चेक करेन." असा दम देऊन साहेब ऑफिस बाहेर पडले. आनंद मट्‌कन खुर्चीत बसला. मान खाली घालून तो तसाच बसून राहिला. त्याला फारच अपमानित झाल्यासारखं वाटत असावं. आमच्या समोर साहेबांनी त्याला झापलं होतं, तेही एका क्षुल्लक चुकीसाठी. मी किंवा उम्या, साहेबांचा ओरडा अधून मधून खायचो त्यामुळे आम्हाला ते काही नवीन नव्हतं. पण आनंद कसा, सभ्य, कामसू, कधीही चुका न करणारा आणि उम्याच्या भाषेत सांगायचं तर, साहेबांचा लाडका! पण आता साहेबांनीच त्याला झापल्यामुळे त्याला फारच वाईट वाटलं होतं. तो नुसता बसून राहिला. आधीच उशीर झाला होता, मासिक आणि त्रैमासिक अहवाल समोर आ वासून पडले होते. आनंद खरोखरच सुन्न झाला होता. साहेब गेल्यानंतर मोकाशी मॅडमही घरी जायला निघाल्या. रोजच्या वेळेपेक्षा वीस मिनिटे उशिराने त्या निघाल्या होत्या, त्यामुळे घाईघाईनेच ऑफिसबाहेर पडल्या. मोकाशी मॅडम गेल्यावर शिगवणचीही चुळबुळ सुरू झाली.

"तुम्ही गेलात तरी चालेल, मी जाताना बंद करीन ऑफिस." आनंद

त्याला म्हणाला आणि पडत्या फळाची आज्ञा समजून चाव्यांचा जुडगा त्याने आनंदच्या टेबलावर ठेवला. आता राहिलो उम्या आणि मी. उम्या आपल्या खुर्चीवरुन उठला. मला वाटलं की आता हा पण निघाला की काय? पण, "किती काम बाकी आहे?" अचानक त्याचा प्रश्न आला. त्यासरशी आनंदनं वर बघितलं. त्याचा चेहरा ओढल्यासारखा दिसत होता.

"दोन रिपोर्ट बनवायचे आहेत. वेळ लागेल थोडा, तुम्हाला दोघांनाही जायचं असेल तर जा." निर्वाणीचं बोलल्याप्रमाणे आनंद म्हणाला. तो तसं म्हणाला आणि उम्याने फिरून माझ्याकडे पाहिलं. मला वाटलं आता हा निघतो की काय, पण,

"चल, आम्ही करतो मदत तुला, ये रे मक्या," उम्याच्या या अशा बोलण्यानं मला थोडा धक्का बसला आणि बरंही वाटलं. कौरवांच्या सभेत वस्त्रहरणाच्या वेळी श्रीकृष्ण अवतारल्यावर द्रौपदीला जसं वाटलं असेल तसंच काहीसे भाव आनंदच्या चेहऱ्यावर उमटले होते.

"च्यायला, आपण एवढी मोठी आणि अवघड कामं करतो, तर हे रिपोर्ट काय चीज आहे! आत्ता करून टाकू." उम्याच्या बोलण्यात इतकी सहजता होती की आम्ही तिघेही झपाटल्यासारखे कामाला लागलो. मासिक अहवाल, त्रैमासिक अहवाल तयार करून दोनदा चेक केला, कॉम्प्युटरवर एक्सेल शिटस् तयार केली, त्याच्या दोन प्रतीत प्रिंटआउट घेऊन फाइलला लावल्या आणि साहेबांना ई-मेल करून टाकला. सगळं काम संपलं त्या वेळी रात्रीचे साडेनऊ वाजले होते. आनंदच्या चेहऱ्यावर समाधान आणि कृतज्ञता असे संमिश्र भाव दाटले होते.

"आज तुम्ही दोघे नसता तर माझं काही खरं नव्हतं, थँक्स यार!" आनंद म्हणाला.

"थँक्स काय त्यात? अरे, एकमेकांना मदत केली नाही तर आपला काय उपयोग मग?" मी म्हणालो.

"खरं आहे, पण आजकाल कोण करतं कुणासाठी? ऑफिसचे बाकीचे लोक बघितलेत ना कसे निघून गेले."

"त्यांच्यात आणि आपल्यात फरक आहे. त्यांचे संबंध फक्त ऑफिसच्या कामापुरते आहेत, पण आपण तसे नाहीत. आपण मित्र आहोत." शेवटचं वाक्य उम्या आनंदच्या डोळ्यात डोळे घालून म्हणाला.

"बरोबर आहे. चला, आज माझ्याकडून पार्टी! कुठं जायचं बोला."

"बराच उशीर झालाय आता आणि भूकही फारशी नाही." उम्या म्हणाला.

"एक आयडिया आहे, आपण काहीतरी स्नॅक्स घेऊन बीचवर जाऊया

का? मस्त थंड वाऱ्यात बसून खाता येईल.'' मी म्हणालो.

''बीचवर जायचं तर बिअर घेऊन जाऊ की!'' आनंद भलताच पेटला होता. त्यावर उम्या थोडा विचारात पडला. बिअर प्यायला तो कधीही नाही म्हणत नाही.

''चला! पण बाटल्या नको, कॅन घेऊन जाऊ.'' उम्याही तयार झाला. त्यानंतर आम्ही प्रत्येकी चार - चार बिअरचे कॅन आणि स्नॅक्स घेऊन घाटे बीच गाठला. बीचच्या जवळ आल्यावर समुद्राच्या लाटांच्या गर्जना ऐकू आल्या, आणि एकदम मस्त वाटून गेलं. बीचवर कोणीच नव्हतं. इतक्या उशिरा कोण असणार म्हणा! लांबवर समुद्रात मासे पकडायला गेलेल्या बोटींवरचे दिवे फक्त लुकलुकत होते आणि दीपगृहाचा प्रकाश गोल गोल फिरत होता. वर आकाशात अष्टमी की नवमीचा चंद्र दिसत होता. पायाला थंडगार वाळूचा स्पर्श झाला. समुद्रावरून येणारा खारा वारा अंगाला झोंबू लागला. अंगावरचे कपडे फडफडू लागले. लाटांपासून लांब कोरड्या वाळूत आम्ही तिघेही गोलाकार बसलो. उम्याने बिअरचे कॅन उघडले. ठस्स्ऽ ठस्स् आवाज होऊन बिअरचा पांढरा शुभ्र फेस बाहेर आला. आम्ही तिघांनी चिअर्स केलं आणि ते फेसाळ कॅन तोंडाला लावले. बिअरची कडवट चव जिभेवर पसरली. सोबत आणलेला चिवडा आणि वेफर्स खाऊ लागलो.

''अहाहा! आता जरा बरं वाटतंय, त्या ऑफिसच्या कोंदट वातावरणातून बाहेर आल्यावर.'' अर्धा कॅन संपवल्यावर उम्या वाळूत पाय पसरून बसला.

''मस्त हवा सुटलीय. मोकळं मोकळं वाटतंय.'' आनंद कॅन उंचावून म्हणाला. ''मकरंद, मस्त आयडिया काढलीस.''

''बरेच दिवस माझ्या मनात होतं, असं निवांत समुद्रकिनारी मस्त बिअर पीत बसावं. आज तो योग जुळून आला.'' मी बिअरचा घोट घेत म्हणालो

''मस्तच! जाम भारी वाटतंय यार पण!'' उम्या वाळूत आणखीन पसरत म्हणाला.

''लाटांचा आवाज पण काय जबरी येतोय.'' आनंद वेफर्स तोंडात टाकत म्हणाला.

''काय सालं, मला स्वप्नात पण वाटलं नव्हतं की मी असा सोनगिरीत रात्री बीचवर बिअर पित बसलेला असेन.'' मलाही मस्त वाटू लागलं होतं. एक बिअर संपत आली होती. उम्या त्याची बिअर संपवून केव्हाच वाळूत आडवा झाला होता. माझीही बिअर संपली होती. आनंदचं मात्र निवांत चालू होतं.

''तुझी संपव ना लवकर, म्हणजे दुसरी फोडता येईल.'' मी त्याला म्हणालो. त्यासरशी त्याने एकदम राहिलेला टिन संपवून टाकला आणि कडूसर तोंड

झाल्यावर चिप्सच्या पाकिटात हात घातला. मी पिशवीतून तीन बिअरचे टिन काढून प्रत्येकाच्या हातात दिले.

''काय भारी वाटतंय यार्ऽऽ...'' उम्याचं आपलं तेच वाक्य चालू होतं. तो समुद्रात दूरवरच्या बोटींचे लुकलुकणारे दिवे पाहत होता.

''काय सालं लाइफ आहे आपलं... बकवास...'' आनंद बिअरचा घोट घेत म्हणाला.

''का रे? काय झालं? मस्त बिअर पीत बसला आहेस की, तेही समुद्र किनाऱ्यावर.'' मी म्हणालो.

''हे नाही रे, इतर वेळी आपण कुठे आपल्यासाठी जगतो? अभ्यास करतो, घरच्यांना बरं वाटावं म्हणून, पैसा कमावतो कुटुंबासाठी, ऑफिसमध्ये काम करतो, बॉससाठी. स्वत:साठी आपण काय करतो? रादर मी तर म्हणेन की आपण आपल्यापेक्षा इतरांसाठीच जास्त जगतो.'' आनंद बिअरचा घोट घेत म्हणाला.

''हो यार! असा तर मी विचारच केला नव्हता.'' मी म्हणालो.

''साला आपला बॉस. एक नंबर बकवास आहे.' आनंद प्रथमच साहेबांविषयी असं काहीतरी बोलत होता, पण तो हे बोलत नसून बिअर बोलत आहे हे मला कळत होतं.

''सोड यार. तू फक्त आजच बोलणी खाल्लीस, आम्ही तर रोजच ओरडा खात असतो. आम्हाला त्याचं काही वाटत नाही, काय उम्या?''

''हॅट.'' करून उम्याने साहेबालाच उडवून लावल्याप्रमाणे ते बोलणं उडवून लावलं.

''खरं आहे यार. तुम्ही तुमच्या बॉससाठी काहीही करा तो कधी ना कधी तुमच्यावरच उलटतोच.'' आनंद दूर समुद्राकडे बघत म्हणाला.

''काहीही म्हणजे? असं काय केलंस तू?'' उम्या त्याच्याकडे रोखून बघत म्हणाला.

''काहीही म्हणजे, ऑफिसचं काम, इतर काम, बऱ्याच वेळा आपण लेट थांबून पण काम करतो, आजच्यासारखं, पण त्याची कदर नसते... कितीही चांगलं काम करा त्याची काही किंमत नाही.'' आनंदने काहीशा रागातच बिअरचा कॅन तोंडाला लावला.

''मी सांगू का एक गोष्ट? ऑफिसच्या गेट बाहेर पडलं की ऑफिसचा कसलाच विचार करायचा नाही. ऑफिसचे विचार ऑफिस मध्येच ठेवायचे.'' मी म्हणालो.

''ते तितकंसं सोप्पं नसतं ना बाबा. डोक्यात विचार तर येणारच ना. जाम

त्रास होतो यार. सारखं सारखं तेच तेच डोक्यात येत राहतं.''

''म्हणून माणसाला मित्र पाहिजेत!'' आपला मुद्दा किती महत्त्वाचा आहे असं दाखवण्यासाठी उम्याने हातातला कॅन समोरच्या वाळूवर आपटला. त्यातून फसफसत बिअर बाहेर आली. ''मित्र असतील तर माणूस कोणत्याही परिस्थितीवर मात करू शकतो. मित्र असतील तर माणसाला टेन्शन येत नाही. आयुष्याला चव येते ती फक्त आणि फक्त मित्रांमुळेच! मित्र म्हणजे आयुष्य आणि आयुष्य म्हणजे मित्र.'' उम्याने मित्र या विषयावर आपले छोटेखानी भाषण संपवलं आणि त्याबरोबर त्याचा दुसरा कॅनही. त्याच्या बोलण्यावर मी जोरजोरात टाळ्या वाजवल्या.

''वाह उम्या. वाह!'' त्यानंतर आमच्यात एकदम शांतता पसरली. बहुतेक समुद्रकिनाऱ्याच्या त्या भारावलेल्या वातावरणात आणि बिअरच्या अमलामुळे कुणाला काही सुचत नव्हतं. मी तिसरा कॅन फोडून प्रत्येकाच्या हातात दिला. तिघेही निमूटपणे पिऊ लागलो.

''उमाकांत, तुझं अगदी बरोबर आहे.'' आनंद शांततेचा भंग करीत म्हणाला, ''तुम्हाला खरं वाटणार नाही कदाचित, थोडंसं विचित्रच आहे, पण मला मित्र नव्हतेच! अगदी लहानपणापासून. शाळेत होतो तेव्हा अगदी पहिल्या इयत्तेपासून वर्गात पहिला यायचो. शाळेत, घरात, नातेवाइकांमध्ये, शेजारीपाजारी एक स्कॉलर म्हणून ओळखला जात होतो. हुशार विद्यार्थी म्हणून वर्गात सर आणि मॅडमचा आवडता होतो. वर्गातल्या इतर मुलांना माझी उदाहरणं दिली जायची. मीही मनातून सुखावून जायचो. पण त्यामुळे वर्गातली मुलं माझ्यापासून लांब होत गेली. एक-दोन जण होते, पण तेही अभ्यासात हुशार! त्यामुळे त्यांच्याशी मैत्री असण्याऐवजी स्पर्धाच जास्त वाटू लागली. ती बकवास मार्कांची स्पर्धा. तू पहिला येतो की मी! शाळेची सगळीच वर्षे अशीच स्पर्धेत गेली. कॉलेजलाही काही वेगळं घडलं नाही. मी पहिला जॉब केला तो एका खासगी विमा कंपनीत. तिथेही साली स्पर्धेनं पाठ सोडली नाही. जास्त पॉलिसी आणण्यासाठी, जास्त इन्सेन्टिव्ह मिळवण्यासाठी नुसती धावपळ. तिथले कलिग कधीच मित्र वाटले नाहीत. आपण आता जसं दारू पीत बसलोय, तसं कधी मला त्यांच्या बरोबर बसल्याचं आठवत नाही.'' आनंद प्रथमच इतकं बोलत होता.

''हं... तुला आमच्याबद्दल काय वाटतं?'' उम्याच्या अचानक प्रश्न आला.

''तुमच्याबद्दल काय वाटतं म्हणजे? मला समजलं नाही.''

''अरे, म्हणजे माझ्याबद्दल आणि मक्याबद्दल तुला काय वाटतं? आम्ही तुझे स्पर्धक आहोत असं वाटतं का?'' उम्याने थेट विषयालाच हात घातला. मलाही त्याच्या या प्रश्नामुळे थोडं चमकल्यासारखं झालं. चांगली पार्टी चालू

आहे त्यात गोंधळ नको.

“उम्या... शूऽ” मी त्याला म्हणालो.

“शूऽ काय? मी त्याला साधा प्रश्न विचारला. त्यात माझा काय अपराध झाला? असा कोणता गुन्हा मी केलाय?” उम्या उगाचच आवाज वाढवू लागला. हे असले अपराध, गुन्हा वगैरे शब्द आले म्हणजे उम्याला बिअर चढल्याची खूण होती. आता काहीही घडू शकतं अशी मला त्या अवस्थेतही शंका आली.

“तू जरा शांत बसतोस का? काय मस्त वारा सुटलाय बघ आणि त्या समुद्रात बघ कसले लाइट चमकतायत!” मी विषयांतर व्हावं म्हणून प्रयत्न करू लागलो.

“कुठंय?” म्हणत त्याने इकडेतिकडे पाहिलं, पण नंतर लगेच, “ए तू गप बस. काहीतरी फालतू मला दाखवू नको. मी काय बोलत होतो? कायतरी बोलत होतो मी... काय...” उम्याला आता खरोखरंच चढली होती. त्याला दोन मिनिटांपूर्वीचं त्याचं बोलणं आठवेना. हे एकप्रकारे बरंच झालं. “साल्या मक्या, तुझ्यामुळे मी विसरलो.”

“उमाकांत, मला माहीत आहे तू काय बोलतोयस ते. मला सगळी कल्पना आहे. गेल्या काही दिवसातलं तुम्हा दोघांचं वागणं मला समजत होतं. तुमचा अंदाज काही अंशी बरोबर आहे. पण मला तुमचं वाईट व्हावं असं कधीच वाटलं नाही, आणि कधी वाटणारही नाही. इंग्रज गेले पण त्यांची फोडा आणि राज्य करा ही नीती आपल्या लोकांनी बरोबर उचलली. आपण तिघेही बरोबरच जॉइन झालो होतो. मोकाशी मॅडमनी जवळजवळ त्यांची सगळीच कामं आपल्यात वाटून टाकली होती. याचा अर्थ, आपण तिघेच अख्खं ऑफिस चालवत होतो. जर आपल्यात एकी झाली तर आपण कोणालाही नमवू शकतो, कोणालाही अडवू शकतो हे आपल्या साहेबाच्या लक्षात आलं असणार. त्यामुळे त्याने मला जवळ करून तुम्हा दोघांना लांब ठेवलं. मला तो सूट देत होता, माझा एमपीएससीचा अभ्यास चालू असल्यामुळे मला पुढे मागे सुट्ट्यांची गरज लागणार होती, त्यामुळे मी त्याच्या हो ला हो करत गेलो. पण मी स्वत:हून तुमच्या दोघांबद्दल साहेबांना काहीच सांगितलेलं नाही किंवा कसली चुगली केली नाही. आणि हे मी शपथेवर सांगू शकतो. सांगा कुणाची शपथ घेऊ?” आनंद इर्षेने म्हणाला आणि थोडा वेळ एकदम शांतता पसरली.

“बास यार... तू हे आम्हाला सगळं खुल्या मनाने व्यवस्थित सांगितलं हेच खूप आहे. काय उम्या?” मी म्हणालो.

“हं...” म्हणत उम्या लांब समुद्राकडे पाहू लागला. बराच वेळ कोणी काही बोललं नाही. आनंदने केलेला खुलासा त्याला पटला की नाही हे कळायला मार्ग

नव्हता. आता तो काय म्हणतो यावर आमचं लक्ष लागून राहिलं, ''तुला खरं सांगू का आनंद, आता तू इतकं स्पष्ट बोललाच आहेस तर सांगतो, मला तुझा जाम राग आला होता. मला असंच वाटत होतं की तूच आमच्याविरुद्ध साहेबाला भडकवलं. पण तू हे सगळं सांगितलंस त्यामुळे आता गैरसमज दूर झाला.'' दारू कधीकधी चांगली कामे करते याचा आज मला प्रत्यय येत होता.

''ते साहजिकच आहे. तुमच्या जागी मी असतो तर मलाही तसंच वाटलं असतं. पण माझी एक चूक झाली की मीही या गोष्टी तुम्हाला विश्वासात घेऊन सांगितल्या नाहीत. त्याबद्दल मी तुमची माफी मागतो.''

''नाही यार, माफी कसली मागतोस! हे तर चालूच असतं प्रत्येक ऑफिसमध्ये, उलट तू आपल्यातले गैरसमज दूर केलेस. अशी ट्रान्स्परन्सी हवी आपल्यात.'' हे म्हणताना उम्याचा चेहरा उजळला होता.

''थँक्स यार उमाकांत, मकरंद, तुम्ही दोघांनी मला समजून घेतलंत आणि ऑफिसमध्ये केलेल्या मदतीबद्दल पण थँक्स. सहसा कोणी मदत करत नाहीत म्हणून म्हटलं.'' आनंदला एकदम भरून आलं. एरवी असं झालं नसतं, पण बिअरच्या अंमलामुळे हे घडून आलं होतं.

''अरे, यार आनंद, वेडा आहेस काय? थँक्स काय बोलतोस? मित्रच मित्रांना समजून घेणार ना! आणि आपण एकदा का दोस्ती केली की शेवटपर्यंत निभावतो.'' उम्या समजावणीच्या सुरात म्हणाला.

''हो, चल हस बघू आता.'' मी त्याला म्हणालो.

''चलो, इसी बात पे चिअर्स हो जाय.'' असं म्हणत तिघांनी आपले कॅन उंचावले. 'टू अवर न्यू फ्रेंडशिप' तिघांनी बिअरचे कॅन तोंडाला लावले. तिघांच्याही बिअर संपल्या, तशा तिघांनी एकमेकांना मिठ्या मारल्या. तणाव एका क्षणात नाहीसा झाला. कलुषित झालेली मनं आनंदली. आता मैत्रीचा नवा अध्याय सुरू होणार होता. याआधी साधी मैत्री होती, आता मात्र दोस्ती झाली.

घाटे बीचवरच्या आमच्या लेट नाइट बिअर पार्टीमुळे जादूची कांडी फिरावी तसा बदल झाला तो म्हणजे आनंदमध्ये! आधीचा शांत, मितभाषी, स्वत:च्याच विचारात असणारा आनंद आता दिलखुलासपणे आमच्याशी बोलू लागला, थट्टामस्करी करू लागला. उमाकांतला उम्या आणि मला मक्या म्हणू लागला. उम्याने आणि मी निरपेक्ष भावनेने केलेली मदत त्याला फारच भावली होती. नेहमीच इतरांकडे स्पर्धेच्या दृष्टिकोनातून पाहणारा आनंद बदलला होता. मैत्रीचा नव्याने शोध त्याला लागला होता. हा त्याच्यातला बदल ऑफिसमध्येही लोकांना जाणवला.

“रणदिवेसाहेब मोठ्या खूशीत दिसतायत. लग्नबिग्न ठरलाव का काय?” शिगवणने सुद्धा आम्हाला विचारलं. त्यावर उम्या म्हणाला, “त्यांना एक पोरगी पटली आहे, साहेब प्रेमात पडलेत.” हे शिगवणला खरं वाटलं आणि तो अधूनमधून उगाचच मिश्कील चेहऱ्याने आनंदकडे पाहू लागला.

ऑफिसमध्ये कामातसुद्धा काही महत्त्वाचं असेल तर तो उम्याला आणि मला सांगू लागला. काही चुका होत असतील तर साहेबांकडे जायच्या आधीच सांगू लागला, आणि काही परस्पर सुधारू लागला. साहेबांच्या समोर आमची उघड उघड पाठराखण करू लागला. त्यामुळे साहेबसुद्धा थोडेसे गोंधळात पडल्याचं मला जाणवलं. एखाद्याला जास्त काम असेल तर बाकीचे त्याला मदत करू लागत त्यामुळे ऑफिसमधलं आमचं काम अधिक वेगात आणि अचूक होऊ लागलं होतं. चुका काढता येत नाहीत त्यामुळे साहेबही आतल्या आत चरफडत होते. मोकाशीबाईंनी तर आमचं नामकरण 'त्रिदेव' असंच केलं होतं. एकत्र राहत असल्यामुळे साहजिकच आम्ही ऑफिसात एकत्रच यायचो आणि आलो की शिगवण ओरडायचा, आले, त्रिदेव आले. नशीब त्रिदेव फिल्मचे 'पाप से धरती फटी... फटी...' वगैरे डायलॉग म्हणायचा नाही.

एकूणच मजेशीर दिवस चालले होते. ऑफिसचे कलिग न राहता आम्ही एकमेकांचे घट्ट मित्र झालो होतो. ऑफिस एकच आणि एकत्रच राहत असल्याने आम्ही चोवीस तास

संध्यानंद

एकमेकांसोबत असायचो. ऑफिसमध्ये कामं पटापट संपवून आम्ही टाइमपास करायचो, जेवायला दुपारी बाहेर गेलो की दोन-अडीच तासांनीच ऑफिसला परत यायचो. कामं वेळच्या वेळी होत असल्याने आमच्या अशा वागण्यावर कोणीच आक्षेप घेऊ शकत नव्हतं. ऑफिसला ही अवस्था तर घरी काय सांगावं. नुसता धिंगाणा! आमचं दुसरं कॉलेज लाइफ सुरू झालंय असं वाटू लागलं.

"तुम्ही वरच्या मजल्यावर राहायला आलात काय?" एक पन्नास-पंचावन्न वयाच्या, डोळ्याला चश्मा असणाऱ्या बाई आम्हाला विचारत होत्या. त्या वेळी आम्ही आमच्या दरवाज्याच्या कुलपाची चावी तिघांपैकी कोणाकडे आहे? यावर भांडत होतो. त्या बाईंच्या प्रश्नाने आम्ही शांत झालो.

"हो, मागच्याच महिन्यात आलो राहायला." आनंद त्या बाईंना म्हणाला.

"हो का? आपलं नाव?"

"मी आनंद, हा मकरंद आणि हा उमाकांत." आनंदने आमची पण ओळख करून दिली. मी आणि उम्याने तोंडदेखलं हसून त्यांना नमस्कार केला.

"तुम्ही कॉलेजमध्ये आहात की कसं?"

"नाही, आम्ही जॉब करतो."

"तिघेही?"

"हो."

"कुठे? कोणती कंपनी?" त्या बाईंनी प्रश्नांची सरबत्तीच सुरू केली. मला तर असा कंटाळा आला होता. मनात आलं की त्या बाईंना सरळ सांगावं की, "ओ, बाई तुमचा आणि आमचा कसलाही संबध यापूर्वी नव्हता आणि पुढेही येणार नाही. का उगाच डोकं खाताय?" पण मला तेव्हा काय माहीत होतं की माझे हे विचार करणे किती फोल होतं ते...

"कंपनी नाही, महाराष्ट्र शासन." आनंदच्या उत्तराने मी भानावर आलो. 'महाराष्ट्र शासन' हा शब्द ऐकल्यावर त्या बाईंनी त्यांच्या चश्म्यापेक्षा मोठे डोळे केले.

"अरे वा! म्हणजे गव्हर्नमेंटमध्ये का?"

"हो."

आम्ही गव्हर्नमेंटमध्ये काम करतो हे कळल्यावर त्या बाईंच्या डोळ्यात आमच्याविषयी आदर आणि आश्चर्य यांचं मिश्रण दिसलं.

"काय हो? कसे काय लागलात गव्हर्नमेंटमध्ये?" या विचारण्यामागे त्या बाईंचा वेगळाच उद्देश दिसला. जणू काही आम्ही काहीतरी झोल करून सरकारी नोकरी मिळवली होती.

"डिपार्टमेंटची परीक्षा होती ती पास झालो, त्यानंतर इंटरव्ह्यू असतो तो

पास झालो, आणि मग आमची निवड झाली.'' उम्या म्हणाला, त्यालाही कदाचित त्या बाईंनी विचारलेल्या प्रश्नाचा रोख कळला असावा.

''ओ... अच्छा. स्पर्धा परीक्षांचा अभ्यास केला होतात तर. इथे कोणत्या पदावर आहात?'' या बाई तर आमच्या तिघांचीही कुंडली काढायच्या विचारात दिसत होत्या. तरी एक बरं होतं की, त्या सर्व प्रश्न आनंदलाच विचारत होत्या, आम्ही आपले मागे हाताची घडी घालून उभे होतो आणि जाम वैतागलो होतो. पण मधेच त्या बाई आमच्याकडेही पाहत होत्या; त्यामुळे उगाचच खोटं खोटं हसू चेहऱ्यावर आणायला लागत होतं.

''मी वरिष्ठ लिपिक आणि मकरंद आणि उमाकांत कनिष्ठ लिपिक...'' आनंदने आमच्या पदांचीही नावे सांगितली. प्रथमच मला या सर्वांपेक्षा कनिष्ठ असल्यासारखं वाटू लागलं.

''अरे वा!'' त्या बाई म्हणाल्या. आता वरिष्ठ लिपिक आणि कनिष्ठ लिपिक या पदामध्ये 'अरे वा' म्हणण्यासारखं काय आहे? पण त्या बाईंची आमच्याबद्दलची स्तुती चालूच होती.

''आमच्या संध्याला मी किती वेळा सांगते की बाई स्पर्धा परीक्षांचा अभ्यास कर, अभ्यास कर, गव्हर्नमेंटमध्ये असलं की काही टेन्शन नसतं. नाही का?'' त्या बाई म्हणाल्या. जणू काही गव्हर्नमेंट आम्हाला फुकट पगार देत होतं.

''हो, तेही आहेच!''

''तुम्ही सांगाल का काही माहिती? म्हणजे फॉर्म कधी सुटतात? परीक्षा कधी असते? काय काय अभ्यास असतो? वगैरे वगैरे'' त्या बाई म्हणाल्या. आता हे स्पर्धा परीक्षा पुराण किती वेळ चालेल कुणास ठाऊक? ऑफिसवरून दमून-भागून आम्ही आलो होतो. कंटाळा आला होता, पण आनंद मात्र का कुणास ठाऊक अगदी उत्साहात येऊन त्या बाईंशी बोलत होता. मला आणि उम्याला जाम वैताग आला होता.

''तुम्ही एक काम करा. एमपीएससीची वेबसाइट आहे, तिच्यावर तुम्हाला सगळी माहिती मिळेल.'' उम्या त्या बाईंना कटवण्याच्या उद्देशाने म्हणाला. त्यावर आनंदने त्याच्याकडे तुसडेपणाने पाहिलं आणि लगेच त्याला उद्देशून म्हणाला,

''अरे उमाकांत, त्यांना वेबसाइट वगैरे कसं समजेल? त्यांना नीट समजावून सांगितलं पाहिजे.''

''बरं ठीक आहे, तू मला घराची चावी तरी दे.''

''माझ्याकडे नाही.'' आनंद म्हणाला. त्याच्या बोलण्यावरून त्याला आमच्यापेक्षा त्या बाईंशी बोलण्यात जास्त रस असावा असं आम्हाला वाटून गेलं. मलाही

कंटाळा आला होता. चावी आमच्या दोघांकडेही नव्हती म्हणजे ती नक्कीच आनंदकडे होती, पण आता त्या बाईंसमोर त्याला काहीही बोलण्यात अर्थ नव्हता. आम्ही हताश चेहऱ्याने त्या दोघांचा संवाद नाइलाजाने ऐकत उभे राहिलो.

इतक्यात एक तरुण मुलगी जीना चढून वर आली. तिने अगदीच शॉर्ट पँट आणि टाईट टी-शर्ट घातला होता. ओठांवर डार्क रंगाची लिपस्टीक आणि डोक्यावरच्या केसांच्या बटा कलर केलेल्या होत्या. चेहऱ्यावर अत्यंत मादक हास्य घेऊन ती तरुणी आमच्या जवळ येऊन उभी राहिली. ती आनंदला जवळजवळ चिकटूनच उभी राहिली. ही तरुणी संध्या आहे हे कळायला आम्हाला क्षणाचाही विलंब लागला नाही.

"ही संध्या, माझी मुलगी. बी.कॉम झाली आहे. सध्या जॉब शोधतेय," संध्याबाईंच्या आईसाहेब म्हणाल्या. "हाय..." म्हणत तिने आनंदचा हात हातात घेतला. आनंदला लहानसा करंट बसल्यासारखा तो जागेवरच उडाला. उम्याने माझ्याकडे गंमतीने बघितलं. आमची चांगलीच करमणूक होत होती. पुराण काळात ऋषी मुनींचा तपोभंग करण्यासाठी अप्सरा यायच्या, अगदी तसाच फील आला संध्याकडे बघून...

"आमचा आनंद रोज स्पर्धा परीक्षांचा अभ्यास करतो, बरीच पुस्तकं पण आहेत त्याच्याकडे आणि तो एमपीएससीची पूर्व परीक्षा सुद्धा पास झालाय." उभ्या मध्येच म्हणाला. समोरच्या बाईंना हवा असलेला धागा मिळाला.

"हो का? अरे वा! मग आमच्या संध्यालाही सांगा ना कसा अभ्यास करायचा ते."

आनंदने उम्याकडे एक जळजळीत कटाक्ष टाकला. पण लगेच समोरच्या बाईंकडे बघून उसनं हास्य आणून म्हणाला, "हो, ठीक आहे. मी सांगते कसा अभ्यास करायचा ते..." आनंद असं म्हणाल्यावर संध्याने आनंदचा हात पुन्हा हातात घेतला, "खरंच! कधीपासून सुरू करूयात अभ्यास..."

"मी... मी सांगतो ना. नंतर बोलू," म्हणत त्याने आपला हात सोडवून घेतला. खिशात चाचपल्यासारखं केलं आणि चावी बाहेर काढली, "अरे, माझ्याच खिशात होती चावी. चला येतो आम्ही." म्हणत तो कुलूप उघडू लागला.

"ठीक आहे. काही लागलं तर सांगा बरं का! लाजू नका. आम्ही इथेच खालच्या मजल्यावर राहतो."

"हो हो धन्यवाद!" म्हणत आम्ही रुममध्ये आलो. दरवाजा बंद केला आणि जो हास्याचा स्फोट झाला! आनंद वैतागून आमच्याकडे पाहत होता.

“उम्या तुला नस्ता शानपणा कोणी करायला सांगितला रे?” आनंद चिडला होता. आमचं हसणं चालूच होतं. त्याने उम्याला एक फाईट लावून दिली.

“तुलाच त्यांना मदत करायची होती ना. कर ना कर मदत आता.” मी हसत म्हणालो.

“नाय कायपण बोल मक्या. जोडा कसा शोभून दिसतोय किनाय? फुल्ल रंभा-मेनकाच आहे रे. भलतीच हॉट आहे.” उम्या म्हणाला. मी त्याला दुजोरा दिला.

“एवढं वाटतं तर तूच शिकवना तिला. माझ्या गळ्यात कशाला मारतोय?” आनंद म्हणाला.

“मी कशाला गळ्यात मारू? तीच तुझ्या गळ्यात पडते की नाय बघ!” उभ्या हसत हसत म्हणाला.

“मजा आहे बाबा एका माणसाची! आता रोज सकाळ-संध्याकाळ शिकवणी. आता रोज नुसता संध्यानंद!” मी आणि उभ्या जोरजोरात हसत सुटलो.

मांडवीला न चुकता हजेरी लावणं जणूकाही नियमच होऊन बसला होता. कधी ऑफीसमधून लवकर सुटलं किंवा सुट्टीच्या दिवशी संध्याकाळी आम्ही मांडवीलाच पडीक असायचो. स्वच्छ, मोकळी हवा, समोर अथांग पसरलेला समुद्र, त्यात चांगले चांगले चेहरे दिसायचे, मन कसं प्रसन्न होऊन जायचं. माणसाच्या आयुष्यातला सगळ्यात सुंदर काळ म्हणजे बॅचलर लाइफ! कॉलेजमध्ये फुटलेल्या पंखांना बॅचलर लाइफमध्ये बळ मिळतं, कारण आता तुम्ही कमावते झालेले असता. स्वत: कमावलेले पैसे स्वत: खर्च करण्यासारखा दुसरा आनंद नाही. असं सारखं मांडवीला जाऊन जाऊन आता बरेचसे चेहरे ओळखीचे झाले होते. एखाद्या खगोलशास्त्रज्ञाने नव्याने शोधलेल्या ग्रहाला किंवा ताऱ्याला विशिष्ट नाव द्यावं तसं उम्या आणि आनंदने तर तिथे फिरायला येणाऱ्या मुलींचे बारसं सुद्धा करून टाकलं होतं. म्हणजे जी मुलगी मांडवीला जास्त वेळा दिसायची ती झाली पडीक नंबर १, त्यानंतर पडीक नंबर २, काही फक्त जीन्स टॉपमधेच असायच्या त्यांना फिरंगी, काही पंजाबी ड्रेसवाल्या पंजाबी, एक जण स्कूटी घेऊन यायची तिला स्कूटी नाव देऊन टाकलं होतं. अशी बरीच मोठी यादी त्या दोघांनी केलेली होती. त्यांच्या बोलण्यात त्यानुसार मुलींचे संदर्भ येत आणि त्या दोघांना ती बरोब्बर समजत होती. 'आज पडीक नंबर ३ मला बाजारात दिसली' किंवा 'स्कूटीला कुणाच्या तरी बाइकवरून जाताना पाहिलं,' या असल्या गप्पा दोघांच्या चालत. मला मात्र काहीही कळत नसे. पण त्यांच्या गप्पा ऐकण्यात मजा यायची. मी मांडवीला त्या जेटीच्या पाण्यात गेलेल्या शेवटच्या टोकावर जाऊन बसण्यासाठी येत असे. खूप शांत शांत वाटतं इथे बसायला. आनंद आणि उम्या मला इथे सोडून मांडवीभर फिरायचे.

"काय साहेब, कसं काय चालू आहे?" मागून ओळखीचा आवाज आला. तो जेटीवर फिरणारा नेहमीचा चणेवाला होता. मी चेहऱ्यावर औपचारिक हास्य आणलं. त्याच्या पहिल्या भेटीत जेवढा वाटला

ओळख

तेवढा तो काही उद्धट नव्हता. मी त्यानंतर दोन-तीन वेळा मांडवीला आलो त्या वेळी ओळखीचा माणूस भेटल्यावर एखादा जसं बोलेल तसं तो बोलला, त्या वेळी त्याने लांबूनच खूशाली विचारली आणि लगेच निघून गेला होता. पण आज, 'चणे देऊ का? गरम आहेत मस्त.' का कुणास ठाऊक त्याने अगदी अदबीत विचारलं. थोडा विचार करून माझा हात आपोआप खिशाकडे वळला. त्याने चणे भरलेली सुरळी माझ्या हातात दिली. मी एक चणा तोंडात टाकला.

"कसे आहेत?" त्याने लगेच विचारलंच.

"मस्त!" माझ्या उत्तरावर त्याचं समाधान झालं. तो थोडा वेळ तिथेच गाणं गुणगुणत उभा राहिला. "तुमचं नाव काय?" मी विचारलं.

"माझं नाव?" त्याने खात्री करून घेतली. मग म्हणाला, "राजू. राजू मयेकर.. आणि तुमचं?" त्याने विचारलं. मी त्याला माझं नाव सांगितलं.

"राहता कुठे?" मी विचारलं.

"यो काय, पलीकडं माझा गाव." त्याने समुद्राच्या बाजूला डोंगराच्या पायथ्याशी असलेल्या छोट्याशा वाडीकडे बोट दाखवलं. माडांच्या गर्दीत लपलेली काही कौलारू घरं दिसत होती. किनाऱ्यावर लहान लहान होड्या लाटांवर डोलत होत्या. काही घरांतून धूर निघत होता, रात्रीचं जेवण बनवणं चालू असावं.

"छान आहे हो तुमचं गाव. नशीबवान आहात. समुद्रकिनारी राहता ते!" मला त्याच्या त्या टुमदार गावाचा हेवा वाटला.

"रोजचाच समुद्र तो, त्यात काय नवीन हो, कंटाळा येतो रोज रोज बगून." तो बेफिकिरीने म्हणाला.

"तुम्हाला रोजचा असेल, पण आमच्यासारख्यांना नाही ना."

"तुम्हाला समुद्र आवडतो काय?"

"खूप! त्यावरून येणारा खारा वारा तर जास्तच!"

"हं, मी बऱ्याच वेळेला तुम्हाला पाहिलंय, इथंच बसलेले असताव. एवढे कसले विचार करताव?" त्याने चणे सुरनळीत भरत विचारलं.

"काही नाही. मला आवडतं इथे बसायला. बरं वाटतं." मी म्हणालो.

"तसा आमचा हा मांडवीचा किनारा हायच भारी! मोप लोक येतात." तो म्हणाला.

"तुम्ही दिवसभर इथेच असता का?" काहीतरी विचारायचं म्हणून मी विचारलं.

"दिवसभर इथं बसून काय करायचंय, संध्याकाळी येतो फक्त. संध्याकाळचीच गर्दी होते ना इथं." तो म्हणाला, त्यावर मी समजुतीने मान हलवली. पुढे आणखी काही बोलावं असं मला वाटेना. त्याच्याशी बोलण्यासारखं असं काय

असणार आहे म्हणा! मी समोर बघत चणे खाऊ लागलो.

"तुम्हाला एक विचारू का? नाय म्हंजे तुमची हरकत नसेल तर..." तो म्हणाला. मी मानेनेच होकार दिला. "तुम्ही टेन्शनमध्ये हायेत का कसल्या?"

"नाही, पण तुम्हाला असं का वाटलं...?"

"बऱ्याच वेळेला तुम्हाला एकटंच बसलेलं पाहिलंय म्हणून विचारलं." तो म्हणाला.

"नाही, आणि मी एकटा नाही, माझे मित्र तिकडे भेळ खायला गेलेत, येतील थोड्या वेळाने."

"तुम्हाला नाय आवडत भेळ?" त्याने तिरकसपणे विचारलं. मी त्याला उत्तर द्यायचं टाळलं. समोर समुद्राकडे बघून चणे खाऊ लागलो.

"गोष्टी कदी कदी मनासारख्या होत नाहीत हे खरंय, पण आपण निराश होऊन का राहायचं?"

"कोणी सांगितलं तुम्हाला की मी निराश झालोय ते? असं काही नाही." हे बोलताना का कुणास ठाऊक माझा आवाज थोडा चढला. त्यावर तो समजुतीने हसला. मला त्याच्या तशा हसण्याचाही राग येऊ लागला. "तुम्हाला माझ्याबद्दल काही माहीत नाही, तेव्हा कसलेही निष्कर्ष काढू नका."

"सॉरी, तुम्हाला राग आला असंल तर माफ करा, पण मला सहज जे दिसलं ते बोललो." तो म्हणाला. मला आधी त्याचा वैताग आला, पण नंतर वाटलं एखादी तिऱ्हाईत व्यक्ती आपल्याबद्दल असा निष्कर्ष कसा काय काढू शकते? आपल्यात काही बदल झालाय का? उम्या आणि आनंद तिकडे मजेत मुली बघत फिरतायत, तसं मला का वाटत नाही? मला या इथे एकटंच बसावसं का वाटतंय? खरंच मला नैराश्य आलंय का? की मी त्या वाटेवर आहे? एकदा त्या चणेवाल्याकडे पाहिलं. तो माझ्याकडेच पाहत होता, जणूकाही तो माझ्या मनाचा ठाव घेत होता.

"मला नैराश्य आलंय असं का वाटतंय तुम्हाला?" मी शांतपणे त्याला विचारलं.

"सहज वाटलं म्हणून बोललो. तुम्हाला खरं सांगू का, गेली तीन-चार वर्षे मी या जेट्टीवर चणे विकतोय. इतकी माणसं बघतोय रोज की त्याला हिसाब नाय. आनंदी, दुःखी, रागावलेली, शांत, अशी कितीतरी प्रकारची माणसं रोज बघतो मी. नकळत ही सवयच लागलीय मला. माणसांचे चेहरे, त्यावरचे हावभाव बघायला मला आवडतं. त्यामुळे मला असं वाटलं की तुम्ही कसल्यातरी विचारात असता." तो म्हणाला, त्याने केलेल्या या खुलाशावर काय बोलावं ते मला कळेना. मी तसाच समुद्राकडे बघत बसलो. एक उसासा टाकला आणि

औपचारिक हास्य आणून त्याच्याकडे पाहिलं.

“तुम्हाला खरं सांगू का, आयुष्य एवढं सिरियस होऊन जगण्यात काय पण फायदा नाय.”

“अच्छा! मग कसं जगायला पाहिजे?”

“मजेत राहायचा, मस्त राहायचा, खायचा, प्यायचा, काय टेन्शन नाय. वाईट झाला तरी वाईट वाटून घ्येयाचा नाय. येईल तो दिवस आपला म्हनायचा अन् आनंदात घालवायचा, काय हाय त्यात.” तो बेफिकिरीने म्हणाला. मला त्याच्या या असल्या बोलण्याची गंमत वाटली आणि हसायला आलं.

“बगा, आता कसं वाटल्यान, मस्त का नाय! असंच हसत ऱ्हावा.”

“तुम्हाला खरं सांगू, तुम्ही जे म्हणालात की मी असा एकटा एकटा बसतो, त्यात थोडं तथ्य आहे. मला आयुष्यात जे हवं होतं ते काही मिळवता आलं नाही, त्यामुळे असेल कदाचित. काही अपेक्षा असतात, काही स्वप्नं असतात, ती पूर्ण नाही झाली तर थोडं फार वाईट वाटत राहणारच.”

“स्वप्नं मोप असतात मानसाची, इच्छांना तर मर्यादा नसते, आता हेच बघा, ही कागदाची सुरनळी म्हणजे आपलं आयुष्य आणि या टोपलीतले चणे म्हणजे आपल्या इच्छा, अपेक्षा, स्वप्नं आहेत असं समजा. तर या सुरनळीत या टोपलीतले सगळे चणे मावतील का? तुमीच सांगा, नाय का नाय, तसंच आपलं आहे, आपली स्वप्नं खूप आहेत, सगळी तर पूर्ण नाय होणार, मग जी स्वप्नं पूर्ण झालीत, भलेही छोटीशी का असेनात, त्यात तर आपण आनंदी राहू शकतो ना!” तो म्हणाला. मी एकदा त्याच्याकडे पाहिलं, एक चणे विकणारा माणूस एवढं फिलॉसॉफिकल कसं काय बोलू शकतो?

“हं.. पॉइंट आहे.” मला पटलं त्याचं म्हणणं.

“आपण पॉइंटशिवाय बोलतच नाय साहेब...”

“साहेब म्हणू नका, मी साधा माणूस आहे. मकरंद म्हणा.” मी म्हणालो

“मला पण अहो जाहो करू नका, मग राजू म्हणा फक्त. सगळे त्याच नावाने हाक मारतात.” असं म्हणत त्याने शेकहॅन्डसाठी हात पुढे केला. बोलण्यात या माणसाला कोणी हरवू शकणार नाही. मी त्याच्याशी हात मिळवला.

‘चला मी निघतो, माझी ही जुनी खोड आहे, कुठे गप्पा मारीत बसलो की बसलो. चला, येतो.’ म्हणत त्याने आपली चण्याची टोपली उचलली आणि आनंद फिल्ममधलं गाणं गाऊ लागला,

जिंदगी, कैसी है पहेली हाये...
कभी तो हसाए, कभी ये रुलाए...

ऑफिसमधून दमूनभागून संध्याकाळी सात वाजता आम्ही तिघेही घरी आलो. आज महिनाअखेर असल्याने भरपूर काम होतं, त्यामुळे तिघेही जाम वैतागलो होतो. उम्या तर उघडाबंब होऊन फरशीवर आडवा झाला होता. त्याच्या हातात टीव्हीचा रिमोट होता. समोर टीव्ही पाहताना रिमोटवर त्याचा फक्त अंगठा चाले. रिमोटची त्याच्या हाताला इतकी सवय झाली होती की तो पाहिजे ते चॅनेल बरोबर लावत होता. कधी ५७, कधी २४. कधी १८. ऑफिसमधून आल्यावर आनंद नेहमीप्रमाणे आंघोळीला गेला. मी आपलं उम्या जे चॅनेल सेकंदापेक्षाही कमी वेळेत पाहून बदलत होता, ते निमूटपणे बघत होतो. शेवटी एका गाण्याच्या चॅनेलवर तो थांबला. कदाचित ते गाणं त्याच्या आवडीचं असल्याने तो ते बघत बसला. इतक्यात दारावरची बेल वाजली. ''आता यावेळेला कोण तडमडलंय?'' हा विचार आमच्या दोघांच्याही मनात आला. मी कंटाळवाण्या नजरेनेच उम्याला 'दार उघड' असं खुणावलं. उम्याही महद्‌कष्टाने उठला. पिन होलमधून बघितलं आणि तो उडालाच. इकडेतिकडे पळापळ करायला लागला.

''अरे काय झालं? कोण आहे?'' मला तर भीती वाटली की आमचा ऑफिसचा साहेबच आला की काय? परत काहीतरी काम लागणार.

''अरे उठ उठ. कपडे घाल. माझा टी-शर्ट कुठे आहे?'' उम्या घाईघाईत बोलत होता. आता तर माझी खात्रीच पटली की ऑफिसमधलंच कोणीतरी या वेळी तडमडलंय म्हणून. उम्याने थोडासा पसारा आवरल्यासारखं केलं. मीही शर्ट घातला आणि दरवाज्यापलीकडे कोण असेल याचा विचार करीत उभा राहिलो. उम्याने दार उघडलं - तर समोर साक्षात संध्याबाई उभ्या होत्या. चेहऱ्यावर तोच पावडर लावल्याने झालेला करडा रंग आणि दातांची खिडकी दाखवत संध्या उभी होती. ऑफिसचाच काय पण हेडऑफिसचा साहेब जरी आला असता तरी चाललं असतं, पण ही बया नको रे बाबा.

''तुम्हाला डिस्टर्ब तर नाही ना केलं?'' संध्या स्मितहास्य करत विचारत होती.

''अरे, नाही आम्ही टीव्हीच

मास्तर

बघत होतो. ये ना, आत ये.'' उम्याने तिला आत यायला सांगितलं आणि दरवाजा मग मुद्दामच उघडा ठेवला. संध्याच्या हातात कसलीशी वही दिसत होती.

''बस ना. तू इकडे कशी काय?'' मी काहीतरी विचारायचं म्हणून विचारलं...

''तुमचा गायडन्स घ्यायला आलेय. एमपीएससीचा अभ्यास कसा करायचा ते. तुम्ही करता ना अभ्यास?'' ती आमच्या दोघांकडे पाहत म्हणाली. संकटं ही कधी आपल्याला सांगून येत नाहीत हेच खरं! आता या संकटावर मात करता येणार नव्हती. पण त्यापासून दूर पळता येणं शक्य होतं, आता सुटका करायची म्हणजे कुणाचा तरी बळी देणं गरजेचं होतं. मी उम्याकडे पाहिलं तर तोही असाच काहीतरी विचार करतोय असं मला वाटलं. त्याच वेळी आनंदच्या अनुपस्थितीचा आम्ही फायदा उचलला.

''नाही, आम्ही नाही करत अभ्यास. आमचा तिसरा पार्टनर आहे, आनंद... तो करतो अभ्यास. तो मुंबईला क्लासेसमध्ये शिकवायचाही.'' उम्याने आमच्यावर येऊ पाहणारं संकट अलगद आनंदवर ढकलून दिलं.

''तो एमपीएससीची प्री परीक्षा पण पास झाला आहे. तो तुला चांगला गाईड करेल.'' उम्याने लावलेल्या आगीत मीही थोडं तेल ओतलं.

''अरे वा! हो का? पण ते दिसत नाहीत. कुठे बाहेर गेले आहेत का?' संध्याने विचारणा केली.

''नाही, तो वॉश घेतोय. स्वच्छतेची त्याला भारी आवड. कधीकधी तीन-चार वेळाही अंघोळ करतो.'' उम्या त्याच्या मूळ स्वभावावर आला की काहीही बडबडतो. इतक्यात आनंद कमरेला टॉवेल लावून बाथरूममधून बाहेर आला. त्याला बहुतेक माहीत नव्हतं बाहेर कोण आलं आहे ते, त्यामुळे तो बिनधास्त बाहेर आला. संध्याला पाहून जोरात भूत पाहिल्यासारखा ओरडला आणि आतल्या खोलीत पळाला. संध्याने त्याच्या त्या अर्धनग्न शरीराकडे पाहिलं आणि भलतीच लाजली. उम्या मिश्कीलपणे माझ्याकडे बघत हसत होता.

''बघ, मी म्हटलं नव्हतं? भलताच स्वच्छंदी माणूस.'' उम्या संध्याकडे बघत म्हणाला. ''स्वच्छता राखणारा'' म्हणजे ''स्वच्छंदी'' हा मराठी भाषेतला नवीनच शब्दार्थाचा प्रकार मला उम्याच्या तोंडून ऐकायला मिळाला. संध्याबाई लाजत हसल्या. आता या उम्याला काय बोलणार.

आनंद आतल्या खोलीत गेला होता त्याला बराच वेळ झाला. त्याला इतका वेळ का लागतोय हे पाहण्यासाठी मी आत गेलो, तर हा आतच बसलेला.

''अरे आत काय करतोयस? ती संध्या आली आहे तुला भेटायला.'' खरंतर मला हे सांगताना हसायला येत होतं, पण मी तसं चेहऱ्यावर दाखवलं नाही.

"मला? मला कशाला? मी नाही म्हणून सांग." आनंद वैतागून म्हणाला.

"अरे, सांग काय शाण्या? मघाशी जोरात ओरडून तूच आत पळालास ना? तिने बघितलं तुझ्याकडे, आणि तुझ्या उघड्या शरीराकडे. लाजली ती तुझ्याकडे बघून!" मला आता हसायला यायला लागलं.

'च्या आयला! त्या बयेचं माझ्याकडे काय काम आहे गळेपडू पोरगी आहे रे ती."

"मला काय माहीत? तूच विचार, चल ती बाहेर वाट पाहतेय." मी आनंदला हाताने खेचत म्हणालो

"साल्यांनो, तुम्ही दोघांनी काहीतरी किडेगिरी केलेली दिसतेय. मला लटकवलंत तुम्ही." आनंद माझ्याकडे संशयाने बघत म्हणाला आणि खाटकाच्या मागून चालणाऱ्या बकऱ्यासारखा हळूहळू माझ्या मागे चालत बाहेर आला.

तो बाहेर आलेला पाहून संध्याने स्मितहास्य केलं. आनंदलाही मग खोटं खोटं हसावं लागलं.

"हाय.." संध्या म्हणाली.

"हाय." आनंदही म्हणाला. "हाय..." मी मनातल्या मनात म्हणालो.

"माझ्याकडे काय काम होतं तुझं?" आनंद तुटकपणे म्हणाला.

"तुमचा गायडन्स घ्यायला आलेय...एमपीएससीचा अभ्यास कसा करायचा ते. हे सांगत होते की तुम्ही क्लासेस घेत होतात आणि एमपीएससीची प्री परीक्षाही पास झालात." संध्या आमच्याकडे बघत म्हणाली. आनंदने एक थंड कटाक्ष आमच्याकडे टाकला.

"संध्या, तू आणि आनंद इथे बसा. मला आणि मकरंदला जरा ऑफिसचं काम आहे. आम्ही आतल्या खोलीत बसतो. ओके?" उम्या आणि मी तिथून आत सटकलो. थोडा वेळ शांततेत गेला. नंतर आम्हाला त्यांचा आवाज स्पष्टपणे ऐकायला यायला लागला, आम्ही दाराला कान लावूनच बसलो होतो.

"तुम्ही कोणत्या क्लासमध्ये शिकवत होतात मुंबईला?' संध्या.

"मी? मी नाही? ॲक्च्युअली, माझ्या मित्राचा क्लास होता. मी तिथे कधीकधी लेक्चर्स घ्यायचो."

"वॉव. तुमचे मित्र म्हणाले की तुम्ही बऱ्याच परीक्षा पास झालात म्हणून." बिचारी संध्या काहीतरी विचारायचं म्हणून विचारत होती.

"हो पास झालोय, पण मी एकटा नाही. ते दोघेही पास झाले आहेत." आनंद आम्हाला असंच सोडणार नव्हता. तो काहीही सांगू लागला.

"अय्या हो? पण ते बोलले नाहीत." संध्याने आश्चर्याने विचारलं.

"अगं, खरंतर माझ्यापेक्षा त्या दोघांना जास्त मार्क आहेत." आनंद आता

पेटला होता. आम्ही आतून हे सगळं ऐकत होतो. आपण सोडलेला बूमरँग आपल्यावरच येऊन आदळणार की काय? आता लवकरात लवकर काहीतरी कृती व्हायला हवी होती नाहीतर आमचं काही खरं नव्हतं. इतक्यात उम्याच्या सुपीक डोक्यातून एक कल्पना निघाली. त्याने बाजूला पडलेलं गणिताचं पुस्तक उचललं आणि तसाच बाहेर गेला. मीही त्याच्या मागोमाग बाहेर गेलो. मी जर बाहेर गेलो नसतो तर त्या दोघांनी मिळून मलाच मास्तर म्हणून लटकवायला कमी केलं नसतं.

"अरे आनंद, जरा हे गणित कसं सोडवायचं ते सांग ना." उम्या त्याला म्हणाला. आनंदने ते पुस्तक जरा रागातच घेतलं, आणि पाहिलं. ते इतकं फालतू गणित होतं की पाचवीच्या मुलानेही सोडवलं असतं, पण आम्हाला वेळ मारून न्यायची होती. उम्याने चांगलीच शक्कल लढवली होती.

"तुम्ही आत जा. तुम्हाला नंतर सांगतो मी." आनंद आमच्याकडे 'बघून घेतो तुम्हाला,' अशा अर्थाने बघत बोलला.

"बघितलंस! आनंदला सगळं येतं. फारच हुशार आहे तो." उम्या संध्याकडे पाहून म्हणाला.

"आम्हाला काही अडलं की आम्ही त्यालाच विचारतो." मीही त्याच्या सरणावर एक लाकूड टाकले. संध्या आनंदकडे 'अरे वा!' असा चेहरा करून पाहू लागली.

"तुमचं चालू दे. सॉरी बरं का आनंद, तुला डिस्टर्ब केलं." मी त्याला म्हणालो. आम्ही त्या दोघांना तसंच सोडून आतल्या खोलीत पळालो. सुटकेचा नि:श्वास टाकला. आता आनंद पक्का 'मास्तर' झाला होता.

ऑफिस सुटल्यावर उम्या आम्हाला न सांगताच कुठेतरी गायब झाला.

“कुठे गेला रे तो?” आनंद विचारत होता.

“मला काही बोलला नाही, पण घाईत होता.” मी म्हणालो.

“मला जाम भूक लागली रे, चल ना काहीतरी मस्त खाऊ.” लहान मुलं भूक लागल्यावर करतात तसा चेहरा करून आनंद म्हणाला.

“चल. ‘द्वारका’मधे जाऊ, मस्त पावभाजी हादडू.” मी त्याला सुचवलं, तोही लगेच तयार झाला. ‘द्वारका’ हे उत्तम स्नॅक्स मिळणारं प्रसिद्ध हॉटेल आहे. कॉलेजमधल्या बऱ्याच मुलामुलींचं ते आवडतं ठिकाण आहे. एकतर तिथे बसण्याची व्यवस्था चांगली आणि क्राउडपण बरा असतो. ऑर्डर दिल्यानंतर मागवलेला पदार्थ बऱ्याच वेळाने येत असल्याने इकडेतिकडे बघत टाइमपास चालला होता. आम्ही दोघांनी ऑर्डर दिली आणि टाइमपास सुरू केला. आमच्या बाजूला एक कॉलेजचा, मुलामुलींचा ग्रुप होता. त्यांची कसलीतरी पार्टी होती बहुतेक. हसण्याखिदळण्याचा आवाज येत होता. मधेच त्यांचा गोंगाट वाढला, की त्या ग्रुपमधलं कोणीतरी इतरांना ‘शांत बसा’च्या सूचना करत होतं. आणि जर ग्रुपमधे मुलींचा समावेश असेल तर मुलांना भलताच चेव येतो. प्रत्येक जण मुलींवर इम्प्रेशन मारायचा आटोकाट प्रयत्न करताना दिसत होता. आपण किती ‘कूल’ आहोत हे जो तो दाखवत होता, आणि मुलीही लाडिकपणे बोलून त्यांना चेतवण्याचं काम करत होत्या.

“आयला या पोरांच्या! काय गोंधळ लावलाय.” आनंद वैतागलेला दिसला.

“जाऊ दे रे, दिवस आहेत त्यांचे. मजा करू दे.” मी त्या गोंधळ घालणाऱ्या मुलांची बाजू घेत म्हणालो.

“हा साला वेटर पण किती वेळ लावतोय?” आनंदला कदाचित जास्त भूक लागली असावी. तो वेटरच्या शोधात इकडेतिकडे बघू लागला.

फजिती

“आणेल रे तो. तोपर्यंत बाजूचा टाइमपास बघ की...” मी त्याला सुचवलं.

“कसला टाइमपास आयला, डोकेदुखी आहे नुसती. आता ती लाल ड्रेसवाली मुलगी बघ, उगाचच तोंडाचा चंबू करून बोलतेय मघापासून. या असल्या मुली बघितल्या की डोकंच फिरतं माझं! एक कानाखाली ठेवून द्यावीशी वाटते.” आनंदच्या या बोलण्यावर मला हसायला आलं.

“मग? कशा प्रकारच्या मुली आवडतात तुला?” मी योग्य प्रश्नाचा खडा टाकला.

“अरे मुली कशा पाहिजेत. शांत, सरळ, जास्त बडबड न करणाऱ्या.” आनंद बोलत असताना मी मधेच म्हणालो, “म्हणजे, संध्यासारख्या.” आणि मिश्कीलपणे त्याच्याकडे बघत राहिलो.

“हॅट! कसली गळेपडू मुलगी आहे रे ती! कपडे पण असले टाईट घालते की विचारायची सोय नाही. तुला सांगतो, असल्या मुली आणि त्यांच्या आया बकरेच शोधत असतात.” तो बोलत असताना मला हसायला आलं.

“पण खरं सांग, संध्याला बघायच्या आधी तुला वाटलं होतं की नाही, एखादी सोज्वळ मुलगी असेल?”

“हो ना यार! वाटलं होतं सरळ साधी मुलगी असेल. पहिल्या भेटीत इतक्या जवळ चिकटून कोणती मुलगी उभी राहील? मला तर तिची लक्षणं ठीक दिसत नाहीत. उम्याने तिला बरोबर ओळखलं असणार... त्यामुळे बरोबर माझ्या गळ्यात टाकलं तिला.” त्याच्या बोलण्यावर मला हसायला आलं. हसता हसता मी सहज हॉटेलच्या गेटकडे पाहिलं, तर उम्या आत येत होता आणि बरोबर कोणीतरी सुंदर तरुणी! मी आनंदकडे बघितलं आणि नजरेनेच 'मागे बघ' असं खुणावलं.

“अरे? हा बघ! आणि त्याच्याबरोबर ती पोरगी कोण आहे?” आनंद मला आश्चर्याने विचारत होता.

“आता मला काय माहीत? हा शाणा तिला भेटायलाच लवकर पळाला वाटतं ऑफिसमधून.”

“कशा काय पटवतो हा सुंदर सुंदर मुली?” आनंदच्या चेहऱ्यावर आश्चर्याचे भाव अद्यापही तसेच होते, आणि ते खरंही होतं. उम्याबरोबरची ही चौथी नवीन मुलगी आम्ही पाहत होतो.

“नशीबवान आहे. आणि मुख्य म्हणजे त्याच्याकडे ती कला आहे.” मी म्हणालो. उम्याने आत येताना आम्हाला पाहिलं नाही बहुतेक. आता इतकी सुंदर मुलगी बरोबर असताना तो आम्हाला कशाला पाहील? ते दोघे खिडकीपाशी चांगली जागा बघून बसले. त्यांनी वेटरला स्नॅक्सची ऑर्डर दिली आणि ते

बोलत बसले. उम्या मुलींबरोबर असला की इतका सभ्यपणे वागतो, की आमच्या बरोबर राहणारा 'दानव' हाच की कोणी दुसरा असा प्रश्न पडतो.

"मक्या, माझ्या डोक्यात एक भन्नाट आयडिया आलीय. जरा कान इकडे कर." आनंद गरम तव्यातल्या फुटाण्यासारखा उडत म्हणाला. त्याची आयडिया ऐकण्यासाठी मी कान केला.

"हाऽ हाऽ हाऽ हा. भारी आहे. गंमत करू, जिरवू जरा त्याची." आनंदची आयडिया खरंच मस्त होती. इतक्यात वेटरने आमची ऑर्डर आणली. खरंतर आता भूक राहिलीच नव्हती. आम्ही जास्त एक्सायटेड झालो होतो. आम्ही पटापट ते समोरचं संपवलं. उम्याच्या टेबलवरही त्याची ऑर्डर आली होती. उम्या त्या तरुणीशी बोलत असतानाच आम्ही त्यांच्या टेबलापाशी गेलो.

"नमस्कार साहेब." मी अगदी हात जोडून, कृतज्ञतापूर्वक उम्याला नमस्कार केला. उम्या आम्हा दोघांना पाहून चपापलाच. पण काहीच क्षण. त्यानेही लगेच नमस्कार केला. समोरच्या तरुणीमुळे तो आमच्याशी इमानदारीत वागत होता.

"नमस्कार वहिनी." आनंदने त्या तरुणीलाच नमस्कार घातला. तिला बिचारीला काय बोलावं तेच कळेना. ती एकदम गोंधळल्यासारखी आमच्याकडे आणि उम्याकडे पाहू लागली. उम्याचा चेहरा पाहण्यालायक झाला होता.

"अरे मूर्खा, या वहिनी नाहीत. मागच्या आठवड्यात भेटल्या ना, त्या वहिनी होत्या." मी आनंदवर खोटं खोटं रागावलो.

"काय?" त्या तरुणीच्या गोंधळात आता आश्चर्याची भर पडली आणि ती उम्याकडे प्रश्नार्थक नजरेने पाहू लागली.

"तू यांचं काही ऐकू नको, ते मस्करी करतायत." उम्या तिला समजावण्याच्या सुरात म्हणाला.

"तुझं लग्न झालंय का?" तिने संशयाने उम्याला विचारले.

"अगं तसं काही नाही..." उम्या बोलायचा प्रयत्न करत असतानाच आनंद मधेच तिच्याकडे बघत म्हणाला... "म्हणजे? परवाच्या पार्टीला तुम्हाला आमंत्रण नव्हतं का?"

"कोणती पार्टी?" ती बिचारी भलतीच गोंधळली होती.

"अहो साहेबांच्या मुलीच्या पहिल्या वाढदिवसाची पार्टी होती परवा. जेवण बाकी झकास होतं. व्हेज - नॉनव्हेज. दोन्हीही. शिवाय शेवटी आइस्क्रीम पण!" आनंद पार सुटला होता. नाटकातल्या ओव्हर ॲक्टिंग करणाऱ्या पात्रासारखा. उम्या आनंदकडे गोंधळमिश्रित रागात पाहत होता.

"धिस इज टू मच." त्या तरुणीच्या चेहऱ्यावरच्या गोंधळाची जागा आता रागाने घेतली. "मी हे काय ऐकतेय उमाकांत? मला फसवलंस तू."

"अगं, माझं ऐकून तरी घे." उम्या बोलण्याचा प्रयत्न करीत असतानाच ती भडकून म्हणाली. "आता काय सांगणार आहेस, की तुला मुलगी नाही म्हणून?"

"हो, खरंच नाही." उम्या तिला पोटतिडकीने सांगायचा प्रयत्न करत होता.

"साहेब, सॉरी बरं का? आम्ही चुकून या बाईसाहेबांसमोर वहिनींचा विषय काढला. आम्हाला वाटलं यांना माहीत असेल म्हणून." 'हे बोलत असताना मला खरंतर जाम हसायला येत होतं, पण चुकून जरी हसलो तर सगळंच मुसळ केरात जाईल, म्हणून मी महत्प्रयासानं ते रोखलं. माझ्या बोलण्याने ती तरुणी तर आणखीनच रागाने उम्याकडे बघू लागली. तिने तिच्या पर्समधून उम्याने नुकतंच तिला दिलेलं गिफ्ट बाहेर काढलं. "हे घे. तुझ्या बायकोला दे." असं म्हणत ते टेबलावर आपटलं आणि फणकाऱ्याने ती जाण्यासाठी निघाली. उम्याने आमच्याकडे एक भयानक कटाक्ष टाकला. 'बघून घेतो तुम्हाला' अशा अर्थाचा चेहरा त्याने केला. आणि "अगं थांब. अगं माझं ऐकून तरी घे." असं म्हणत तिच्यामागे बाहेर पळत गेला. "ओ साहेब. ओ साहेब." ओरडत बिचारा हॉटेलचा वेटर बिल घेऊन त्याच्या मागे पळत होता.

सोनगिरीतलं आमचं लाइफ खळाळणाऱ्या ओढ्यासारखं झालं होतं. मजा-मस्ती चालू होती. उम्याची फजिती आम्ही केली त्यानंतर तो आमच्यावर चांगलाच चिडला होता. काही दिवस बोलत नव्हता. लहान मुलासारखा फुगून बसला होता. त्यातही आम्ही त्याची खेचत होतो. उम्या असा माणूस आहे की त्याला जास्त वेळ अबोला धरता येत नसे. त्यालाही या प्रकारची गंमत वाटली होती. आणि नंतर ''एक मुलगी गेली तर काय झालं? तू अशा कितीतरी मुली पटवू शकतोस.'' असं म्हणत आनंदने त्याला हरभऱ्याच्या झाडावर चढवलं आणि स्वारी मूळ पदावर आली.

''मोहितेसाहेब, मोठ्या साहेबांनी आत बोलावलंय.'' ऑफिसात शिरल्या शिरल्या, शिगवणने मला सांगितलं

''काय काम आहे?''

''मला काय माहीत?'' शिगवणने खांदे उडवले. आत गेल्यावर साहेबांनी बसायला सांगितलं. मी बसलो. बसायला सांगितलं म्हणजे नक्की काहीतरी मोठं काम असणार...

''मोहिते, तुम्हाला गुहागाव माहीत आहे का?'' साहेबांनी प्रश्न केला. अरे देवा म्हणजे गुहागावला जायला लागणार की काय?

''नाही साहेब. कुठे आहे ते?'' मी साळसूदपणे विचारलं.

''अहो तुम्हाला गुहागाव माहीत नाही?'' साहेब आश्चर्यचकित झालेले दिसले. ''ठीक आहे'' म्हणत त्यांनी बेल वाजवली. 'चला बर झालं... एवढ्या लांब जायचा त्रास वाचला' मी मनात हा विचार करत असतानाच शिगवण आत आला.

''अं... शिगवण, मोहितेंना जरा गुहागावला कसं जायचं ते सांगा, आणि मोहिते, तुम्हाला आत्ताच निघावं लागणार आहे. या काही खूप महत्त्वाच्या फायली आहेत त्या गुहागावच्या

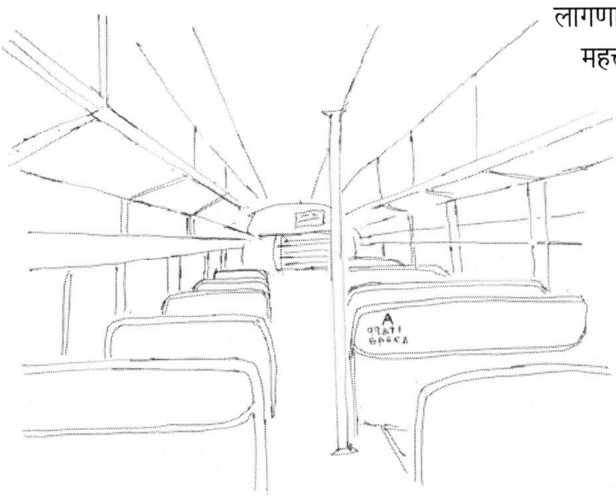

नंबर

आपल्या ऑफिसमधल्या फक्त सामंतसाहेबांनाच द्यायच्या.'' साहेब मला सांगत होते. 'आयला मरण काही चुकत नाही' खरंतर मला जायला काही अडचण नव्हती. सकाळी लवकर सांगितलं असतं तर मी आनंदाने गेलो असतो. एस.टी.ने ३-४ तास लागतात तिथे जायला. आणि संध्याकाळी परत यायला गाड्याही जास्त नाहीत. हाल होतात जिवाचे!...

''अं. साहेब, जावंच लागणार का? म्हणजे, सामंतसाहेब नसले तर?'' मी आपला शेवटचा प्रयत्न करून पाहिला.

''मी आत्ताच बोललोय त्यांच्याशी फोनवर. आहेत ते. तुम्ही निघा आता लवकर.'' साहेबांनी मला पिटाळलंच. 'आयला या साहेबाच्या, याला दुसरा कोणी भेटला नाही वाटत. चला मकरंदसाहेब, कामाला लागा,' म्हणत मी बाहेर आलो. उम्या माझ्याकडे बघत हसत होता. त्याने बहुतेक ऐकलं होतं सगळं. मी हताशपणे त्या फायली उचलल्या. शिगवण मला सांगत होता कसं जायचं ते.... मला माहीत होतं तरी ऐकत होतो. 'साला मीच कसं काय दिसतो याला? आता फायली पोहोचवणं काय माझं काम आहे? शिपाई मेलेत काय?' विचार करत मी बसस्थानकात पोहोचलो. माझ्या नशिबाने गुहागाव बस लागलेलीच होती आणि त्यात गर्दीही फार नव्हती. मी मस्त खिडकी पकडून बसलो. 'जाऊ दे च्या आयला, ऑफिसमध्ये खर्डेघाशी करण्यापेक्षा हे बरं आहे. फिरायला तरी मिळेल' असा सकारात्मक विचार डोक्यात आल्यावर मला जरा बरं वाटलं. गाडी सुटायला अजून थोडा वेळ होता. अर्धी गाडी भरली होती. मी एखादा चांगला चेहरा दिसतोय का ते पाहत होतो. कॉलेजच्या काही मुली गाडीत चढल्या. चांगल्या होत्या दिसायला. माझ्या बाजूची सीट रिकामीच होती. यातली एखादी सुंदर तरुणी बाजूला बसली तर. असा विचार करत असताना त्या तिघी जवळ आल्या आणि मला ओलांडून, मागे जाऊन बसल्या. 'छ्या! नेहमीप्रमाणे. नशीबच खराब आपलं.' गाडीत प्रवास करताना कधीही एखादी गौरांगना अथवा सुंदर तरुणी माझ्या बाजूला बसल्याचं मला आठवत नाही. आमच्या बाजूला बसणार कोण? तर, एखादा खोकून खोकून बेजार झालेला म्हातारा, खांद्यावर डुलक्या घेणारा एखादा माणूस, नाहीतर उलट्या करणारी लहान पोरं. 'इथून पुढे चांगल्या अपेक्षा करायच्या नाहीत. आता एखादा म्हाताराच येऊ दे बाजूला बसायला.' मी माझ्या मनाची समजूत घातली आणि माझी ती इच्छाही लवकर पूर्ण झाली. एक आजोबा गाडीत चढले. सगळ्या खिडक्यांवर त्यांनी एकदा नजर टाकली आणि थोड्या निराशेनं माझ्याच बाजूला येऊन बसले. 'धन्यवाद देवा!' या असल्या इच्छा लगेच पूर्ण होतात. मी खिडकीबाहेर बघू लागलो. त्या आजोबांना बहुतेक एक सीटची जागा कमी पडत होती. ''अहो,

जरा आत सरका ना, ती पिशवी कशाला ठेवली खिडकीपाशी? सरका जरा.'' आजोबा बहुतेक आजींशी भांडून आले असावेत, ते माझ्यावर खेकसले आणि मला अगदी खेटूनच बसले. ''काय साला वैताग आहे.'' कंडक्टरने बेल दिल्यावर गाडी सुरू झाली. थंड वारा चेहऱ्यावर आल्यावर जरा बरं वाटलं. 'आता काय? झोपून जाऊ. आजोबांशी काय गप्पा मारायच्या?' मी मनात म्हणत असतानाच गाडी एका स्टॉपवर थांबली. दोन स्त्रिया गाडीत चढल्या. पहिली बाई जी गाडीत चढली, मी तर तिच्याकडे बघतच राहिलो. इतका गोरा वर्ण मी यापूर्वी कधी पाहिला नव्हता. तिने बुरखा घातलेला होता, पण त्यातूनही तिचा कमनीय देह दिसत होता. मी थोडं आजूबाजूला पाहिलं तर गाडीतला समस्त पुरुषवर्ग माझं अनुकरण करत असलेला मला दिसला. तिच्या मागे सहज माझं लक्ष गेलं. तर दुसरं आश्चर्य माझी वाट पाहत होतं. 'आसमाँ आहे का ही? अरे हो.. तीच आहे...' तिच्या नुसत्या डोळ्यांवरून मी तिला ओळखलं. मला इतका आनंद झाला म्हणून सांगू! त्या समोरच्या सौंदर्यवतीहून माझं लक्षच उडालं. तिला मी दिसावा म्हणून जरा ताठ बसलो. त्या दोघी जवळ येत होत्या. आसमाँने माझ्याकडे बघितलं, पण न बघितल्यासारखं केलं. 'अरे हे काय? ही अशी काय वागते आहे?' माझं मन एकदम खट्टू झालं. 'नेकी कर, और दर्या में डाल' पण मी तर तिलाच 'दर्यातून' बाहेर काढलं आहे, जाऊ द्या मकरंदराव आज तुमचा दिवसंच खराब आहे.' मी नैराश्येने एकदा खिडकीबाहेर बघितलं.

'भाभी, इधर बैठते है.' ती तिच्या समोरच्या त्या सौंदर्यवतीला उद्देशून म्हणाली. आसमाँ आणि तिची भाभी माझ्यासमोर, बाजूच्या रांगेत बसल्या. त्या माझ्या तिरप्या दिशेत बसल्या होत्या. तिची भाभी खिडकीशेजारी आत आणि ती बाहेर बसल्याने मला ती बरोब्बर दिसत होती. 'अच्छा.... तिच्याबरोबर तिची भाभी असल्याने तिने ओळख दाखवली नाही तर.' या विचाराने मला जरा हायसं वाटलं. थोडा वेळ गेल्यावर आसमाँने मागे शोधक नजरेने पाहिल्यासारखं केलं आणि माझ्याकडे एक कटाक्ष टाकला. 'थँक गॉड!' मी मनातल्या मनात देवाचे आभार मानले. मी तर तिच्याकडेच बघत होतो. तिने पाहिल्यावर मीही समजुतीने मान हलवली. आता मला कशाचाही त्रास जाणवत नव्हता. ना रस्त्यातल्या खड्यांचा, ना थडथडणाऱ्या गाडीचा, ना गाडीतल्या गर्दीचा, ना मला खेटून बसलेल्या आजोबांचा. थोड्या थोड्या वेळाने आसमाँ मागे पाहून मला संजीवनी देत होती. मस्त वाटत होतं. वाटलं, हा प्रवास असाच चालू राहावा जगाच्या अंतापर्यंत. आसमाँ तिच्या भाभीशी बोलत होती, नंतर त्या बोलायचं थांबल्या. तिच्या भाभीला झोप लागली होती बहुतेक. काही वेळाने आसमाँने तिच्या पर्समधून पेन काढलं आणि पुढच्या सीटवर काहीतरी लिहू लागली. ती काय

लिहितेय हे पाहण्यासाठी मी जरा मान वाकडी करून पाहू लागलो, आणि माझं डोकं शेजारच्या आजोबांना लागलं. आजोबांनी त्रासिकपणे माझ्याकडे पाहिलं. मी ओशाळलेपणाने त्यांची माफी मागितली. 'काय कटकट आहे या म्हाताऱ्याची. जरा हलू देत नाही.' पण तो विचार झटकून मी पुन्हा तिने काय लिहिलंय याचं निरीक्षण करू लागलो. मला त्याचा काही बोध होईना. सगळं लिहून झाल्यावर तिने हळूच मागे पाहिलं आणि पेनाने लिहिल्याच्या ठिकाणी खूण केली. मला कळलं की ते माझ्यासाठी काहीतरी आहे. आणखी थोडा वेळ गेला आणि नंतर त्या उतरण्यासाठी निघाल्या. पण जाताना आसमाँने मागे वळून पाहिलं नाही. मी झट्कन माझ्या जागेवरून उठलो आणि आसमाँ बसलेल्या जागेवर जाऊन बसलो. पाहिलं तर इंग्रजी मधलं A हे कॅपिटल अक्षर आणि पुढे काही आकडे होते... पाच आकडे वर आणि पाच आकडे खाली...' आयला हे काय आहे?' पाच पाचच्या गटात आकडे लिहिले होते. काय असावं हे? विचार करता करता अचानक माझ्या डोक्यात हजारो दिव्यांचा प्रकाश पडला. A म्हणजे आसमाँ आणि पुढे लिहिलेला तिचा मोबाइल नंबर... येस्स... लवकर कळू नये म्हणून तिने ५-५ च्या गटात आकडे लिहिले होते. 'वा...! हुशार आहे पोरगी.' मला जाम आनंद झाला होता. तो नंबर मी माझ्या मोबाइलमध्ये सेव्ह केला आणि खबरदारीचा उपाय म्हणून सीटवरचा नंबर खोडून टाकला. तोपर्यंत गुहागावही आलं. मी त्या फायली सुखरूपपणे सामंत साहेबांना दिल्या. माझं काम संपलं होतं, पण आता मला निराळ्याच चिंतेने ग्रासलं. 'हा नंबर तिचाच असेल कशावरून? तिच्या भाभीचा असेल तर?' नाही, ती असा मूर्खपणा करणार नाही. काय करूया आता? बराच वेळ विचार केल्यानंतर मी त्या नंबरवर व्हॉट्स अप वरून एक मेसेज पाठवला' hi, this is Makarand' आणि रिप्लायची आतुरतेने वाट पाहू लागलो... १० मिनिटे झाली, २० मिनिटे झाली तरी रिप्लाय नाही. 'अरे देवा. मेसेज पाठवण्यात आपण घाई तर केली नाही ना.?' किंवा तिचा मोबाइल तिच्या घरच्या कुणाच्या हातात असेल तर? छे! आपण खूप मोठा मूर्खपणा केला आहे. मला जाम भीती वाटायला लागली. इतक्यात मेसेज टोन वाजला. घाबरत घाबरत मी तो पाहिला. लिहिलं होतं... THANK GOD. this is Aasma.

'THANK GOD. this is Aasma.'

५० व्या वेळेला हा मेसेज वाचून मी पहिल्यावेळी घाबरत घाबरत वाचताना झालो होतो तितकाच खूश झालो. हा जगातला माझ्यासाठीचा सगळ्यात सुंदर मेसेज असेल. मी विचार करत होतो, कालचा दिवस काही निराळाच होता. अचानकपणे साहेब मला गुहागावला पाठवतात काय, गाडीत अनपेक्षितपणे आसमाँ भेटते काय, आणि तिने सीटवर लिहिलेल्या कोड्याचं रहस्यभेद करून मला तिचा मोबाइल नंबर मिळतो काय, अगदी शेरलॉक होम्सला होणार नाही त्याच्यापेक्षा कितीतरी पटीने आनंद मला ते नाजूकसं रहस्य उलघडल्यावर झाला होता. मोबाइल फोनचा शोध लावणाऱ्या शास्त्रज्ञाला मला कडकडून मिठी मारावीशी वाटली. तंत्रज्ञानाचा इतका चांगला उपयोग दुसरा कोणताच नसेल. आता आपण कधीही तिला फोन किंवा मेसेज करू शकतो, या विचाराने माझ्या मनात उत्सुकता आणि समाधान याचं विचित्र मिश्रण तयार झालं.

पण कधीही का? आत्ताच करू की फोन. नको. फोन नको. ऑफिसमधून काय बोलणार? आणि तिच्याशी बोलताना भंबेरी उडते आपली. मग काय करू या? व्हॉट्स अपवरून मेसेज पाठवू या का? येस. मेसेजच पाठवू. माझ्या मनात द्वंद्व चालू होतं. खूप सारा विचार करून मी पहिला मेसेज टाइप केला.

hi Aasma, kashi aahes?

-- Makarand.

माझं नावही लिहिलं खाली. मेसेज लिहून झाला होता. मेसेज सेंडचे बटण दाबताना माझा सगळा जीव माझ्या अंगठ्यात गोळा झालाय असं वाटत होतं. बटण दाबलं. मेसेज गेला. धनुष्यातून सुटलेला बाण आणि मोबाइलमधून गेलेला मेसेज यात नक्कीच साम्य आहे, असं मला उगाचच वाटू लागलं. मी मोबाइल बाजूला ठेवला आणि तिचा मोबाइल तिच्या आसपासच असू दे अशी प्रार्थना करीत डोळे मिटले.

''काय रे, काय झालं?

मघापासून बघतोय, टेन्शन आहे का काही?'' आनंद विचारत होता.

''काही नाही रे, सहजच.'' मी सारवासारव केल्यासारखं उत्तर दिलं. आनंदने पुढे काही विचारलं नाही. तो आपलं काम करू लागला. आता प्रत्येक क्षण मला वर्षासारखा भासू लागला. मी खाली मान घालून काम करत होतो, पण माझे कान मात्र तो मेसेज टोन ऐकण्यासाठी आसुसले होते आणि इतक्यात तो वाजला. त्याला पूर्ण वाजूही न देता मी त्यावर झडप घातली मेसेज बघितला.

hi, mi majet... tumhi kase aahat?

चला, रिप्लाय तर आला आणि माझी विचारपूस केलेली पाहून बरंही वाटलं. आता त्याला उत्तर द्यावंच लागेल.

- mi pan majet... baki, tu great aahes.

- mobile no. denyachi style aavadli

तिच्या या बुद्धीचं कौतुक करावंच लागेल, म्हणून एक शिफारस करून टाकली.

- tumhi pan great aahat...

- mobile no. barobar olakhalat...

तिने माझीही स्तुती केली. मला, शाळेत प्रशस्तिपत्रक मिळाल्यावर होतो तसा आनंद झाला.

त्यानंतर आम्ही बराच वेळ मेसेज-मेसेज खेळत बसलो. संवाद साधण्याची ही असली पद्धत भलतीच गोड होती आणि मस्त वाटत होतं, काहीतरी वेगळं. मेसेज सेंड केल्यापासून ते तिचा रिप्लाय येईपर्यंतचा कालावधी भलताच विचित्र! वाट पाहायला लावणारा! पण ते वाट पाहणंही खूप छान होतं. कधीही फारसे फोन किंवा मेसेज न येणारा माझा फोन आज अचानक ठणाणा कसं काय करतोय, असा प्रश्न ऑफिसमधल्या बऱ्याच जणांना पडला असावा. उम्या आणि आनंद तर माझ्याकडे संशयाने पाहत होते, पण मी काही तिकडे जास्त लक्ष दिलं नाही. माझं काम सुद्धा या अजब खेळामुळे होत नव्हतं. शेवटी मी ठरवलं, आता तिला भेटण्याबद्दल विचारू या.

- aapan bhetuya ka kuthe tari?

हा मेसेज मी पाठवला खरा!, पण मग मला भीती वाटायला लागली. बराच वेळ झाला, तिचा रिप्लाय देखील आला नाही. लगेचच हे विचारायला नको होतं. ती काय विचार करत असेल? आपण सहज याला फोन नंबर दिला आणि हा लगेच भेटण्याबिटण्याच्या गोष्टी करायला लागला. मनात हा विचार सुरू असतानाच मेसेज टोन वाजला.

- ho, bhetuya na.

- udya sandhyakali. 6 la mandvila. jamel na?

हा मेसेज बघून लॉटरी लागल्यावर होतो तसा आनंद मला झाला. न जमण्याचा तर प्रश्नच नव्हता. आनंदाच्या उकळ्या फुटणे हा वाक्प्रचार मी स्वत: अनुभवत होतो. ऑफिस सुटायची वेळही झाली. सकाळी कामासाठी उघडलेलं रजिस्टर एकही शब्द न लिहिता मी बंद केलं होतं.

किनाऱ्यावर लाटांनी पाण्याची एक तात्पुरती सीमारेषा तयार केली होती. भिजलेल्या वाळूवरून ती नागमोडी रेषा स्पष्ट दिसत होती. लाट येईल तशी नवीन सीमारेषा तयार होत होती. मी त्या रेषेच्या हातभर लांब अंतरावर उभा राहिलो, अथांग पसरलेल्या समुद्राकडे पाहत. ती मला आज भेटायला येणार होती. मला ते जुनं मराठी गाणं आठवलं. 'जिथे सागरा धरणी मिळते.' पण इथे मात्र नायिकेच्या ऐवजी मी वाट बघत होतो. आज त्या गाण्याचा नव्याने अर्थ कळत होता. पहिल्यांदाच वाटलं की हे वाट पाहणं किती छान असतं.

लहानपणी शाळेतल्या सहलीला जायच्या आदल्या रात्री जशी झोप लागत नसे तसंच काहीसं काल रात्री झालं. आज ऑफिसमधून लवकर निघण्यासाठी, 'माझा मुंबईवरून एक मित्र आला आहे, त्याला भेटायला जायचंय' असं मी आमच्या हेडक्लार्क मोकाशीबाईंना सांगून आलो होतो. बाईंनी पण इमानदारीत मला लवकर सोडलं. मी मुद्दामच लवकर मांडवीला आलो होतो. जेटीवर न जाता मी समुद्रकिनाऱ्यावरच थांबलो, पण आता बराच उशीर झाला तरी ती अजून कशी आली नाही? माझी छाती धडधडायला लागली. ती आल्यावर तिच्याशी काय बोलायचं हा मुख्य प्रश्न तर होताच! मी सहज रस्त्याच्या दिशेने पाहिलं तर ती लांबून येताना दिसली. आईशप्पथ! पण तीच आहे का ती? माझा विश्वास बसत नव्हता. मी प्रथमच तिला बिनाबुरख्याचं पाहत होतो. तिने फिकट गुलाबी कलरचा चुडीदार घातला होता. त्यावर रेशमी धाग्याची नक्षी उठून दिसत होती. कानातले झुमके, मावळत्या सूर्याच्या प्रकाशात चकाकत होते. तिचा मखमली दुपट्टा वाऱ्यावर उडत होता. स्वर्गलोकीची अप्सरा जणू भूलोकी अवतरल्यासारखी. ती जवळ आली. मी तर तिच्याकडे बघतच राहिलो.

"मला यायला उशीर तर नाही न झाला?" कुणीतरी सतारीच्या तारा छेडल्यासारख्या वाटल्या.

"अं? नाही, फार नाही." मी भानावर येत म्हणालो. ती गोड हसली.

"तू आज खूप सुंदर दिसतेस, एखाद्या अप्सरेसारखी." मी हे वाक्य बोलून गेलो खरा, पण नंतर माझं मलाच आश्चर्य वाटलं. 'वा. मक्या सुरुवात तर

बम्बई से आया मेरा दोस्त

चांगली केलीस.' मी मनात म्हणालो. माझ्या वाक्यावर ती समजुतीने हसली. थोडीशी लाजल्यासारखी पण वाटली मला.

"तुम्ही पण छान दिसताय आज," तिनेही स्तुतिसुमने उधळली. 'ही आपल्याला अहो - जाहो का करतेय?'

"तू माझ्याशी एकेरीत बोल ना. तुम्ही नको तू म्हण."

"ठीक आहे. तू पण छान दिसतोस आज." तिने लगेच सुधारणा करून मघाशी उधळलेली स्तुतिसुमने पुन्हा उधळली.

"बास. कळलं." आम्ही दोघेही हसलो.

"बराच वेळ झाला, मला वाटलं की तू येतेस की नाही." मी आपलं काहीतरी बोलायचं म्हणून बोललो.

"वा. येणार कसं नाही. मीच तुम्हाला इथे यायला सांगितलं होतं ना."

"अरे? परत तुम्हाला?" मी तिच्याकडे खोट्या रागात पाहिलं. तिने लगेच जीभ चावली. "सॉरी. सॉरी." हे बोलताना ती लहान मुलीसारखी वाटत होती. मला मनातल्या मनात हसायला आलं.

"आपण तिथे बसू या. वाळूवर?" तिने बोटांनी वाळूची जागा दाखवली. तिथे जास्त गर्दी नव्हती. आम्ही तिथे जाऊन बसलो. तिच्याबरोबर असं एकांतात बसायला खूप बरं वाटत होतं. हिंदी पिक्चरमधले नायक-नायिका एकत्र आले की गाणी म्हणत का नाचतात, याचा उलगडा मला आज होत होता, पूर्वी मला तो मूर्खपणा वाटायचा. समोर उधाणलेला समुद्र. त्यावरून येणारा गार वारा, पायाखाली लागणारी उबदार वाळू, अस्ताला जाणारा सूर्य, आणि बाजूला बसलेली सुंदर तरुणी. आणखी काय पाहिजे आयुष्यात?

"तू बोलत का नाहीस?" तिच्या आवाजाने माझं विचारचक्र थांबलं.

"नाही. काही नाही. असंच." मी म्हणालो. त्यानंतर ती वाळूवर बोटांनी रेघोट्या मारत बसली. 'मूर्खा काहीतरी बोल.' मी मनात कोणत्या विषयावर बोलायचं याचा विचार करू लागलो.

"ए, तुझं गाव कोणतं? तुला पूर्वी इथे कधी बघितलं नाही." तिनेच विचारलं.

"मी मुंबईचा आहे, इथे जॉब करतो."

"जॉब? आणि इथे? लोक मुंबईत जाऊन जॉब करतात आणि तू ते सोडून इथे गावात काय करतोयस?" तिच्या विचारण्यात मिश्कीलपणा आणि आश्चर्य याचं मिश्रण झालेलं दिसलं.

"माझी आई सुद्धा मला हेच म्हणते." मी तिच्या बोलण्याला दुजोरा दिला. "कुठे या गावात येऊन पडलो देव जाणे!"

''पण इतकं काही वाईट नाही हं आमचं गाव.'' तिने लगेच आपल्या गावाची बाजू घेतली.

''हं, ते तर दिसतंच आहे.'' हे वाक्य मी मिश्कीलपणे तिच्या डोळ्यात पाहत म्हणालो. तिने हसून नजर दुसरीकडे वळवली. थोडी लाजल्यासारखीही वाटली मला, पण तिच्या डोळ्यात पाहिलं ना की काळ थांबल्यासारखा वाटतो. अल्बर्ट आइनस्टाईनला रिलेटीव्हिटीचा शोध असाच काहीसा लागला असणार. हे काय मधेच डोक्यात आलं? स्पर्धा परीक्षांच्या अभ्यासाच्या भांडवलावर या अशाच प्रकारच्या उपमा सुचणार, पण उपमा कशीही असो, त्यामागची भावना महत्त्वाची. मग मीही समोर पाहू लागलो. समोर काही अंतरावर दोन लहान मुली वाळूचा किल्ला बनवत होत्या.

'बचपन में हम लोग भी समंदर किनारे ऐसेही घर बनाते थे, खूब मज़ा आता था ।' ती हरवल्यासारखी बोलत होती. ती हिंदीत बोलायला लागली की रणरणत्या उन्हात एखादी थंडगार वाऱ्याची झुळूक आल्यासारखी वाटते, एक नजाकत का काय म्हणतात ते होतं तिच्या हिंदीत नाहीतर आमची बम्बैया हिंदी...!

''तुमको तुम्हारा बचपन अभी भी आठवता है क्या?'' मी आपला मराठीचा तोडक्यामोडक्या हिंदीत स्वैर अनुवाद केला.

''हां, खूब मजा करते थे हम लोग, मेरी दो बेहने और मै, ये घोडा गाडी में तो हमेशा बैठते थे ।'' ती नॉस्टॅल्जिक झाल्यासारखी बोलत होती.

''तुमको घोडा गाडी आवडती है?'' मी विचारलं.

''हां, और एक बात बोलनी थी तुमसे.'' ती म्हणाली.

''क्या?'' आता समोरची व्यक्ती हिंदीत बोलतेय म्हटल्यावर मीही हिंदीतच विचारलं.

''तुम हिंदी मत बोला करो, तुम्हें नहीं आती.'' असं म्हणून ती खुदुखुदु हसायला लागली. लहान मुलीसारखी. माझा चांगलाच 'वडा' केला तिने. तिचं ते हसणं पाहून मलाही हसायला यायला लागलं. बराच वेळ आम्ही हसत होतो. थोड्या वेळाने तिथे राजू चणेवाला आला. मी आणि आसमाँ वाळूत बसलो होतो, त्याने लांबून पाहिलं असणार.

'हे घ्या चणे.' म्हणत हसऱ्या चेहऱ्याने दोन चण्याच्या सुरनळ्या आमच्या हातात दिल्या.

''अरे? काय म्हणतोस राजू?'' मी विचारलं आणि पैसे द्यायला पाकीट काढू लागलो.

''ऱ्हावं देत. मी नंतर घेईन.'' म्हणत तो गुणगुणत निघून गेलाही.

“अरे, असा काय हा?” मी आश्चर्याने म्हणालो.

“तुझी ओळख दिसतेय.” आसमाँ भुवया उंचावून म्हणाली.

“हो, मित्र आहे. अशीच ओळख झाली.”

“जेट्टीवर बऱ्याच वेळा त्याला बघितलंय. मोठमोठ्याने गाणी गात असतो.” ती म्हणाली.

“हो, आधी तर मला सायकोच वाटला होता तो, भांडणही झालं होतं छोटंसं, पण मग दोस्ती झाली. तसा काही वाईट नाही हा माणूस.” मी चणे खात म्हणालो.

“काही माणसं लगेच ओळखता येत नाहीत. थोडा वेळ द्यावा लागतो.” आसमाँ दूर समुद्राकडे बघत म्हणाली. मग आम्ही बराच वेळ तसेच समुद्राकडे बघत बसलो. असं नुसतं बसायलाही बरं वाटत होतं.

“आपण भेळपुरी खाऊ या का?” मी तिला विचारलं.

“हं. भेळपुरी, मला खूप आवडते.” ती उत्साहित होऊन म्हणाली. ‘अरे वा! आमच्या दोघांच्या आवडीनिवडी जुळतात तर.’

इथली भेळपुरी मुंबईच्या भेळपुरीसारखी नव्हती. जाडीभरडी शेव, गोडसर चिंचेचं पाणी, यामुळे तिची टेस्ट बदलली होती. पण आसमाँबरोबर भेळ खाताना मजा येत होती. भेळपुरी खात असताना अचानक काही वेळाने आमच्या मागून एक गाणं ऐकायला आलं ‘बम्बैसे आया मेरा दोस्त.., दोस्त को सलाम करो.’ आवाज ओळखीचा वाटला मला. अरे देवा! हा तर उम्याचा आवाज. मला जोराचा ठसका लागला. हळूच मागे पाहिलं तर उम्या आणि आनंद एकमेकांच्या खांद्यावर हात टाकून फिरत होते. झालं कल्याण! ऑफिसमधे मुंबईवरून आलेल्या मित्राची मारलेली थाप हेडक्लार्क बाईंच्या पचनी पडली असेल, पण आमच्या या दोन दानवांना मी काही फसवू शकलो नव्हतो. आता हे साले तिच्याबद्दल विचारून विचारून माझं डोकं खाणार. माझं जीना हराम करणार. आता काही खरं नाही. आमचं खाऊन झालं. अंधारही पडू लागला होता.

“आपण जाऊया आता, उशीर झाला खूप.” ती विचारत होती.

“थांब ना अजून थोडा वेळ.” मला तर तिने जाऊच नये असं वाटत होतं.

“नाही. नको, अम्मी ओरडेल.”

“परत भेटशील ना?” मी जरा अडखळतच तिला विचारलं.

“बघेन. बाय.” असं म्हणून ती निघून गेली. ती निघून गेली खरी, पण माझं महत्त्वाचं असं काहीतरी तिच्याबरोबर घेऊन गेली. माझं हृदय!

"या राजे, या. दमला असाल ना? बसा. काय देऊ, चहा? की कॉफी करू आपल्यासाठी गरमा गरम? अरे बेटा आनंद, ओवाळणीचं ताट घेऊन ये. महाराज मोहीम फत्ते करून आलेत." रूममध्ये आल्या आल्या उम्या मला पकवायला लागला.

"काय झालं बाबांनो? असं का बोलताय?" मी सहज विचारलं.

"मित्र गेला का रे तुझा मुंबईचा? आम्हाला तरी भेटवायचं त्याला. आम्ही पण भेटलो असतो ना." आनंदसुद्धा खोचक सुरात बोलू लागला.

"हे बघा, मला माहीत आहे तुम्ही कशाबद्दल बोलताय ते. मी तुम्हाला सांगणारच होतो." मी समजावणीच्या सुरात म्हणालो.

"कधी? तुझ्या पोराचं बारसं झाल्यावर?" उम्या वैतागून म्हणाला.

"हसू नकोस. आम्ही सिरिअस आहोत." आनंद खेकसला.

"अरे, माझं ऐकून तर घ्या." मी काही म्हणायच्या आत ते दोघे उठले आणि बाहेर जायचे कपडे घालू लागले, "काय रे? कुठे निघालात तुम्ही दोघे?"

"दोघे नाही, आपण तिघे जातोय." उम्या भिंतीला लटकवलेल्या आरशात बघून केसांवरून कंगवा फिरवत म्हणाला.

"कुठे जातोय आपण?" न समजून मी विचारलं.

"हॉटेल विनय." आनंद स्वत:च्या अंगावर डिओ फवारत म्हणाला.

"अरे, पण आपला डबा? त्याचं काय?'

"मघाशीच कॅन्सल केलाय. आम्ही फक्त तुझीच वाट बघत होतो. चल उरक लवकर." आनंद म्हणाला.

"तो तर तयारच आहे. बॅग ठेव आणि चपला घाल." उम्या म्हणाला.

"अरे पण असं अचानक?"

"तुझा मित्र अचानक येऊ शकतो, त्याला तू भेळपुरी खायला देऊ शकतोस, मग आता आम्हाला पण मूड झालाय बिअर प्यायचा आणि चिकन हंडी खायचा. चला महाराज." म्हणत

शिक्षा

दोघांनी जवळजवळ ढकलत मला घराबाहेर काढलं. माझा नाइलाज झाला. आसमाँबद्दल मी या दोघांपासून लपवून ठेवलं, काही सांगितलं नाही, आणि त्यांनी त्यांची हुशारी दाखवत मला तिच्याबरोबर भेळपुरी खाताना रंगेहात पकडलं याची शिक्षा आज मला भोगावी लागणार होती. त्यानंतर पंधरा मिनिटांनी आम्ही हॉटेल विनयमध्ये बसलो होतो. बिअर आणि स्टार्टर म्हणून चिकन चिलीची ऑर्डर दिली.

"तर मकरंद शेठ, आपल्याला इथे का आणण्यात आलंय याची पूर्ण कल्पना असेलच!" उम्या म्हणाला. त्यावर मी फक्त होकारार्थी मान हलवली.

"तर आता मकरंद शेठ, हे सर्व काय प्रकरण आहे? आम्हाला सांगायची तसदी घ्याल का?" आनंदसुद्धा त्याच सुरात म्हणाला.

"अरे, काही खास नाही. मैत्रीण आहे फक्त." मी म्हणालो.

"काय नाव आहे मैत्रिणीचं?"

"आसमाँ."

"आसमाँ? म्हणजे मुलगी मोमेडिअन आहे?" आनंद तर असं म्हणाला की ती कोणीतरी परग्रहवासी आहे.

"मग काय झालं? मोमेडिअन असली तर काय झालं? माणूसच आहे ना ती?" उम्या आनंदवर घसरला.

"तसं नाही रे. आपल्याकडे दुसऱ्या जातीत लग्न होताना मारामार, इथे तर धर्म वेगळे आहेत, म्हणून म्हटलं. पण मक्या, तू सिरिअस आहे ना? की आपला टाईमपास?" आनंदने विचारलं.

"सिरिअस आहे की नाही माहीत नाही. पण टाईमपास मात्र नाही हे नक्की!" मी म्हणालो.

"मक्या, तू खरा प्रेमी आहेस, आय ॲम प्राउड ऑफ यू." उम्या दुसऱ्या बाजूने म्हणाला. यांचं दोघांचं सुरू झालं, तरी अजून बिअर घशाखाली गेली नव्हती. असा विचार करत असताना वेटर बिअरचे मग घेऊन आला. सोबत बाटल्या, आणि चिकन चिलीसुद्धा. वेटरने आम्हाला बाटल्या थंड आहेत असं दाखवलं, उम्याने बाटलीला हात लावल्यासारखं केलं आणि त्या उघडायला परवानगी दिली. बिअरचा मग तिरपा करून तो वेटर फेस येणार नाही याची काळजी घेत बिअर ओतू लागला. बिअर तिघांच्या समोरच्या मगात ओतली गेली. त्यातून सोनेरी रंगाचे बुडबुडे ग्लासाच्या तळापासून वर येऊ लागले.

"चला, चांगभलं करू या." म्हणत उम्याने समोरचा बिअरचा मग उचलला, आम्ही दोघांनी त्याचं अनुकरण केलं, "मक्या, आणि आसमाँसाठी. चिअर्स." म्हणत तिघांनी मग तोंडाला लावले.

"प्रपोज कधी केलंस?" आनंदने विचारलं.

"नाही रे, अजूनतरी नाही केलं." मी बिअरचा घोट घेत म्हणालो.

"अरे, मग कधी करणार?" उम्याने विचारलं.

"बघू, पण लवकरच! तिचा काही अंदाज येत नाही रे."

"हं, मला पण प्रश्न पडतो, की योग्य वेळ कशी साधायची?" आनंद विचार करत म्हणाला

"अरे वा! आनंदभाऊ आपणसुद्धा प्रेमात पडलात वाटते!" उम्या म्हणाला.

"छे रे! आमचं कुठलं आलंय एवढं भाग्य? आमच्या नशिबी फक्त एमपीएससी आहे, आता मेन्सचा अभ्यास करतोय. बाकी साला मक्या छुपा रुस्तम निघाला, उम्या शीक जरा त्याच्याकडून काहीतरी." आनंद चिकन चिलीचा एक पीस काट्याने उचलत म्हणाला.

"हो यार! मानलं मक्याला." उम्या हात जोडत म्हणाला.

"अजून कशात काही नाही यार, तुम्ही कुठच्या कुठे पोहोचलात," मी म्हणालो.

"होईल रे हळूहळू, तू बरोबर चालला आहेस." उम्या म्हणाला.

"कसं? म्हणजे, कुठे भेटली ती तुला?" आनंदने उत्साहात येऊन विचारलं. मग मी त्यांना मांडवीच्या त्या तिच्या अपघातापासून ते आजच्या भेटीपर्यंत सर्व काही सांगितलं. दोघेही एखादी परीकथा ऐकावी तसे ऐकत होते. गोष्ट ऐकायच्या कार्यक्रमात सहा बिअर कधी संपल्या, आमचं आम्हालाही कळलं नाही.

"एवढं सगळं घडलं, अन् च्यायला आपल्याला पत्ता सुद्धा नाय? छे! अजून दोन बिअर मागव." म्हणत उम्याने ऑर्डर सोडली. आणखी दोन बिअर आल्या. आज माझ्या खिशाला चांगलंच मोठं भगदाड पडणार अशी चिन्हं मला दिसू लागली. या दोघांची विमानं केव्हाच आकाशात पोहोचली होती. माझेही हेलिकॉप्टर झाल्यासारखं वाटू लागलं.

"पण यार मक्या, मग पुढे काही झालं की नाही." आनंदच्या चेहऱ्यावर मिश्कील भाव दाटले होते, आधीच बिअर त्याला लवकर चढत असे, त्यात त्याचा चेहरा गमतीदार दिसू लागला.

"म्हणजे? मला नाही समजलं." मी म्हणालो.

"उम्या, सांग रे तुझ्या भाषेत याला."

"अरे म्हणजे चुंबन, आणि त्या पुढच्या योग्य त्या सर्व प्रक्रिया." उम्या शासकीय भाषेत बोलू लागला.

"नाय रे बाबा, अजून तसलं काही नाही. आणि तुम्ही जेव्हा प्रेमात असता ना, तेव्हा या सगळ्या गोष्टी काही मॅटर करत नाहीत रे," मी म्हणालो, त्यावर

दोघांनी त्यांचे तारवटलेले डोळे मोठे करून कौतुक केलं.

“प्रेमवीर मकरंद बाबा की.”

“जय!” या दोघांना चांगलीच चढली होती.

“मक्या, तू खरा आहेस. तूच रे तूच.” उम्या फुल्ल आउट झाला होता.

“खरंच! तू खरं आयुष्य जगतोयस. नायतर मी... पूर्वपरीक्षा... मुख्य परीक्षा... हॅट च्यायला.” दुसऱ्या बाजूने आनंद बरळू लागला. दोघेही माझी प्रशंसा करीत सुटले होते. यांना आवरायला हवं होतं आता.

“बरं, मला तर आता काही खायची इच्छा नाही बाबा, जाम पोट भरलंय, डाळ-खिचडी सांगू का नाहीतर?” मी माझं पोट आणि खिसा दोघांची तब्येत बिघडू नये म्हणून विचारलं.

“जशी आपली मर्जी सरकार...”

“तुम्ही जे द्याल ते आम्ही गरीब खाणार. आम्हा गरिबांना काय लागतंय...” दोघांच्याही माना इकडेतिकडे झुकत होत्या. माझ्याही डोळ्यांसमोर सगळं फिरत होतं. डाळ-खिचडी खाऊन अडखळत तिघे उठलो. बिल बघून माझी अर्धी बिअर उतरून गेली होती हे काही सांगायला नकोच!

ऑफिसचे काम संपवून मी घरी आलो. टीव्ही बघण्याचा मूड नव्हता, पण मग काय करायचं ते पण समजत नव्हतं. करायला काही काम नसलं की मोबाइल नेहमी आपल्या मदतीला नेहमी धावून येतो, मोबाइलशी खेळत बसणे हा त्याचा लोकांशी संपर्क साधण्याव्यतिरिक्त आणखी एक मोठा उपयोग आहे. मोबाइल हातात आल्यावर मला साहजिकच आसमाँची आठवण आली. मांडवीच्या पहिल्या भेटीनंतर मधे ५-६ दिवस गेले. त्यानंतर ना तिचा फोन आला ना मेसेज..! आणि मला पण महिनाअखेरचे बरेच काम असल्याने वेळ मिळाला नाही. 'आसमाँ विसरली की काय आपल्याला?' एक विचार मनाला चाटून गेला. 'ती आपल्याबद्दल विचार करत असेल का? आणि करत असेल तर मग आपल्याला फोन किंवा मेसेज का करत नाही?' 'असल्या बाबतीत मुली कधीही पहिलं पाउल टाकत नाहीत.' उम्याचं हे वाक्य मला आठवलं. असेलही तसं कदाचित...! म्हणून मीच आता पहिलं पाउल टाकायचं ठरवलं.

hi... busy?
no phone... no msg?

तिचा रिप्लाय थोड्या वेळाने आला...

yes... little bit...how r u?

म्हणजे अजून विसरली नाही तर! बरं वाटलं.

Mi majet … tu?

Mi pan...

स्वप्न

तिची उत्तरे फारच त्रोटक येत होती. आता आपल्यालाच काहीतरी लिहायला लागणार. म्हणून मी टाइप केलं

That was the most beautiful day of my life...

मेसेज पाठवून मी तिच्या रिप्लायची वाट बघत बसलो. मला वाटलं, तीही असाच काहीतरी रिप्लाय देईल, पण,

Which Day...?

घ्या! आता काय बोलायचं? तिचा रिप्लाय बघून मला उम्या बोललेल्या एका वाक्याची आठवण झाली... 'मुली एकतर डोक्याने कमी तरी असतात नाईतर एकदम महाचालू.' पण मला आसमाँ त्या दोन्हीपैकी कोणत्याही प्रकारची वाटत नव्हती. ती खूप साधी सरळ होती. मला तर आता तिची प्रत्येक गोष्ट आवडायला लागली होती. तिचं दिसणं, तिचं हसणं, तिचं नजाकतीचं हिंदी बोलणं, वा! आपल्या हिंदी फिल्ममधली एखादी बावळट नायिका तिच्या मैत्रिणीला 'कही ये प्यार तो नहीं?' असं विचारते तसं मला वाटायला लागलं. खरंच...! तिच्या पहिल्या भेटीपासून मलाही तसंच वाटतंय. इतक्यात परत मेसेज टोन वाजला.

Oh... tu Mandvi baddal boltoys?
Really, that was a nice date...

तिचा रिप्लाय वाचून मला हवेत तरंगल्यासारखं वाटलं. पिसासारखं...! तिची ट्यूब जरा उशिरा पेटली; पण ठीक आहे. निदान तिने लगेच तसा रिप्लाय पण दिला. मला उम्याला सांगावसं वाटत होतं की डोक्याने कमी आणि महाचालू मुली असतात तशा तिसऱ्या प्रकारच्या मुलीही असतात. साध्या आणि सरळ स्वभावाच्या. आसमाँसारख्या...! आता काहीतरी रोमँटिक लिहिलं पाहिजे.

aajkal mala tuch distes sagalikade...
ani swapnat pan yetes...

हे जरा जास्त फिल्मी टाइपचं झालं, असं मेसेज पाठवल्यानंतर मला

वाटायला लागलं. तेवढ्यात तिचा रिप्लाय आला :

Wow... kay baghitlas swapnat...?

आता आली का पंचाईत! मी आपलं काहीतरी Romantic लिहावं म्हणून फेकलं होतं ते! आणि आता ही मला विचारत होती की स्वप्नात काय बघितलं? आता काय सांगायचं? मी काय बघितलं स्वप्नात? विचार करता करता मला अचानक शाळेतल्या आणि कॉलेजमधल्या परीक्षा आठवायला लागल्या. पेपरमधे काही येत नसलं की मी अशा काही फेका मारायचो, की क्षणभर पेपर तपासणाऱ्या शिक्षकाला प्रश्न पडत असावा, की मी शिकवलेलं बरोबर की याने लिहिलेलं? चला, बरं झालं आठवलं मला ते, माझा आत्मविश्वास वाढला त्यामुळे!

mi paahila, apan doghech son-durgavar geloy.

aapalya aajubajula konihi nahi.

maza haat tuzya haatat hota.

आणखीही काहीबाही लिहिणार होतो, पण मनात म्हणलं, बास. सध्या इतकंच पुरे. मेसेज सेंड केला, ती नक्की हसली असेल मेसेज वाचून. मी पक्का फिल्मी टाइपचा आहे असाच विचार केला असणार तिने, पण आता काय करू शकतो? स्वप्नच ते. त्यात काहीही घडू शकतं. तो थोडाच न्यूटनचा गुरुत्वाकर्षणाचा सिद्धान्त आहे, अगदी शास्त्रीय पद्धतीने घडायला? तिला काय विचार करायचा असेल तो ती करेल, पण रिप्लाय येणार हे नक्की. म्हणून मी रिप्लायची वाट बघू लागलो.

gr8... mag...?

फक्त एवढाच मेसेज? आजीची गोष्ट ऐकताना नातवंडं जशी विचारतात तशी ती विचारत होती. आता आणखी काहीतरी फेकायला लागणार.

mag aapan baraach vel suryast baghat basalo.

suryast वगैरे जड मराठी शब्द कदाचित कळणार नाहीत म्हणून ते खोडून sunset केलं. आता माझं डोकं चालेनासं झालं. पुढे काही सुचलं नाही म्हणून तसाच मेसेज पाठवून दिला.

Wow... Mag...?

पुन्हा तसाच रिप्लाय! अशाने माझं एखादं महाकाव्य तयार होईल फेकाफेकीचं. असं मला वाटायला लागलं.

mag mi jaga zalo...

हा मेसेज पाठवून मी त्या न पडलेल्या स्वप्नाचा शेवट करून टाकला आणि कुठून तो स्वप्नाचा मेसेज पाठवला याबाबत पश्चात्ताप व्हायला लागला.

so... what next...?

तिचे मेसेज अत्यंत त्रोटक होते. एक तर ती कोणत्या तरी कामात असेल किंवा ती माझ्या विचारांबद्दल जाणून घेत असेल, पण काही का असेना, मला हे असं अप्रत्यक्षपणे तिच्याशी संवाद साधायला आवडत होतं हे नक्की. आणि कदाचित तिलाही! what next? चं उत्तर काय द्यावं?

ata navin swapnachi waat baghtoy.....

माझ्या या रिप्लायवर मी स्वत:च खूश झालो.

Mag, aapn fakta swapnatach bhetaycha ka..?

ती विचारत होती. अरे मूर्खा, म्हणजे तिला आपल्याला पुन्हा भेटायचं आहे तर. हा मेसेज वाचून जुन्या हिंदी फिल्ममधे अत्यानंदाच्या क्षणी जशा भराभर सतारी वाजतात तशा वाजल्यासारख्या मला भासल्या.

mhanje?

मी मुद्दामच मला काही कळलं नाही असं मी दाखवलं. बघू काय लिहितेय ती.

are vedya, mhanje aapan bhetuya na...

शेवटी तिने सांगूनच टाकलं आणि मला पण तेच पाहिजे होतं. 'वाह मक्या!' मी माझीच पाठ थोपटली. हा एवढा सगळा मेसेज-प्रपंच त्यासाठीच तर केला होता आणि मी त्यात यशस्वीही झालो होतो.

ohh... really...? when?... where?

मी अधाशीपणे विचारले. बराच वेळ तिचा रिप्लाय आला नाही. आता काय झालं? थोड्या वेळाने मेसेज टोन वाजला

this saturday....5 pm.... @ son-durg.

घड्याळात पाहिलं. ४:२३ झाले होते. अजून बराच अवकाश होता. मी आरामात सोनदुर्गाच्या दिशेने चालत होतो. सोनदुर्गावर गेलेला छोटासा नागमोडी डांबरी रस्ता, एखाद्या सुंदर युवतीच्या कुरळ्या केसांच्या बटीप्रमाणे भासत होता. रस्त्याच्या दोन्ही बाजूला गवताचा हिरवागार गालिचा पसरलेला. सोनजाई देवीचं प्राचीन देऊळ आणि आजूबाजूचा गोलाकार तटबंदीचा भाग हा सोनदुर्गाचा बालेकिल्ला आहे. आत जाण्यासाठी मोठी कमान आणि त्यात दरवाजा बसवला होता. बालेकिल्याच्या बाजूला दाट हिरवीगार वनराई स्वागत करण्यासाठी सज्ज असल्यासारखं वाटत होतं. पलीकडच्या बाजूला निळाशार समुद्र पसरलेला. मी उम्या आणि आनंदबरोबर यापूर्वी इथे आलो होतो, पण आज हा नागमोडी रस्ता, गवताचा गालिचा, हिरवीगार वनराई आणि सोनदुर्ग निराळेच भासत होते. नव्याने पाहिल्यासारखे. वर पोहोचलो तेव्हा पाचला दहा मिनिटं कमी होती. समोर सोनजाईच्या मंदिराचा कळस मावळतीच्या प्रकाशात उजळून निघाला होता. कळसावर भगवा फडकत होता. मंदिराच्या आजूबाजूला लांबवर गोलाकार पसरलेल्या तटबंदीच्या बाजूने लोक फिरताना दिसत होते. देवीचं दर्शन घेतल्यानंतर त्या गोलाकार तटबंदीभोवती फिरून माणसे अप्रत्यक्षपणे देवीला प्रदक्षिणा घालत होते. मी बाहेरूनच देवीचं दर्शन घेतलं आणि आसमाँची वाट बघू लागलो. ५:२० झाले तरी तिचं काही येण्याचं चिन्ह दिसेना. फोन करू या का? नको. थांबू अजून थोडा वेळ. इतक्यात ती येताना दिसली. माझ्या आजूबाजूचं वातावरण अचानक प्रसन्न झाल्यासारखं मला वाटलं. गडद निळ्या ड्रेसमधे ती आणखीनच गोरी दिसत होती...

"हाय!" मी तिच्याकडे भारावून बघत म्हणालो.

"हाय!" ती गोड हसली. "कधी आलास तू?"

"मी? बराच वेळ झाला. तू नेहमी अशीच उशिरा येतेस का?" मी तिला खोटं खोटं रागवत म्हणालो.

"अरे नाही. अम्मीचं एक काम होतं, ते केलं.

सोनदुर्ग

मैत्रिणीकडे जाते आहे असं खोटंच सांगून आले.'' ती उत्साहात येऊन सांगत होती, म्हणजे मुलीही खोटं बोलतात तर. आणि खोटं बोलल्याबद्दल त्यांना भारी गंमत वाटते.

''तू देवीचं दर्शन घेतलंस?'' ती तिची चप्पल काढत म्हणाली. मी नकारार्थी मान हलवली. ''चल मग.'' ती म्हणाली आणि आत जाऊ लागली. मला जरा आश्चर्यच वाटलं. मग मी पण तिच्या मागे मंदिरात गेलो. आत सोनजाई देवीची अतिशय तेजस्वी मूर्ती होती. मंदिराच्या पश्चिमेकडील खिडकीच्या एका झरोक्यातून मावळतीचे किरण थेट देवीच्या चेहऱ्यावर पडलेले होते. आज खूपच प्रसन्न वाटत होतं मंदिरात येऊन. मी हात जोडले, आसमाँनेही हात जोडले. नंतर तिने गुढघ्यावर बसून देवीसमोर डोकं टेकवलं. पुन्हा उठून डोळे मिटून तिने देवीला नमस्कार केला. डोळे मिटून नमस्कार करताना ती फारच सुंदर दिसत होती. एखाद्या सुबक मूर्तीसारखी...! मला तसंच तिच्याकडे बघत राहायला आवडलं असतं, पण मंदिरातल्या पुजाऱ्याचा खेकसण्याचा आवाज आला. काय अरसिक आहे हा माणूस! नाईलाजाने आम्ही पुढे निघालो आणि देवीच्या पाया पडून बाहेर आलो.

''तू देवळात जातेस?'' मला तिच्या देवळात जाण्याबद्दल आश्चर्य वाटत होतं.

''का? काय झालं? देव तर सगळीकडे सारखाच असतो नं?'' ती किती निरागसपणे बोलून गेली हे. इतकी लहानशी गोष्ट जर लोकांना कळली असती तर धर्माच्या नावावर होणारी सगळी भांडणंच संपली असती.

''हं. बरोबर आहे...'' मी तिच्याकडे हसून बघत म्हणालो. ''या ड्रेसमधे तू फारच छान दिसतेस...''

''तुला आवडला? माझ्या भाभीने दिला आहे. ही तिची चॉइस आहे.'' ती उत्साहात सांगत होती.

''खरंच चांगला आहे. भाभी म्हणजे तुझ्याबरोबर त्या दिवशी गुहागावला जाताना होती तीच ना?'' मला माहीत होतं तरी विचारलं.

''हो, तीच. ती माझी फक्त भाभीच नाही तर चांगली मैत्रीण पण आहे. सुंदर आहे ना ती दिसायला?'' ती विचारत होती. तिची भाभी खरंच खूप सुंदर होती, पण तिला तसं सांगितलं तर ती काय विचार करेल? हा माझ्याकडे बघत होता की भाभीकडे?

''हो, फारच सुंदर आहे ती. पण तुझ्याइतकी नाही!'' ऐनवेळी सुचलेल्या या वाक्यावर मी स्वत:वरच खूश झालो. आसमाँने लाजून नजर खाली केली, बाकी लाजणं मस्तच होतं. त्यानंतर आम्ही त्या गोलाकार तटबंदीवरून चालत

फिरू लागलो. "त्या झाडाखाली बसूया का?" तिने झाड दाखवले, ते झाड एका बुरुजाला लागूनच होतं. बुरुजावरून खाली सरळ समुद्र दिसत होता. मला तिथं बसायला जरा भीतीच वाटत होती. आसमाँ मात्र सराईतपणे त्या बुरुजावर चढली आणि बिनधास्तपणे पाय खाली सोडून बसली. मलाही मग तिचं अनुकरण करावं लागलं. त्या बुरुजावरून खाली बघताना डोळे गरगरत होते. पण आसमाँला मात्र मजा वाटत होती.

"इथे बसून मस्त वाटतं ना? सामने नीला आसमाँ और हम पंछी जैसे उड रहे हैं ऐसा लगता है." तिने पक्षी उडतात तसे दोन हात आडवे पसरले. मला तर तिची गंमतच वाटू लागली. समोर सूर्य अस्ताला जाताना दिसत होता. मी विचार करू लागलो, की आपण तिला मेसेज पाठवताना जे काही फेकलं होतं ते सगळं तसंच घडत होतं. याला योगायोग म्हणावा का?

"तुझ्या घरी कोण कोण असतं?" तिच्या प्रश्नाने माझी तंद्री भंग पावली.

"हं... घरी...? आई, बाबा आणि बहीण सुमा..... तुझ्या?"

"अम्मी, पप्पा, भाभी, दो बहने - एक छोटी और एक बडी... और फिरोज भैया..."

"भाऊ काय करतो तुझा?" मी सहज विचारलं.

"तो कतारला असतो. सहा महिन्यांनी येतो." ती सांगत होती. भाऊ कतारला आहे ते बरं आहे, असं मला उगाचच वाटलं त्यानंतर ती बराच वेळ बोलत बसली, तिच्या घराबद्दल, बहिणींबद्दल, तिच्या भाभीबद्दल. मी मात्र नुसता ऐकत होतो.

"अरे तू काही बोलत नाहीस?" तिच्या कदाचित लक्षात आलं की ती एकटीच बोलते आहे.

"तुझं बोलणं ऐकायला मस्त वाटतं. तू फार गोड बोलतेस." मी तिच्या डोळ्यांत पाहत म्हणालो. तिने लाजून नजर खाली केली. मक्या हीच योग्य वेळ आहे, बोलून टाक. माझ्या आतून आवाज आल्यासारखा मला भासला, पण तिला आपल्याबद्दल तसं काही वाटत नसेल तर? काही वाटत नसतं तर ती इथे आलीच नसती. कम ऑन. तिची नजर अजूनही खालीच होती.

"आसमाँ, मला तू खूप आवडतेस." मी एका दमात बोलून टाकलं. क्षणात तिची नजर वर झाली. मुसळधार पावसात लखखकन वीज चमकल्यासारखी वाटली मला. पण क्षणभरच! लगेच तिने नजर पुन्हा खाली केली. तिचे काहीच उत्तर आलं नाही.

"तुला मी आवडत नाही का?" मी अत्यंत हळुवारपणे विचारले. तिने पुन्हा नजर वर केली. तिच्या डोळ्यांत पाणी तरळल्यासारखं मला वाटलं. डोळ्यांत

अपार प्रेम दाटलेलं होतं. तिने माझा हात हातात घेतला आणि माझ्या खांद्यावर डोकं ठेवलं. हे तिच्या होकारापेक्षाही सुंदर होतं. मीही समाधानाने डोळे मिटले. अचानक अंगावर धावून येणाऱ्या आनंदापेक्षा या समाधानाची अनुभूती अत्यंत निराळी आणि सुखद होती. आता सूर्य पूर्णपणे अस्तास गेला होता. आम्ही तिथे किती वेळ बसलो हे मलाही कळले नाही. काही वेळाने ती दचकून उठली. ‘‘वाजले किती?’’

‘‘६:३०’’ मी घड्याळात बघत म्हणालो.

‘‘काय? ६:३०...? अरे प्रॉब्लेम झाला.’’ ती घाबरत म्हणाली.

‘‘काय झालं?’’ अजून बराच उजेड होता, त्यामुळे घाबरण्याचं काय कारण? असं मला वाटलं.

‘‘अरे संध्याकाळी ६:०० वाजता किल्ल्याचं गेट बंद होतं.’’

‘‘अरे वा. हो का?’’

‘‘मकरंद ये मजाक नहीं, मै सच बोल रही हूँ.’’ ती एकदम गंभीर चेहरा करून म्हणाली. ज्या अर्थी ती मराठीवरून हिंदीत बोलायला लागली त्या अर्थी तिच्या बोलण्यात तथ्य असावं असं मला वाटलं.

‘‘काय, सांगतेस काय?’’ असं म्हणत मी गेटकडे धावलो. आसमाँ पण माझ्यामागे आली. दरवाजा खरोखर बंद होता. मी तो २-३ वेळा हलवून पाहिला, पण व्यर्थ! बाहेरून कुलूप असावं. अरे देवा! ‘‘कुणी आहे का? हॅलो.’’ मी हाका मारत होतो पण त्याचा काही फायदा झाला नाही.

‘‘हम फस गये हैं । अब कोई नहीं आयेगा सुबह तक ।’’ असं म्हणून आसमाँ रडायलाच लागली. मला तर आता काहीच सुचेनासं झालं.

‘‘अगं आसमाँ, हे बघ. आपण दुसरा रस्ता शोधू. असेल इथेच कुठेतरी.’’ मी तिला समजावण्याचा प्रयत्न करू लागलो. पण ती आणखीनच रडायला लागली. मला आता काय करावे हेच कळेना.

‘‘यहां कोई दुसरा रास्ता नहीं. मुझे मालूम है।’’ ती रडवेल्या सुरात म्हणत होती. तरी मी आजूबाजूला जाऊन पाहिलं, बालेकिल्ल्याचे बुरूज फारच उंच होते. तिथून उतरायचं म्हटलं तर ते शक्यच नव्हतं. आणि इथे आमची हिरकणी तर आधीच रडायला लागली होती. आता तिथेच थांबण्यावाचून पर्याय नव्हता. खरं सांगायचं तर मी एक रात्रच काय पण एक महिनाभर जरी बाहेर राहिलो तरी मला विचारणारं कोणी नव्हतं, पण तिची गोष्ट निराळी होती. एकतर तिला विचारणारे तिच्या घरचे होते आणि दुसरं महत्त्वाचं म्हणजे ती एक-मुलगी होती, पण आता आम्ही हतबल होतो. आता त्या बालेकिल्ल्यात फक्त मी आणि तीच होतो.

"मकरंद मुझे बहुत डर लग रहा है, एक तो मै झूठ बोलके आई हूँ।" ती रडवेल्या सुरात म्हणाली.

"आसमाँ, हे बघ, घाबरू नको... आपण करू काहीतरी..." खरंतर मला पण आता काळजी वाटायला लागली होती. एक तरुण मुलगी, माझ्याबरोबर एका अनोळखी ठिकाणी किल्ल्यामध्ये अडकली होती. आम्ही परत सोनजाई मंदिरात आलो आणि एका बाकड्यावर बसलो. ती माझ्या शेजारीच बसली होती. अंधाराने हळूहळू आता आपलं साम्राज्य पसरवायला सुरुवात केली. नाही म्हणायला मंदिरात एक छोटासा बल्ब लावलेला होता, त्याचाच काय तो प्रकाश. आसमाँ मान खाली घालून बसली होती. तिला कदाचित तिच्या घरच्यांचं टेन्शन आलं होतं.

"तू कधी बाहेर एकटी राहिली नाहीस का?" मी विचारलं, तर तिने फक्त नकारार्थी मान हलवली.

"तुला घरच्यांचं टेन्शन आहे का?" मी काहीतरी विचारायचं म्हणून तिला विचारलं. त्यावर तिचं काही उत्तर आलं नाही, त्याऐवजी फक्त एक हुंदका ऐकायला आला. अरे देवा. तिला आता सावरायला हवं होतं. मी तिच्या जवळ जाऊन हळुवारपणे तिचा चेहरा माझ्याकडे वळवला. तिच्या डोळ्यांतून अश्रुधारा वाहत होत्या.

"आसमाँ, प्लीज रडू नको." मी तिच्या गालावरचे अश्रू पुसले.

"अब क्या होगा मकरंद? अम्मी को क्या बोलू मै?" ती विचारत होती. मी थोडा विचार केला.

"तुझा फोन दाखव जरा." मी म्हणालो.

"क्यूँ?"

"माझ्या डोक्यात एक आयडिया आलीय," मी म्हणालो, तिने मला तिचा फोन दिला. मी तो चेक केला, आणि मला हवं असलेलं फंक्शन त्यात सापडलं.

"मला सांग, तुझी अशी जवळची कोणती मैत्रीण आहे, जी तुझ्यासाठी थोडंसं खोटं बोलू शकेल?"

"खोटं? पण का?"

"सांग तरी. मग सांगतो." मी असं म्हणल्यावर ती विचार करू लागली.

"एक मैत्रीण आहे, शबाना. ती माझी चांगली मैत्रीण आहे."

"ओके, आता मी जे सांगतो ते नीट ऐक. तू आधी तुझ्या मैत्रिणीला फोन कर. तिला सांग तू इथे अडकली आहेस आणि आता तुला तुझ्या आईला काहीतरी कारण सांगायचं आहे. तेव्हा तू असं कारण सांगणार आहेस की मैत्रिणीच्या आईची तब्येत बिघडली आहे आणि तिला हॉस्पिटलला ॲडमिट

केलं आहे, घरी ती मैत्रीण एकटीच आहे त्यामुळे तू तिच्याबरोबर सोबत म्हणून आजची रात्र राहणार आहेस. समजलं?''

''पण अम्मीला हे खरं वाटेल का?''

''म्हणूनच तुझ्या मैत्रिणीला आधी हे फोनवरून समजावल्यानंतर त्याच फोनवरून तुझ्या अम्मीला कॉन्फरन्स कॉल लाव. तुझ्या अम्मीला हे सगळं सांग. दुसऱ्या बाजूला तुझी मैत्रीणसुद्धा कॉलवर असेल, तिलाही बोलायला सांग, म्हणजे तुझ्या अम्मीचा विश्वास बसेल की तुम्ही दोघी एकत्र आहात. प्रॉब्लेम सॉल्व्ह!'' मी म्हणालो. त्यावर ती काही बोलली नाही. ती कदाचित या शक्यतेबद्दल विचार करत असावी.

''पण अम्मीला हे कळलं तर?''

''तिला काही कळणार नाही. तुझ्या मैत्रिणीचा आवाज ऐकला की तिची खात्री पटेल. माझं ऐक, जास्त विचार करू नको, हेच सांग. आपण मुद्दाम तर इथे थांबलो नाही ना?'' मी तिला समजावलं.

''अम्मी गुस्सा हुई तो?''

''नाही होणार. तू फोन कर.'' मी तिला दिलासा देत म्हणालो. तिने थोडा वेळ विचार केला आणि तिच्या मैत्रिणीला फोन केला. बोलता बोलता ती मंदिराबाहेर गेली. मी विचार करू लागलो की तिची अम्मी आत्ताच परत घरी ये म्हणाली तर काय करणार? पण असं होण्याची शक्यता फार कमी आहे. आजारी माणसासाठी थोडीतरी सहानुभूती तिची आई दाखवेलच! अर्थात आसमाँच्या कन्व्हिंन्सिंग पॉवरवर पण हे अवलंबून आहे. ती बराच वेळ फोनवर बोलत होती. मी इकडे देवीला प्रार्थना करत होतो की, तिच्या अम्मीचा या सगळ्यावर विश्वास बसू दे. थोड्याच वेळात आसमाँ धावतच आली. तिचं उत्तर काय आहे हे ऐकण्यासाठी माझे कान आतुर झाले होते.

''मकरंद, यू आर अ सेविअर. अम्मी मान गयी.'' हमखास उडणाऱ्या एखाद्या विषयात अचानकपणे पास झाल्यावर होतो तसा आनंद तिला झालेला दिसला. तिचा घरचा प्रॉब्लेम मिटला होता.

''काय म्हणाली तुझी आई?'' मी तिला विचारलं.

''अम्मी म्हणाली, ठीक आहे पण सकाळी लवकर घरी ये. थँक यू मकरंद. तुमने मुझे फिरसे बचा लिया.'' असं म्हणत ती माझ्याकडे कृतज्ञतामिश्रित प्रेमाने पाहू लागली. डोळ्यांचा डोळ्यांशी मूक संवाद झाला, ती अगदी जवळ आली. तिचे उष्ण ओठ माझ्या ओठांवर टेकले. डोळे आपोआप मिटले गेले. काळ पूर्णपणे थांबला. ती विलग झाली मला एका निराळ्याच धुंदीत सोडून.

“कुठे होतास रे रात्रभर? फोनसुद्धा बंद होता तुझा.” सकाळी रूममध्ये आल्या आल्या आनंद माझ्यावर खेकसला.

“अरे, माझ्या फोनची बॅटरी संपली होती.” मी म्हणालो.

“पण होतास कुठे?” उम्यानंही विचारलं. मी काहीच बोललो नाही. खाली अंथरलेल्या गादीवर मी माझं अंग झोकून दिलं आणि समाधानाने डोळे मिटले.

“काय झालंय रे याला? असा का वागतोय हा?” आनंद उम्याला म्हणाला.

“काय रे? बरं वाटत नाही का?” उम्याने मला विचारलं, पण मी उत्तर द्यायच्या मन:स्थितीत नव्हतोच. मी अजूनही सोनदुर्गावर होतो, आसमाँसोबत. एक वेगळ्याच प्रकारचं समाधान मला वाटत होतं. हवेत तरंगल्यासारखं शरीर आणि मन दोन्ही पिसासारखी हलकी झाली होती. मी तसाच डोळे मिटून पडून राहिलो.

“काय रे? बरं वाटत नाही का?” असं विचारत आनंदने माझ्या कपाळाला हात लावून पाहिलं, “ताप तर नाही.”

“ताप आहे! हा प्रेमाचा ताप आहे.” माझ्याकडे मिश्कील चेहऱ्याने बघत उम्या म्हणाला. मी डोळे उघडून त्याच्याकडे पाहिलं. “मक्या, साल्या काल आसमाँबरोबर होतास?” उम्याची अनुभवी नजर माझ्यावर रोखली होती. मी त्यावर नुसतं मानेने होकार दिला.

“आईशप्पथ! मक्या, खरं आहे हे?” आनंद तर जागेवरच उडाला.

“हो, काल तिच्याबरोबर होतो आणि तुम्ही इमॅजिन पण करणार नाही अशा ठिकाणी होतो.”

“कुठे?” दोघांनी एकाच वेळी विचारलं.

“सोनदुर्गावर.”

“काय? रात्रभर तिथेच होता?” आनंदने विचारलं. त्यावर मी नुसती मान हलवली.

“एवढं रात्रभर तिथेच का थांबला?”

“काय करणार? सोनदुर्गाचं गेट संध्याकाळी सहाला बंद होतं.” मी म्हणालो.

“हे तुला माहीत नव्हतं का?” उम्याने विचारलं.

“नाही ना यार!”

“काय सांगतोय? मुद्दाम तसाच बसून राहिला असशील.” आनंद म्हणाला.

‘मी काल तिला प्रपोज केलं.” मी म्हणालो.

“आयला! काय सांगतोयस? मग काय म्हणाली ती?” उम्याने उत्साहात विचारलं.

“ती काहीच म्हणाली नाही. फक्त माझ्या खांद्यावर डोकं ठेवून बसून

राहिली. मलाही खूप बरं वाटत होतं. आम्ही आमच्याच विचारात बसून राहिलो, तो किल्ल्याचा दरवाजा कधी बंद झाला काहीच कळलं नाही.'' मी म्हणालो.

''वा मेरे शेर! भारीच की!''

''मग रात्रभर तसाच राहिला?'' आनंदने विचारलं.

''हो, काय करणार!''

''आणि तिच्या घरचे काहीच बोलले नाहीत?''

''मी तिला सांगितलं की घरी फोन करून सांग की मैत्रिणीच्या आईची तब्येत बिघडलीय म्हणून तिच्या घरी राहतेय.''

''आणि तिच्या आईला पटलं हे?''

''माहीत नाही, पण नंतर काही फोन आला नाही. म्हणजे पटलं असावं.''

''आयला मक्या, मला वाटलं नव्हतं तू असं काही करू शकशिल म्हणून!'' उम्या म्हणाला.

''अरे आपोआप घडत गेलं हे सगळं. मी काय मुद्दाम ठरवून थोडंच केलं?''

''मग? काही झालं का नाही?'' उम्याच्या चेहऱ्यावर मिश्कील भाव दाटले होते.

''नाही, काही नाही.'' मी त्यांची नजर चुकवत म्हणालो.

''आं? आं?'' करत उम्या मला चिडवायला लागला.

''साल्या मक्या! भलताच खतरनाक माणूस आहेस रे!'' आनंद दुसऱ्या बाजूने म्हणाला.

''मला कंटाळा आलाय. झोपतो आता मी.''

''अरे! आणि ऑफिस?'' आनंदने विचारलं.

''आज सुट्टी! माझी कॅज्युअल लिव्ह कट करून टाक.'' मी उशीत डोकं खुपसत म्हणालो.

''धन्य आहे बाबा! चला उमाकांतराव, आपल्याला जावं लागेलच! उरका.''

दोघे ऑफिसला निघून गेले. मला कधी झोप लागली कळलं नाही. स्वप्नं मात्र भरपूर पडली, स्वप्नात कोण आलं होतं हे वेगळं सांगायला नकोच!

त्या दिवशी ऑफिसमधे असताना आसमाँचा मेसेज आला.

can we meet today...?

हा मेसेज वाचून मला तर खूपच बरं वाटलं. खरंतर मला पण सोनदुर्गवरच्या त्या बेधुंद भेटीनंतर तिला पुन्हा भेटावसं वाटतं होतं. आणि योगायोगाने आज तिचाच मेसेज आला.

Definitely. where? when?

मेसेज पाठवून मी रिप्लायची वाट बघू लागलो...,

u decide.

ती माझ्यावर सोडून मोकळी झाली. ठीक आहे. कुठे भेटूया? मी सोनगिरीतली काही चांगली ठिकाणं आठवण्याचा प्रयत्न करू लागलो. एक बाग होती. अगदी उंचावर. तिथून खाडी आणि दूरवर समुद्र दिसायचा. बरीच जोडपी जातात तिथे. ओके. तिथेच भेटू.

hmmm.....Tara Udyan...? 6 p.m. is it ok...?

तिचा होकार आला. मग मात्र माझं कोणत्याच कामात लक्ष लागेना. कधी एकदा ते पकाऊ ऑफिस सुटतंय असं मला झालं. पावणेसहाला ऑफिसमधून निघालो. आनंद आणि उम्याला तर मी कलटीच दिली. तारा उद्यानला पोहोचायला मला ६:१५ झाले, पण ती तिच्या नेहमीच्या वेळेपेक्षा उशिराच येणार या अपेक्षेने मी तिथे पोहोचलो तर बाईसाहेब आधीच हजर. पण तिने आज बुरखा घातला होता. माझं मन एकदम खट्टू झालं.

"काय हे. किती उशीर?" ती लटक्या रागात म्हणाली.

"आज सूर्य पश्चिमेला उगवला वाटतं? तू आणि चक्क लवकर?" मी पण तिची गंमत केली. त्यावर ती मोकळेपणाने हसली.

"आज हे का घातलंस?" मी तिच्या बुरख्याकडे पाहत म्हणालो.

"अरे मी जरा अम्मीबरोबर बाहेर गेले होते. मलाही नाही आवडत, पण काय करणार?" ती नाईलाजाने म्हणाली. मी समजुतीने मान हलवली.

"मग? त्या दिवशी

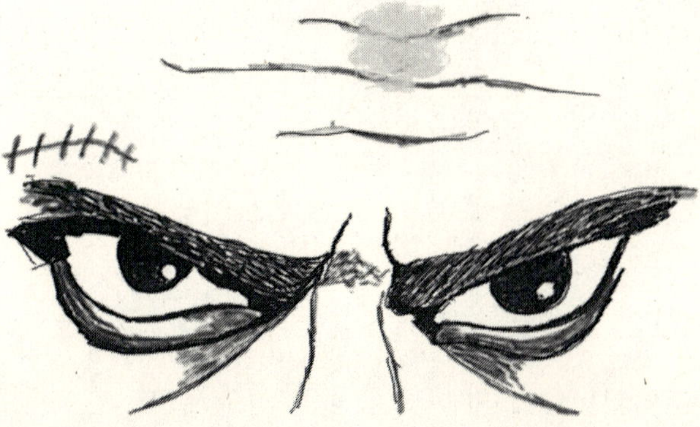

व्हिलन

काय झालं घरी गेल्यावर?'' मी विषय बदलला.

''कधी...?''

''सोनदुर्गाच्या रात्रीनंतर?''

''काही नाही... अम्मीने विचारलं की मैत्रिणीची आई बरी आहे का म्हणून.'' हे सांगताना ती खुदकन् हसली. ''पण बरं झालं तू मला तसं करायला सांगितलस, नाईतर माझं काही खरं नव्हतं.''

''जाऊ दे, तो विचार सोडून दे., आज तू खूशीत दिसतेस?'' तिला भेटल्यापासून मला हे जाणवत होतं.

''हो. वाढदिवसाच्या दिवशी कोणता माणूस दुःखी असतो?'' तिने मिश्कीलपणे विचारलं.

''काय? म्हणजे आज तुझा वाढदिवस आहे? मग मला आधी का नाही सांगितलंस? मी काहीतरी गिफ्ट आणलं असतं ना.'' मी गोंधळून बोललो.

''गिफ्टचं काय त्यात, तू आलास तेच खूप आहे माझ्यासाठी.'' ती म्हणाली.

''असं कसं? काहीतरी द्यायलाच पाहिजे.'' म्हणून मी इकडेतिकडे पाहू लागलो. मला फुलांचं एक झाड दिसलं. कोणतं होतं ते माहीत नाही पण फुलं मात्र छानच होती. त्यातलं एक फूल मी तोडलं आणि फिल्मी स्टाइलने हिरो हिरोईनला एका गुढग्यावर बसून जसं फूल देतो तसं दिलं. 'many many happy returns of the day.' त्यावर ती मुक्तपणे हसली.

''तू फिल्म्स जास्त बघतोस वाटतं?'' ती हसत विचारत होती.

''अं. पूर्वी नव्हतो बघत, पण आजकाल बघतो.''

''कोणत्या फिल्ममधे आहे हे असलं?'' तिने गमतीने वरखाली हातवारे करत विचारलं,

''लवकर घे हे फूल. माझ्या गुढघ्याला खालचे खडे टोचतायत.'' मी घाईघाईत म्हणालो.

''अं. हं. आता तर मुळीच नाही.'' ती लाडात येऊन म्हणाली.

''अगं बाई माझ्यावर दया कर.'' मी काकुळतीला आलो. खडे चांगलेच टोचत होते. ज्या लोकांनी हे केले आहे त्यांनाच त्या वेदना कळू शकतील. शेवटी तिला माझी दया आली आणि हसत हसत तिने ते फूल घेतलं. मी कसाबसा पायावर उभा राहिलो. फिल्ममधे हे काहीही फालतू दाखवतात. त्याचं अनुकरण चांगलंच भोवलं मला.

''हे माझ्यासाठी सगळ्यात चांगलं गिफ्ट आहे.'' ती समाधानाने त्या फुलाकडे बघत म्हणाली. मी तिच्या जवळ गेलो.

''मला तू खूप आवडतेस.'' मी तिच्या डोळ्यांत बघत म्हणालो.

''मला पण.'' ती काही म्हणणार इतक्यात मागून ''आसमाँ.'' जोरात ओरडण्याचा आवाज आला. आम्ही दचकून मागे पाहिलं. एक ३० -३२ वयाचा तरुण उभा होता, उंची जवळपास ६ फूट, घारे डोळे, वर्ण गोरा, कोरलेली दाढी, आणि दोन भुवयांच्या मधे कपाळावर एक काळा डाग पडलेला होता. त्याच्या मागे आणखी दोघे जण उभे होते. ते पण त्याच्यासारखेच खुनशी वाटत होते. त्या माणसाचे डोळे रागाने लाल झालेले भासले मला.

''भ. भैया?'' आसमाँच्या तोंडून एक अस्फुटशी किंकाळी बाहेर पडली. तिच्या हातातलं मी दिलेलं फूल केव्हाच खाली पडलं होतं. मग माझ्या लक्षात आलं की, हा तिचा कतारला राहणारा भाऊ होता, त्याविषयी तिने मागच्या भेटीत सांगितलं होतं. तिच्या भावाची आमच्या हातांवर नजर पडली. अगदी चटका लागल्यासारखे आमचे हात एकमेकांपासून विलग झाले. त्याच्या नजरेत ताकदच होती तशी!

''क्या है ये?'' तो एकदम भडकून म्हणाला.

''फि. फिरोज भैया... ये... मेरा... दोस्त है...'' तिच्या तोंडून शब्दच फुटत नव्हते.

''चूप!'' तो एकदम जोरात ओरडला. तिचा भाऊ खुनशी नजरेने पाहत माझ्या जवळ आला. त्याच्या डोळ्यात अंगार पेटलेला दिसत होता.

''नाम क्या है तेरा?'' त्याने थंडपणे उच्चारलेलं हे वाक्य क्रोधाने भरलेलं होतं.

''मकरंद. मकरंद मोहिते.'' मी अडखळत म्हणालो.

''करता क्या है तू?'' त्याने पुन्हा खुनशी प्रश्न केला.

''मी जॉब करतो. महाराष्ट्र गव्हर्नमेंटमध्ये'' मी हे का बोललो ते कळलं नाही, कदाचित मी कोणी असला तसला नाही हे मला सूचित करावसं वाटलं.

''भैया, इन्होनेही मेरी जान बचाई थी. उस दिन.'' आसमाँ काहीतरी बोलण्याचा प्रयत्न करू लागली तसा त्याने एक जळजळीत कटाक्ष तिच्यावर टाकला. फिल्मची रीळ मधेच खट्कन तुटावी तशी ती शांत झाली. फिरोजने माझ्याकडे त्याच रागात पहिले,

''अगर तूने फिरसे आसमाँ से मिलने की कोशिश की तो मुझसे बुरा कोई नहीं होग।'' त्याने शांतपणे उच्चारलेलं हे वाक्य एखाद्या हिंदी फिल्मच्या व्हिलनच्या तोंडचा डायलॉग वाटला मला.

''भैयाजी, माझं थोडंसं ऐकून घेता का प्लीज?'' मी त्याला म्हणालो पण तो आणखीनच चिडला.

''चूप! बिलकूल चूप! मुझे कुछ सुनना नहीं.'' त्याची तर्जनी माझ्या चेहऱ्यासमोर होती.

''आमचं प्रेम आहे एकमेकांवर. मी तिला कधीही फसवणार नाही.'' माझ्या तोंडून बाहेर पडलेल्या या वाक्यावर माझं मलाच आश्चर्य वाटलं. खरंच, प्रेमात खूप ताकद असते म्हणतात. त्या वेळी मला तिच्या भावाची भीती वाटत नव्हती, कारण माझी भावना खरी होती. मी हे बोलल्याबरोबर त्याच्या मागे असलेले दोघेजण माझ्या अंगावर धावून आले, पण फिरोजने त्यांना अडवलं.

''तुझे मैं आखरी बार बोल रहा हूँ.'' त्याच्या डोळ्यांतून आता आग बाहेर येईल की काय असं वाटलं. त्याने आसमाँचा हात पकडला आणि तिला खेचतच घेऊन जाऊ लागला. मी मात्र हतबल होऊन पाहत राहिलो. मी काहीही करू शकलो नाही. आसमाँने जाता जाता मागे वळून पाहिलं. तिच्या डोळ्यांतून निघालेले अश्रू क्षणभरच मला दिसले.

तारा उद्यानमधे घडू नये ते घडल्यानंतर तिचा परत ना फोन आला, ना मेसेज. मी मधे एकदा फोन करण्याचा प्रयत्न केला, पण तिचा फोन स्विच्ड ऑफ येत होता. आता तिच्याशी संपर्काचं साधनच बंद असल्याने माझाही नाइलाज झाला. हे सगळं त्या साल्या फिरोजमुळे झालं होतं. मला खरंतर त्याचा जाम राग आला होता, पण मी काय करू शकणार होतो? सगळं व्यवस्थित झालं तर मी फिरोजला बिनधास्त 'साल्या' म्हणू शकणार होतो, मला या विचाराने गंमत वाटली. पण मकरंद शेठ ही गोष्ट इतकी सोप्पी नाही. मध्ये बरेच दिवस गेले. आसमाँ मला भेटली नाही, ती भेटली नाही त्यामुळे एक प्रकारची उदासीनता येऊ लागली. मी तिच्या आठवणीत मांडवीवर जाऊन बसू लागलो. समुद्राकडे बघत वाटत राहायचं की, आसमाँ माझ्या सोबतच आहे. मांडवीवरच्या राजू चणेवाल्याशी चांगली ओळख वाढली होती. प्रत्येक वेळी तो जेव्हा भेटतो तेव्हा एक नवीनच प्रकारचा माणूस मला त्याच्यात बघायला मिळत आला आहे. या वेळी त्याला भेटलो तेव्हा कळलं की हे महाशय ग्रॅज्युएट आहेत, तेही आर्ट्‌समधून!

"काय सांगतोस! तू बी. ए. आहेस? मग हे चणे का विकतोस? चांगली नोकरी मिळेल की रे तुला." मी आश्चर्याने विचारलं.

"होती नोकरी, मुंबईला, सोडून आलो." राजू बेफिकिरीने म्हणाला.

"का?" मी आश्चर्याने विचारलं

"होती काही कारणं, जाऊदे चणे देऊ का?" त्याने विषय बदलला. माणूस आपल्या भोवती एक वर्तुळ तयार करतो. त्या वर्तुळात कोणी कधी यायचं हे तो स्वत: ठरवत असतो. अनाहूतपणे त्यात कोणी आलं तर त्याला रुचत नाही. जेव्हा त्याला स्वत:ला वाटतं तेव्हाच तो समोरच्याला आपल्या वर्तुळात समाविष्ट करून घेतो. मी माझ्यावरूनच हा विचार केला आणि पुढे जास्त काही विचारलं नाही.

"चणे देऊ का? मक्या भाई." त्याने पुन्हा विचारलं.

"नको, आज

मूड नाही. अरे, हो तुझे त्या दिवशीचे पैसे द्यायचे राहिले. हे घे,'' म्हणत मी त्याला वीस रुपयांची नोट दिली. त्याने ती घेतली आणि पुन्हा माझ्याच शर्टाच्या खिशात कोंबली.

"अरे? असं काय करतोस?''

"मिळाले मला पैसे. ओके? त्या दिवशी तुझ्याबरोबर कोण होती ती?'' त्याने विचारलं.

"ती? तिचं नाव आसमाँ आहे. मैत्रीण आहे.'' मी म्हणालो.

"नुसती मैत्रीण?'' त्याने मिश्कील चेहऱ्याने विचारलं.

"सध्यातरी मैत्रीणच!'' मी म्हणालो.

"तुला आवडते ना ती? मग पुढे काही झालं की नाही?''

"एवढं सोपं नाही बाबा ते. तिचा भाऊ मला धमकी देऊन गेलाय. परत तिला भेटायचं नाही म्हणून.''

"काय बोलतो? फिल्मसारखी स्टोरी झाली की तुझी! झकास एकदम.''

"तुला हसायला काय जातंय? माझी वाट लागलीय इथे.''

"का रे? काय झालं?''

"तिचा भाऊ कतारला असतो, दर सहा महिन्यांनी येतो. आता परत कधी जाईल माहीत नाही. तो असेपर्यंत तरी आम्हाला भेटता येणार नाही.''

"जाईल जाईल, लवकरच जाईल.'' राजू हसत म्हणाला. "मला वाटतं तुला कदाचित हवापालटाची गरज आहे, म्हणजे थोड्या वेगळ्या वातावरणात गेलास तर तुला बरं वाटील.''

"म्हणजे? आता मी सोनगिरी सोडून जाऊ की काय हवापालट करायला?''

"तसं नाय रे, आमच्या गावात येतोस? आमच्याकडे महालक्ष्मीचा सप्ताह चालू आहे, आड्स वातावरण असतं. आमच्या गावात नऊ वाड्या आहेत, प्रत्येक वाडीसाठी दोन तास दिलेले असतात, अखंड भजने चालू असतात तिथं, आता थोड्या वेळात आमच्या वाडीचा नंबर येणार आहे, येतोस तर बोल.'' त्याने एकदम प्रस्ताव ठेवला. मीही फार काही विचार न करता त्याला होकार दिला, आम्ही निघालो.

"मग आज चणे विकायला सुट्टी?'' चालता चालता मी विचारलं.

"चणे काय, रोजचेच आहेत, आपला सप्ताह मात्र वर्षातून एकदाच येतो. आणि जर सप्ताहात गेलो नाय तर आमच्या वाडीतले माझ्या डोक्याची मंडई करतील.'' तो म्हणाला.

"का? जाणं कम्पलसरी असतं का?''

"तसा काय नाय, पण आमचा भजनी लोकांचा ग्रुप हायेल ना, त्यामुळं मग

जावाच लागता.''

असंच गप्पा मारत आम्ही समुद्रकिनाऱ्याच्या बाजूने थोडा वेळ चाललो, नंतर एक बारीकसा डांबरी रस्ता लागला. रस्त्याच्या दुतर्फा झाडी होती, त्यांच्या फांद्या रस्त्यावर वाकल्या होत्या, त्यामुळे एखाद्या हिरव्या पानांच्या गुहेतून जातोय असं वाटू लागलं. एक वेगळीच अनुभूती येत होती. थोड्या वेळात आम्ही राजूच्या गावात पोहोचलो. लांबून भजनाचा आवाज येत होता. थोडे पुढे जातो न जातो तोच एक घोळका मंदिराकडे जाताना दिसला. त्यांच्या हातात मृदंग, टाळ वगैरे भजनाचं साहित्य होतं. त्यांनी आमच्याकडे बघितलं.

''मेल्या यो बग राजू, आताशी आलाय.'' त्यातल्या कुणीतरी बाकीच्या सगळ्यांना सांगितलं. मग त्यातल्या काहींनी शेलक्या भाषेत त्याचा उद्धार केला.

''सॉरी, सॉरी. आरे पन आजून धा मिनटं शिल्लक हायेत. कशाला घाई करताय?'' तो म्हणाला.

''तुझं घड्याळ च्या पितंय. सा वाजून गेलेत. चल उरक मेल्या लवकर. डायरेक्ट मंदिरात ये,'' असा दम देऊन बाकीची सगळी मंडळी मंदिराच्या दिशेने निघाली. आम्ही घाई करत राजूच्या घरची वाट धरली. घर फार काही लांब नव्हतं. त्याचं घर बारीकसं, पण टुमदार होतं. पडवी शेणाने सारवलेली होती. घराच्या पुढे छोटंसं तुळशी वृंदावन होतं. घराच्या शेजारी फुलझाडे लावली होती. घरी गेल्या गेल्या त्याने त्याच्या बायकोला हाक मारली. आणि चहा ठेवायला सांगितला, मी त्याला नको म्हणालो, पण त्याने काही ऐकलं नाही.

''राहू दे रे, पहिल्यांदा घरी आलायस, चहा प्यायल्याशिवाय मी तुला जाऊ द्यायचा नाही.''

''अरे, पण आपल्याला उशीर होतोय ना, मंदिरात जायला, तुझे मित्र चिडतील ना तुझ्यावर.'' मी आणखीन एकदा प्रयत्न करून पहिला.

''ते? मेल्यान झो! ते काय करणारेत. तू च्या पी निवांत. मी जरा येतो थोड्या वेळात.'' तो बेफिकिरीने म्हणाला आणि आतल्या खोलीत निघून गेला. मी त्या खोलीत एकटाच उरलो. सहजच नजर रूमभर फिरली. चिऱ्यांच्या भिंती होत्या, भिंतींना प्लॅस्टर केलेलं नव्हतं, वर मंगलोरी कौलं होती. घर तसं टापटीप होतं, पण घरात किमती अशी कोणतीच वस्तू दिसत नव्हती. अत्यंत साधं असं घर होतं. राजूच्या बायकोने चहा आणून दिला. चहा देताना ती उपचारादाखल हसली. शहरी भागात, आपण ज्याला कौतुकाने ब्लॅक टी म्हणतो तो, फुटलेल्या मळकट चिनी मातीच्या कपात माझ्या समोर होता. बऱ्याच ठिकाणी दुधाची कमतरता असल्याने लोक कोरा चहा पित होते. मी तो कडवट

चहा घशाखाली ढकलू लागलो. आतल्या खोलीतून कण्हण्याचा आवाज येऊ लागला, कोणीतरी आजारी असावं. थोड्या वेळाने राजू बाहेरच्या खोलीत आला. आम्ही निघणार तेवढ्यात पुन्हा जोरात कण्हण्याचा आवाज आला. राजू पुन्हा आत गेला आणि थोड्या वेळाने पुन्हा बाहेर आला.

"चल, उशीर झाला आपल्याला." म्हणत तो झपाझप पावलं टाकत निघालासुद्धा. मी धावत, चालत त्याच्या वेगाशी बरोबरी साधण्याचा प्रयत्न करू लागलो. आम्ही मंदिराच्या आवारात पोहोचलो. सर्वत्र पताका लावलेल्या होत्या. मंदिराला नुकतीच रंगरंगोटी केलेली दिसत होती. मंदिराच्या बाजूने एक बारीकसा ओहोळ जात होता, त्यातून खळाळत जाणारं पाणी मावळतीच्या सूर्यप्रकाशात चमकत होतं. मंदिराला लागूनच एक वडाचं डेरेदार झाड आपल्या पारंब्या सोडून उभं होतं, त्याच्या भोवती दगडी पार बांधला होता. मघाची राजूच्या वाडीतली भजनी मंडळी त्या पारावर बसली होती. आम्ही तिथे गेलो.

"बघा, आलाव का नाय वेळेत?" तो बाकीच्या लोकांना उद्देशून म्हणाला.

"लय उपकार झालं. हे पावणे कोन?" त्यातल्या एकाने विचारलं.

"हा मित्र हाय माझा. जेट्टीवरचा. त्याला आपल्या सप्ताहातली भजनं ऐकायची हायेत." राजू म्हणाला.

"अरे वा... वा... आजकालची तरुण पोरं कुणी भजनाला येत नाईत. बरा वाटला तुमी आलेत ते." त्यांच्या ग्रुपचे एक पांढरी दाढी असलेले सदस्य म्हणाले.

"ओ नाना, गप ऱ्हावा, तरुण येत नाईत काय? मग आम्ही कोण हाव?" ग्रुपमधल्या एका तरुणाने त्या वयस्कर माणसाला परस्पर झापलं.

"तुला तरुण म्हनलेलीच नाय. तू तर बच्चा हायेस." ते कोण नाना होते त्यांनी मारलेल्या टोमण्यावर बाकीचे सगळे स्फोट झाल्यासारखे हसले. अशी सगळी मजा मस्ती चालू असताना मंदिरात असलेल्या आधीच्या ग्रुपचा एकदम टाळ आणि मृदंगाचा मोठ्ठा आवाज यायला लागला.

"ए चला, उठा, त्यांचा गजर सुरू झाला, चला लवकर." कोणीतरी म्हणालं तसं सगळे उठले आणि आत जाऊ लागले. आत जात जातच आमच्या ग्रुपच्या काहींनी जोरजोरात टाळ वाजवायला सुरुवात केली.

"भजनात खंड पडता कामा नये. म्हणून मग असं करायचा." राजू मला सांगत होता. आम्ही जसे आता गेलो तसे आधीच्या ग्रुपचे लोक आम्हाला जागा करून देऊ लागले. आमचे सर्व लोक एकमेकांसमोर समांतर उभे राहिले, आणि आमची भजनं सुरू झाली. आधीचे लोक एक एक करून बाहेर जाऊ लागले.

"बोला पुंडलिका वरदेऽऽ. हाऽऽरी विठ्ठल. श्री ज्ञानदेऽ व तुकाऽऽराम,

पंढरीनाथ महाराज कीऽऽजय! महालक्ष्मी माते कीऽऽजय!''

राजूच्या वाडीतील एकेक जण पुढे येत नवनवीन गौळण, भजनं म्हणू लागला आणि बाकीचे कोरस देऊ लागले. का कुणास ठाऊक पण मला एकदम मस्त वाटून गेलं. टाळ, मृदंगाच्या आवाजात ब्रह्मानंदी टाळी लागल्यासारखं वाटलं. दोन-तीन भजनं झाल्यानंतर राजू गायला उभा राहिला आणि आजूबाजूच्या लोकांचे चेहरे उजळले, ते का? याचं उत्तर मला दुसऱ्याच मिनिटाला मिळालं. राजूने आलाप घ्यायला सुरुवात केली. पट्टीचे शास्त्रीय गायक झक मारतील असा त्याचा आवाज होता. एका मागोमाग एक भजने, गौळणी त्याने म्हटल्या, कोरस देणारे लोकसुद्धा उत्साहात त्याच्या मागून भजनं आणि गौळणी म्हणत होते, शेवटी त्याने 'निघालो घेऊन, दत्ताची पालखी' हे भजन म्हटलं. ते ऐकण्यात सर्वजण गुंग झाले.

वाट वळणाची,
जिवाला या ओढी,
दिसते समोर,
नरसोबाची वाडी.
डोळियांत गंगा,
जाहली बोलकी.
निघालो घेऊन, दत्ताची पालखी.

ज्या वेळी ते भजन सुरू होतं, मला का कुणास ठाऊक आतून खूप रडावसं वाटू लागलं, आधी कधी इतकं विचित्र मला वाटलं नव्हतं. डोळ्यांतून आपोआप अश्रू येऊ लागले, ते थांबेचना. मी एकसारखा डोळे पुसत होतो. ते बघून ग्रुपच्या काही लोकांनी खुणेनेच 'काय झालं?' असं विचारलं. मी मानेनेच काही नाही खुणावलं. हा एक अलौकिक अनुभव होता माझ्यासाठी. त्यानंतर मला एकदम हलकं हलकं वाटू लागलं. मनातली जाळीजळमटं धुवून गेल्यासारखी वाटली. सगळं स्वच्छ झालं.

आयुष्य रोलरकोस्टर राइडसारखं आहे. पुढच्या क्षणी कोणतं वळण येईल, हे सांगता येत नाही. अशीच एके दिवशी आसमाँ मला अनपेक्षितपणे भेटली. त्याचं झालं असं की, आमच्या ऑफिसचे चौधरीसाहेब महिनाअखेरीस रिटायर्ड होणार होते. चौधरीसाहेब फिल्ड ऑफिसर होते आणि एकदम राजा माणूस! आम्ही ऑफिसला जॉइन झाल्यापासून ते आजपर्यंत त्यांनी आम्हाला नेहमीच मित्रत्वाच्या नात्याने वागवलं, ते आम्हाला आमचे साहेब कधी वाटलेच नाहीत. त्यांचा निरोप समारंभ जोरात करायचा आणि आमची आठवण म्हणून त्यांना एखादं चांगलंस गिफ्ट देण्याचं ठरलं. मी आणि उम्या त्या कामाला लागलो. सोनगिरीच्या बाजारात आम्ही फिरत होतो. एक घड्याळाच दुकान दिसलं. आत शिरलो, म्हणलं बघू तरी एखादं चांगलं घड्याळ मिळतं का ते!

"आम्हाला चांगलं रिस्ट वॉच पाहिजे भेट देण्यासाठी." उम्या दुकानदाराला उद्देशून म्हणाला.

"ही पहा, इथे सगळ्या कंपन्यांची घड्याळं आहेत." तो समोरच्या आडव्या शोकेसवरच्या काचेवर बोट फिरवत म्हणाला. आम्ही ती घड्याळं बघण्यात मग्न झालो. इतक्यात,

"भाभी, ये घडी देखो. अच्छी है." उम्या उभा होता, त्यापलीकडून आवाज आला. तो कानी पडला आणि अचानक मेंदूतल्या सगळ्या पेशी जागृत झाल्यासारख्या वाटल्या मला. मी मान वळवून पाहिलं तर आसमाँ स्मितहास्य करत माझ्याकडेच बघत होती. हरवलेला एखादा मौल्यवान दागिना अनपेक्षितपणे परत सापडल्यावर होतो तसा आनंद मला तिला बघून झाला. ती अशी अचानकपणे भेटेल याची कल्पनाच नव्हती मला. जवळपास महिना- दीडमहिन्याने मी तिला बघत होतो. मी काही बोलणार इतक्यात तिने डोळ्यांनीच 'नको' म्हणून सांगितलं. तिच्याबरोबर तिची भाभी होती. मग मीही समजून शांत राहिलो.

"नै रे, उसका बेल्ट अच्छा नहीं ।" आसमाँच्या भाभीचा मंजूळ आवाज आला. तो इतका मंजूळ होता की उम्यानेही त्या दिशेने पाहिलं आणि पाहतच राहिला. आता

हवा... हवा...

आम्हा दोघांचही लक्ष घड्याळावरून उडालं होतं. दुकानात आलेले हे दोघे टाईमपास करण्याच्या उद्देशाने आले असावेत अशी शंका येऊन दुकानदाराने आम्हाला विचारलं, "कोणतं घड्याळ दाखवू तुम्हाला?" त्याच्या प्रश्नाने मी भानावर आलो.

"अं... हो... हे पांढऱ्या डायलवालं दाखवा." मी कोणत्यातरी एका घड्याळावर बोट ठेवत म्हणालो. दुकानदाराने लगेच ते घड्याळ काढलं आणि माझ्यासमोर ठेवलं.

"ठीक आहे ना रे उम्या?" मी त्याला म्हणालो तर त्याचं अजूनही तिकडेच लक्ष होतं. मी त्याला पायानेच खुणावलं.

"हं... हो हो मस्त आहे. काय किंमत याची?" तो भानावर येत म्हणाला.

"७२९९ /- फक्त..." दुकानदाराने घड्याळाची किंमत सात रुपये असल्यासारखी सहज सांगितली. उम्याने आणि मी एकदमच एकमेकांकडे पाहिलं. दुकानदाराला बहुतेक ते कळलं असणार. त्याने लगेच आगाऊपणे दुसरं घड्याळ काढलं. "हे घ्या ५९९/- चांगली कंपनी आहे."

"याच्यापेक्षा जरा चांगलं दाखवा..." दुकानदाराने आपली इज्जतच काढली असा विचार करून उम्या थोडा वैतागूनच म्हणाला. त्यानंतर त्याने भरमसाट घड्याळे आमच्या समोर ठेवली. उम्या ती बघू लागला. मी आसमाँकडे बघून जमेल तशा खाणाखुणा करू लागलो. माझा मोबाइल दाखवून तिचा फोन बंद आहे का हे खुणेनेच विचारलं. तिने तिचा फोन दाखवत 'चालू आहे' असं दर्शवलं.

"अरे, आपल्या चव्हाणबाई पण पुढच्या महिन्यात रिटायर्ड होणार आहेत ना, त्यांना पण बघू एखादं लेडीज घड्याळ." उम्याच्या बोलण्याने मी भानावर आलो. मला कळेना कोण चव्हाणबाई ते? मी त्याला तसं विचारणार तोच त्याने मला डोळा मारला. मी काय समजायचं ते समजलो आणि शांत राहिलो. आता आम्ही आमचा मोर्चा लेडीज घड्याळांकडे वळवला.

"ते मरून कलरचा पट्टा असलेलं घड्याळ दाखवा हो." उम्या दुकानदाराकडे बघत म्हणाला. आता तर त्याची पक्की खात्रीच पटली की आम्ही टाईमपास करणार म्हणून. त्याने थोड्या रागातच ते घड्याळ काढून दाखवलं. उम्या ते बघू लागला तेवढ्यात मी आसमाँकडे पाहिलं आणि हाताने माझ्या दाढीवर हात फिरवत तिच्या भावाबद्दल खुणेनेच 'कुठे आहे?' असं विचारलं. मला शंका होती की तिला हे कळेल की नाही, पण तिने लगेच 'तो परत गेला' असं खुणेनेच सांगितलं. मला एकदम बरं वाटलं.

"कसं आहे रे हे?" उम्या मला ते लेडीज घड्याळ दाखवत म्हणाला.

“हं... छान आहे. शोभून दिसेल त्यांना.” मी काहीतरी बोलायचं म्हणून बोललो.

“खरंतर त्यांनाच काय, पण कोणालाही शोभून दिसेल हे घड्याळ.” हे वाक्य उम्या मोठ्या आवाजात का म्हणाला ते कळलं नाही, पण त्याला अपेक्षित असा परिणाम मात्र झाला. आसमाँच्या भाभीचं त्या घड्याळाकडे लक्ष गेलं.

“आसमाँ, देख. ये घडी भी अछी है.” तिची भाभी तिला म्हणाली आणि उम्या जवळ येऊन तीही ते घड्याळ पाहू लागली.

“लेकीन भाभी, ये घडी तो उन्होने पसंद कर ली है ।” आसमाँ तिच्या भाभीला म्हणाली. आम्ही कशाला जातोय ते लेडीज घड्याळ खरेदी करायला...? पण उम्याने लगेच उदारता दाखवली.

“नो प्रॉब्लेम, आपको अच्छी लगी तो आप रख लीजिये ।” उम्या एकदम हळुवार आवाजात म्हणाला. कोणत्याही सुंदर स्त्रीशी बोलताना त्याचा आवाज असाच एकदम मऊ होतो, हे मला माहीत होतं. उम्याने त्याच्या नेहमीच्या सवयीप्रमाणे लगेच त्या दोघींशी बोलणं सुरू केलं. उम्या म्हणजे शोले पिक्चर मधला विरू आहे. ‘जहाँ लड़की देखी, लाइन लगाना चालू.’ दुकानदाराने तो प्रकार पाहिला, त्याने लगेच सगळ्यांची गाडी रुळावर आणली. “काय करू? देऊ का हे घड्याळ?”

“क्या किमत है इसकी...?” आसमाँची भाभी दुकानदाराला विचारत होती.

“अं. ६९९/-” त्याने घड्याळामागची किंमत वाचून दाखवली. त्यानंतर उम्या, आसमाँची भाभी आणि दुकानदार यांच्यात किमतीवरून घासाघीस सुरू झाली. इकडे मी विचार करत होतो की आसमाँला कुठे आणि कसं भेटायचं ते? पण आता तर तिच्याशी बोलताही येत नव्हतं. काय करू? तिला कसं सांगू? मी विचारात असतानाच माझ्या मोबाइलचा मेसेज टोन वाजला. मी तो बघितला तर आसमाँचाच मेसेज.

'hello, what r u thinking...?

now, we can meet...'

मेसेज वाचून मी वेड्यासारखा तिच्याकडे बघतच राहिलो. ती मिश्किल चेहऱ्याने माझ्याकडे बघत राहिली. तिने माझ्या मनातला विचार बरोबर ओळखला होता आणि मुख्य म्हणजे, मघाशी तिने तिचा मोबाइल चालू आहे, असं खुणावूनही माझं डोकं चाललं नाही. चला, बरं झालं. आता मला कशाचीही फिकीर नव्हती. मी मानेनेच तिला होकार दिला. आम्ही दोघेही एकमेकांकडे बघून हसलो. इकडे वाटाघाटींना यश येऊन घड्याळ ६०० रुपयांना द्यायला दुकानदार तयार झाला. खरेदी झाली. आम्ही दुकानाबाहेर आलो. “अच्छा हुआ

आपने भी बोला किमत कम करने को.'' वगैरे आसमाँची भाभी उम्याला म्हणत होती. मी आसमाँकडे पाहून 'फोन करतो नंतर' अशी खूण केली. त्या दोघी निघून गेल्या. उम्या अजूनही त्यांच्याकडेच बघत होता.

''चला, मान मोडेल आता.'' मी त्याला गमतीने एक टोमणा मारला.

''हाय. काय आहे यार ती. कट्यार काळजात घुसली!'' उम्या एकदम फिल्मी स्टाइलने म्हणाला. मला एकदम भीतीच वाटली. याला आसमाँ आवडली की काय? अरे देवा! एक फूल दो माली? आता काय करायचं? मला त्याला आसमाँबद्दल सगळं सांगावंसं वाटू लागलं.

''उम्या, ती मुलगी कोण आहे माहीत आहे का तुला?'' मी विचारलं.

''मला काय माहीत! पण मस्त होती ना?'' उम्या अजून तिच्याच विचारात होता. उम्याचा रॉंग नंबर लागायच्या आत त्याला सांगितलं पाहिजे.

''ती आसमाँ होती.'' मी म्हणालो.

''काय? ती आसमाँ होती? छोटी का मोठी?'' त्याने विचारलं.

''छोटी. दुसरी तिची भाभी होती, तिच्या मोठ्या भावाची बायको.'' मी स्पष्टीकरण दिलं.

''ओह! नशीब. मला वाटलं की तू म्हणतोस की मोठीवाली आसमाँ आहे, अरे पण मग बोलला का नाहीस तिच्याशी?''

''कसं बोलणार? तिची भाभी होती ना तिच्या बरोबर.''

''हं. बरोबर. बाकी चॉइस चांगला आहे तुझा.'' उम्या मला कोपराने ढोसत म्हणाला.

''खूप दिवसांनी दिसली आज ती.''

''चला, बरं झालं. तुला आसमाँ दिसली आणि मला तिची भाभी!'' तो मिश्कील चेहऱ्याने म्हणाला.

''ए बाबा, काहीही करू नकोस. लग्न झालेली बाई आहे ती.'' मी म्हणालो.

''ठीक आहे ना. मी कुठे काय म्हणतोय? रिक्षा.'' त्याने ओरडून रिक्षाला आवाज दिला.

उम्या आणि मी रिक्षातून परत घरी येताना. रिक्षामध्ये 'हवा हवा... ए हवा... खूशबू लुटा दे.' लागलं.

''वा! काय भारी गाणं लागलंय! किती दिवसांनी ऐकतोय हे गाणं. भाऊ जरा आवाज वाढवता का?'' उम्या रिक्षावाल्याला म्हणाला. तोही चांगलाच रंगेल होता. त्याने फुल्ल व्हॉल्यूम केला. आवाज इतका मोठा होता की आजूबाजूचे रस्त्याने चालणारे लोक आमच्याकडे बघू लागले. उम्या स्वत:ही त्या गाण्याबरोबर

मोठ्या आवाजात गाऊ लागला.

हवा हवा... ए हवा... खूशबू लुटा दे
कहाँ खुली... हां खुली... जुल्फ बता दे
अब उसका पता दे... जरा मुझको बता दे
मैं उससे मिलुंगा. इक बार मिला दे

यार मिला दे... दिलदार मिला दे. (रस्त्याने जाताना दोन मुली आमच्याकडे पाहून म्हटल्याचा भास मला झाला.) मलाही ते गाणं एकदम भावलं. इतक्या दिवसांनी आसमाँ दिसली होती. गाण्याचे बोल खरोखर माझ्या परिस्थितीशी मिळतेजुळते होते.

फिर किसी के चेहरे का रंग खिल गया
बिछडा हुआ आज कोई उसको मिल गया
कैसे मिल गया, कहाँ मिल गया,
हमने तो ढूँढ लिया सारा जमाना
हवा हवा. ए हवा.

"वाह! काय बोल आहेत गाण्याचे," उम्या एकदम रंगात आला होता. दुसरं कडवं सुरू झालं आणि आता उम्या बरोबर आमचा रिक्षावालाही मोठमोठ्याने गाऊ लागला.

जिंदगी की धूप को साया कर गयी
आज मेरे पास से वो गुजर गयी
उसने जो कहा, तुमने जो सुना
ये बात और किसी को ना बताना
हवा हवा. ए हवा.

नंतर दिवसभर ते गाणं माझ्या डोक्यात वाजत राहिलं.

घड्याळाच्या दुकानातल्या अनपेक्षित भेटीनंतर मी आणि आसमाँ पुन्हा भेटलो हे सांगायची गरज नाही. तिचा व्हिलन भाऊ परत कतारला गेलाय, हे तिने त्या वेळीच सांगितलं होतं. संध्याकाळी मांडवीच्या त्या समुद्रात गेलेल्या टोकावर आम्ही दोघे पाण्यात पाय सोडून बसलो होतो. लाटा संथपणे पायावर येत होत्या. उबदार पाणी पायावर आल्यावर मस्त वाटत होतं. अचानक माझ्या मागून हाक आली... ''हॅलो, मकरंद ना?'' मी मागे वळून पाहिलं, ती सुलक्षणा होती.

''अरे? तू इथे काय करतेस?'' मी तिला आश्चर्याने विचारलं.

''मी सहज आलेय फिरायला.'' ती हसऱ्या चेहऱ्याने म्हणाली. मी समजुतीने मान हलवली. इतक्यात आसमाँने माझा हात दाबला. मी तिच्याकडे बघितलं. तिच्या डोळ्यांत समोरच्या तरुणीविषयी प्रश्नचिन्ह होतं, थोडीशी शंका आणि असूयाही.

''सॉरी, मी तुमची ओळख करून देतो. ही सुलक्षणा, मी सोनगिरीत पहिल्यांदा आलो त्या वेळी हिच्या बहिणीच्या घरी राहायला होतो काही दिवस. आणि सुलक्षणा, ही आसमाँ.'' त्या दोघी एकमेकींकडे पाहून उपचारादाखल हसल्या. मध्ये जीवघेणी शांतता पसरली. काहीतरी विचारायचं म्हणून मी विचारलं, ''तू एकटीच?''

''नाही, मिस्टर आहेत ना,'' ती इकडेतिकडे पाहत म्हणाली. ''ते बघ तिकडे त्या भेळवाल्यापाशी... ब्ल्यू शर्ट.''

''ओह! तू लग्न केलंस? कधी झालं?'' मला आश्चर्य वाटलं.

''मागच्याच महिन्यात केलं.''

''हा तोच का?''

''हो.''

''घरचे तयार झाले?'' मी विचारल्यावर तिने नकारार्थी मान हलवली.

''मग?''

''केलं तसंच. देवळात

जाऊन!'' ती म्हणाली.

''वा! ग्रेटच आहेस तू!'' मी म्हणालो. त्यावर ती गालातल्या गालात हसली. सुलक्षणा खूश दिसत होती. लग्नही मानवलेलं दिसत होतं.

''लग्न झाल्यावर घरचे काय म्हणाले?'' आसमाँने विचारलं. त्यावर ती थोडी गंभीर झाली.

''काही नाही. ते बोलतच नाहीत माझ्याशी. म्हणाले तू आम्हाला मेलीस!'' हे सांगताना ती थोडीशी गहिवरली. त्यावर मला काय बोलावं कळेना. पण आसमाँला काय झालं कुणास ठाऊक, ती लगेच तिच्या जवळ गेली, तिचा हात हातात घेतला, आणि तिला समजावू लागली. दोन मिनिटांपूर्वी सुलक्षणेकडे संशयाने बघणारी आसमाँ अचानक अशी कशी बदलली? इतक्यात तिचा नवरा तिथे आला. सुलक्षणेनं आमची ओळख करून दिली. त्यानेही हसऱ्या चेहऱ्याने प्रतिसाद दिला. अनोळखी माणसाशी जसं आदरपूर्वक बोलावं तसं तो बोलत होता. एकूणच तो मला चांगला वाटला. सुलक्षणा आणि तो एकमेकांना शोभून दिसत होते. त्या दोघांच्या जाती वेगळ्या असल्याने घरच्यांची या लग्नाला संमती नव्हती. पण त्यांनी पळून जाऊन लग्न केलं होतं. दोघांनी हसऱ्या चेहऱ्याने आमचा निरोप घेतला. ते दोघे गेल्यावर आसमाँने मला तिच्याबद्दल विचारलं.

''हिचा आणि माझा कांदेपोह्याचा कार्यक्रम झाला होता.'' मी गमतीने म्हणालो.

''काय?'' ती चमकली. ''मग? तुला आवडली नव्हती का ती? चांगली तर होती. खूबसूरत आहे.''

''हं... आता मला पश्चात्ताप होतोय.'' मी म्हणालो आणि आसमाँचा चेहरा निरखू लागलो.

''हो का? मग जा ना, कर तिच्याशीच लग्न.'' ती थोडीशी चिडली. मला त्यावर हसायला आलं.

''पण तिचं लग्न तर झालंय ना. छे! चांगला चान्स गेला.'' मी तिला चिडवायच्या हेतूने म्हणालो. ती आणखीन चिडली आणि समुद्राकडे तोंड करून बसली. मी तिच्या खांद्यावर हात ठेवला तर रागात तिने तो झिडकारला. मला गंमत वाटली तिच्या या वागण्याची.

''आसमाँ, तू चिडलीस का? सॉरी. अगं गंमत केली मी. एवढंही कळत नाही तुला?'' मी म्हणालो तरी ती काही बोलेना.

''चिडल्यावर तू आणखीनच सुंदर दिसतेस.'' मी म्हणालो त्यावर ती गालातल्या गालात हसली, पण तरीही रागात आहे असं ती भासवू लागली. ''सॉरी बाबा. काय करू सांग? उठाबशा काढू का?'' म्हणत मी उठाबशा काढू

लागलो. आजूबाजूचे लोक आमच्याकडे बघू लागले. आसमाँला चांगलंच लाजल्यासारखं झालं. तिने मला दटावलं आणि खाली बसायला लावलं.

"पागल हो गये हो क्या? लोक काय म्हणतील?" ती खोट्या रागात म्हणाली.

"हो, पागल झालोय. तुझ्या प्रेमात." असं म्हटल्यावर ती अशी काही लाजली की ते लाजणं वर्णन करायला शब्द कमी पडतील. आम्ही दोघे समाधानाने समुद्राकडे बघत बसून राहिलो.

"किती दिवसांनी भेटतोय ना आपण?" ती माझा हात हातात घेत म्हणाली.

"हं. खरंच. मस्त वाटतंय इथे बसून." मी पायावर येणाऱ्या लाटेकडे बघत म्हणालो.

"त्या दिवशी मला खूप राग आला होता भैयाचा. पण मी तरी काय करणार." तिनेच विषय काढला.

"तो भलताच भडकला होता." मी सहज तिला म्हणालो.

"भैया खूप रागीट आहे. त्याला चिडायला विशेष काही कारण लागत नाही आणि त्या दिवशी मी तुझ्याबरोबर होते ना त्यामुळे त्याला जास्तच राग आला."

"तुला खूप बोलला असेल ना तो?" मी तिच्याकडे बघत म्हणालो. तिने फक्त होकारार्थी मान हलवली.

"मी त्याला सांगितलं की तू चांगला मुलगा आहेस म्हणून, पण त्याने माझं काही ऐकलं नाही. मला माझ्यापेक्षा तुझं खूप वाईट वाटत होतं. सॉरी, जे झालं त्याबद्दल." ती दीनवाणा चेहरा करून म्हणाली.

"अरे, सॉरी काय त्यात? तुझ्या भावाचं हे वागणं साहजिकच होतं, पण त्याने एवढं भडकायला नको होतं. तो कधी गेला परत?" मी विचारले.

"तो मागच्या आठवड्यात गेला, म्हणजे आपण त्या दिवशी घड्याळाच्या दुकानात भेटलो ना त्याच्या आदल्या दिवशीच्या दुपारी चार वाजता तो परत कतारला गेला." तिने अगदी तपशीलवार सांगितलेलं ऐकून मला गंमत वाटली.

"आता परत कधी येणार तो?" मी विचारलं.

"तो दर सहा महिन्यांनीच येतो. आता कदाचित मे महिन्यात येईल. का रे?"

"नाही असंच सहज विचारलं."

"जाताना मला ताकीद देऊन गेला, की तुला परत भेटायचं नाही म्हणून." ती सांगत होती.

"तरी तू आलीस?" मी तिच्या डोळ्यात बघत म्हणालो. तिच्या डोळ्यात पाणी तरळल्यासारखं वाटलं मला.

“मकरंद, कसं होईल रे आपलं?” तिच्या विचारण्यात आर्तता होती.

“काही नाही सगळं ठीक होईल. तू काळजी करू नको.” मी तिला धीर देत म्हणालो खरा पण तिने विचारलेल्या प्रश्नात तथ्य होतं हे मात्र नक्की! भेटणं, बोलणं, प्रेम करणं या गोष्टी ठीक आहेत, पण पुढे काय? पुढची वाट मात्र खूप अवघड आणि काट्याकुट्यांनी भरलेली आहे. त्यावर चालणं इतकं सोपं नाही. आत्ताच सुलक्षणेचं उदाहरण आमच्या समोर होतं. त्यांच्या घरच्या लोकांना हे जातीबाहेरचं लग्न पसंत पडलं नव्हतं. सुलक्षणेच्या घरच्यांनी तिच्याशी बोलणं टाकलं होतं. मुळातच नुसतं जातीबाहेर केलेलं लग्न आपल्या समाजाला तितकंसं रुचत नाही, तर वेगवेगळ्या धर्माच्या लोकांनी लग्न करणं ही तर दूरचीच गोष्ट! रोटी व्यवहार होतो पण बेटी व्यवहार व्हायला अजून कित्येक शतकं वाट बघावी लागणार कुणास ठाऊक?

“त्या दिवशी तुझ्याबरोबर कोण होता दुकानात?” तिच्या प्रश्नाने माझी विचार साखळी तुटली.

“हं. तो ना, तो उम्या. माझा रूम पार्टनर आणि ऑफिसमध्येही आहे तो आमच्या. भारी आहे तो माणूस!” मी उम्याची उपरोधिक स्तुती केली.

“हो, माझी भाभी पण म्हणत होती असंच काहीतरी.” ती म्हणाली.

“हो का?” आसमाँने तिच्या भाभीबद्दल सांगितलं आणि मी उडालोच. उम्याने मारलेला बाण तिच्या भाभीला अचूक लागला होता. आता तो आणखी पुढे जाणार हे पूर्वानुभवाने माझ्या लगेच लक्षात आलं. उम्याबद्दल सांगायचं झालं तर हा माणूस कपडे बदलावेत तशा मुली बदलतो. आम्ही सोनगिरीला राहायला आल्यापासून दर महिन्याला आम्ही त्याच्याबरोबर एक नवीन मुलगी बघत आलो होतो. काय करतो? त्यांच्याशी काय बोलतो? देव जाणे, पण मुली त्याच्यावर भाळतात हे मात्र नक्की. एव्हाना उम्याने तिच्या घरचा पत्ताही शोधून काढला असेल. मला आता निराळ्याच चिंतेने ग्रासलं. ही संकटाची चाहूल होती. उम्या जर असं काही करणार असेल तर त्याला व्यवस्थित समजावलं पाहिजे.

“तुझी भाभी काय करते?” मी सहज तिला विचारलं.

“काही नाही. घरीच असते, पण सध्या ती शिवणकाम शिकतेय. काहीतरी टाईमपास म्हणून.” ती म्हणाली.

“तुझं चांगलं पटतं न भाभीशी?” हा प्रश्न मी मुद्दामच विचारला

“अरे मग काय. ती माझी फक्त भाभीच नाही तर बेस्ट फ्रेंड आहे, पण तू का विचारतोयस हे?” तिने थोड्या आश्चर्याने मला विचारलं.

“काही नाही, सहज विचारलं. तुझा भाऊ पण दूर आहे ना, त्यामुळे तिला एकटं एकटं वाटत असेल.” मी काहीतरी बोलायचं म्हणून बोललो.

''हो ना, पण भैया जवळ असला काय आणि नसला काय, त्या दोघांचं जास्त पटत नाही. मी बऱ्याच वेळा त्या दोघांना भांडताना पाहिलं आहे. भाभी तशी खूप चांगली आहे, समजूतदार आहे, पण भैया मात्र नेहमी तिच्याशी भांडत असतो.'' ती हे जे सांगत होती, दॅट वॉज ॲन आयडियल कंडिशन फॉर दि गाय लाइक उम्या. तो असल्याच सावजाच्या शोधात असतो.

''चल जाऊ या आपण?'' उम्याच्या विचाराने माझं आता कशातच लक्ष लागेनासं झालं.

''का? अजून बराच वेळ आहे अंधार पडायला.'' तिला आणखी थोडा वेळ बसायचं होतं. शेवटी मी तिला काहीतरी कारण सांगून तिथून निघालो. आसमाँला कदाचित विचित्र वाटल असेल, पण मला आता उम्याशी बोलणं भाग होतं.

मी घरी आलो, तर उम्या आणि आनंद कुठेतरी बाहेर जायला निघाले होते.

''काय रे? कुठे?'' मी विचारलं.

''अरे, उम्या पार्टी देतोय.'' आनंद उड्या मारायचा तेवढा बाकी राहिला होता. कसली पार्टी? वगैरे मी विचारायच्या आत उम्याने मला मिठीच मारली.

''मक्या, दोस्ता. तूच कारणीभूत आहेस या पार्टीला.'' उम्या खूश होऊन हे बोलत होता. पण मला कळेना की काय झालं ते? ''आधी चल मग सांगतो.'' उम्या मला जवळजवळ खेचतच घेऊन गेला. आमच्या नेहमीच्या पार्टीच्या हॉटेलमध्ये गेल्यावर त्याने बिअर आणि चिकनची ऑर्डर दिली. चिअर्स करण्यासाठी तिघांनीही बिअरचे मग उंचावले. चार बिअर संपल्यानंतर आमच्या तिघांची विमानं आकाशात विहरू लागली. मग उम्याने सांगायला सुरुवात केली आणि मला भीती होती तसंच झालं. घड्याळाच्या दुकानात आसमाँच्या भाभीला पाहून तर तो आधीच वेडा झाला होता. तिच्या एवढी सुंदर स्त्री त्याने त्याच्या आयुष्यात पूर्वी बघितली नव्हती. नंतर त्याने तिचा माग कसा काढला. तो तिला कसा 'चुकून' भेटला. मग आणखी एकदा 'योगायोगाने' पुन्हा त्यांची भेट कशी झाली. आणि आता ते दोघे पुढे कसे आणि कुठे भेटणार आहेत याचं इत्थंभूत वर्णन त्याने केलं. तो जसजसा सांगत होता तसतशी माझी बिअर पूर्ण उतरत गेली.

आपल्या बाबतीत भविष्यात काय घडणार आहे हे आधीच ठरलेलं असतं. आपण फक्त वाट पाहायची आणि फक्त तेवढंच आपल्या हातात असतं. माझं सोनगिरीला येणं, आसमाँचं अनपेक्षितपणे भेटणं, तिच्याशी ओळख वाढून त्याचं प्रेमात रूपांतर होणं, हे सारंच अतर्क्य होतं. म्हणजे मी इथे येऊन प्रेमात पडणार हे आधीच नियतीने ठरवलेलं होतं तर. आणि आपली भावनिक गुंतागुंत वाढत चालली असल्याची जाणीवही मला आता होऊ लागली. आताही खिडकीतून बाहेर बघताना माझ्या मनात तिचाच विचार येत होता. 'कसं होईल आपलं?' या तिच्या प्रश्नाला सध्यातरी माझ्याकडे उत्तर नव्हतं. मी कमावता होतो, स्वत:च्या पायावर उभा होतो, तरीही मी कोणत्याही निर्णयापर्यंत येऊ शकलो नव्हतो. मी फक्त तिच्याबद्दल माझ्या घरी सांगायची खोटी, असा तमाशा होईल की त्याची कल्पनाच करवत नाही आणि तिच्या घरची परिस्थिती तर आणखीच खराब असणार. नाही म्हणायला तिच्या भावाने एक झलक दाखवली होतीच. या असल्या विचारांमुळे माझं डोकं फिरायची वेळ आली. आता यावर एकच उपाय, तो म्हणजे विचार न करणं! आणि ती खूप कठीण गोष्ट होती. खिडकीतून बाहेरच्या गाड्या आणि येणारी जाणारी माणसं मी बघत बसलो. बाजूला आनंद एमपीएससीच्या अभ्यासाचं पुस्तक वाचत पडला होता.

संध्याकाळ उलटून आता अंधार पडला. हा उम्या कुठे गेला होता कुणास ठाऊक? मी आनंदला विचारलं तर त्याने नुसतीच नकारार्थी मान हलवली. वाचनात तो अगदी दंग झाला होता. त्याची मुख्य परीक्षा पुढच्या महिन्यात होती. त्यामुळे तो आजकाल आमच्याबरोबर जास्त टाईमपास करीत नसे. ऑफिसमधून आला की लगेच अभ्यासाला बसे. उम्या घरी आला तेव्हा रात्रीचे नऊ वाजत आले होते.

"कुठे होतास रे? तुझा डबा ठेवलाय तिकडे." आनंदने विचारलं.

"मला भूक नाही." असं म्हणत त्याने गादीवर अंग

टाकलं.

"काय रे काय झालं?" आनंदने विचारलं.

"काय सांगू यार तुला." उम्याच्या चेहऱ्यावर मिश्कीलपणाचे भाव दाटले होते. मला त्याचा संशय यायला लागला.

"उम्या कुठे होतास तू?" मी पुन्हा त्याला तोच प्रश्न विचारला.

"आफरीनला भेटायला गेलो होतो रे." उम्या सहज म्हणाला. मला कळेना कोण आफरीन ते. असेल कोणीतरी त्याच्या अगणित मैत्रिणींपैकी एखादी म्हणून मी पुढे त्याला काही विचारलं नाही, पण ते काम आनंदने केलं. त्याला उम्याच्या असल्या बाबतीत नेहमीच जरा जास्त रस असतो.

"तीच रे, त्या दिवशी घड्याळाच्या दुकानात नाही का बघितली? आणि काल मी तुम्हाला सांगितलं पण होतं पार्टीच्या वेळी. आसमाँची भाभी!" उम्या माझ्याकडे बघत म्हणाला. आईशपथ! मला भीती होती तसंच झालं आणि आसमाँच्या भाभीचं नाव आफरीन आहे? इतके दिवस मी आसमाँबरोबर आहे पण मला हे माहीत नव्हतं आणि माहीत असण्याचं कारणही नाही. ज्या गावाला जायचं नाही त्याचा पत्ता कशाला विचारा?

"अरे वा, मेरे शेर. मग? कुठे गेला होता?" आनंद मस्करीत कोपराने ढोसलत उम्याला विचारू लागला.

"घाटे बीचला. संध्याकाळी. मस्त." उम्याने उर्ध्व लागल्यासारखे डोळे मिटले.

"ती कशी काय आली तुझ्याबरोबर?" माझा अजूनही त्याच्यावर विश्वास बसेना. एक लग्न झालेली बाई अशी अचानक कशी वागू शकते?

"तुला सांगितलं नाही का? मी मुद्दाम तिला २-३ वेळा भेटलो. परवा पण चुकून भेटलो असं भासवलं आणि आजच्या भेटीबद्दल मी सहज विचारलं तर ती 'हो' म्हणाली." उम्या सहजपणे सांगत होता. एक सुंदर स्त्री, जिचं नुकतंच लग्न झालंय, तिचा नवरा तिच्यापासून खूप दूर आहे आणि जवळ असला तरी त्यांचं पटत नाही, त्यानंतर उम्यासारखा एखादा भेटतो आणि आपणहून भेटीबद्दल विचारतो म्हटल्यावर हे तर होणारच होतं. मी असा विचार करत असतानाच उम्या काहीतरी बोलला असावा. त्यावर आनंद लगेच गुदगुल्या झाल्यासारखा उडाला आणि विचारू लागला, "काय सांगतोस काय? काय काय केलंस. सुरुवातीपासून सांग." उम्याने पाकिटातून एक सिगारेट काढली आणि पेटवून वर बघत धुराची गोल गोल वलयं सोडू लागला. मला त्याच्या या स्टाईलबद्दल नेहमी हेवा वाटत आला आहे, कारण खूप प्रयत्न करूनही मला ती धुरांची वलयं कधी जमलीच नाहीत. इथे आनंद मात्र घाईला आला होता. त्याचं

अभ्यासाचं पुस्तक केव्हाच बंद झालं होतं.

“अरे हा काय टाईमपास करतोय? मक्या याला सांग ना पट्कन सांगायला.” आनंद माझ्याकडे बघून बोलत होता. मला तर त्याने आता काही सांगू नये असंच वाटत होतं. मी शांत राहिलो. शेवटी बराच भाव खाऊन झाल्यानंतर उम्यासाहेबांनी आपले तोंड उघडले.

“मी आणि ती संध्याकाळी घाटे बीचवर गेलो, पाणीपुरी खाल्ली. वाळूवर बसून मस्त गप्पा मारल्या. तिचा आवाज एकदम नशीला आहे यार. आणि त्याहून ती दिसायला सुंदर. नजर तर अशी की तुझ्याकडे नुसतं तिने बघितलं तर तू तिथेच आडवा होशील.” तो आनंदकडे बघत म्हणाला.

“मग?” आनंदने अधीरपणे विचारलं.

“मग. मी अंधार होण्याची वाट बघत बसलो.” उम्या मिश्कीलपणे आमच्याकडे बघत म्हणाला.

“सही यार. भारीच आहेस तू! पुढे मग?” आनंदचा चश्मा हेडलाइट चमकल्यासारखा वाटला. पुढचं मला माहीत होतं. उम्याचे प्रताप आम्ही पूर्वीही ऐकले होते.

“मग काय? घेतली.” उम्या अभिमानाने म्हणाला. आनंदने जोरजोरात टाळ्या आणि शिट्या वाजवल्या.

“काय? उम्या मूर्ख आहेस का तू? अरे तिचं लग्न झालेलं आहे. तिचा नवरा एक नंबरचा गुंड आहे. त्याच्याबरोबर ३-४ मवाली नेहमी फिरत असतात. हे माहीत आहे का तुला?” मी हे बोलून गेलो आणि माझी चूक माझ्या ध्यानात आली, पण त्याला आता उशीर झाला होता. ते दोघेही माझ्याकडे काहीशा अविश्वासाने आणि आश्चर्याने बघत होते.

“तुला कसं रे माहीत?” आनंदने संशयाने विचारलं.

“अरे म्हणजे, ते म्हणजे. असू शकतो ना, तिच्या नवऱ्याला कळलं तर वाट लागेल ना तुझी?” मी काहीतरी थातुरमातुर कारण दिलं.

“एक मिनिट. तू कधी भेटलास तिच्या नवऱ्याला?” उम्याची अनुभवी नजर माझ्यावर रोखली होती. मला आता सगळं सांगण्यावाचून पर्याय नव्हता. मी तारा उद्यानमध्ये जे घडलं ते सगळं त्या दोघांना सांगितलं. तिच्या भावाने आसमाँला परत न भेटण्याची धमकी दिली हेही सांगितलं.

“अरे, मग आम्हाला का नाही बोललास?” उम्या मला विचारू लागला. आनंदनेही त्याला दुजोरा दिला.

“तो माझा प्रॉब्लेम आहे. तुम्हाला कशाला उगाच त्रास?” मी म्हणालो.

“वाह. वा.” उम्या टाळ्या वाजवत म्हणाला. “तो तुझा प्रॉब्लेम आहे का?

बरं मग आता मला का सांगतोयस हे? आफरीन माझा प्रॉब्लेम आहे. माझं मी बघून घेईन.''

''उम्या, ती एक विवाहित स्त्री आहे. तिचा नवरा इथे नसतो म्हणून तू तिचा गैरफायदा घेतोयस.'' मी सरळ मुद्द्यावर येऊन म्हणालो.

''चुकतोयस तू मक्या...! मी काही तिच्यावर जबरदस्ती केली नाही. ती स्वत:हून माझ्याबरोबर आली, म्हणजे तिलाही तेच हवं होतं. आपण काय आज पोरींना ओळखत नाही. तिने दिलेल्या सिग्नलवरूनच आपण ओळखलं.'' उम्याचा हा युक्तिवाद बरोबर होता पण तरीही त्याने या प्रकरणाचा नाद सोडवा असं मला वाटलं.

''अरे, तिचा नवरा साला जाम खतरनाक आहे. जर त्याला तुझ्या आणि त्याच्या बायकोबद्दल कळलं ना तर तो काय करेल याचा नेम नाही.'' मी उम्याला सावध करण्याच्या उद्देशाने म्हणालो.

''तो कुठे आहे इथे? तो येतो ६-६ महिन्यांनी! त्याला काय घंटा कळणार?'' उम्या बेफिकीरीने म्हणाला.

''अरे पण, माझं ऐक जरा.'' मी त्याला समजवायचा प्रयत्न करत होतो.

''मिस्टर मकरंद, या उम्याला असल्या बाबतीत मात देणारा अजून जन्माला यायचा आहे.'' उम्याने अतीव आत्मविश्वासाने उच्चारलेल्या या वाक्याने मला पुढच्या संकटांची चाहूल लागली आणि त्याचा प्रत्ययही मला लवकरच येणार होता.

मध्यरात्री कधीतरी फोनच्या रिंगने मला जाग आली. डोळे किलकिले करत मी सहज बघितलं तर आसमाँचा फोन होता. खाडकन माझी झोप उडाली. मी उठूनच बसलो. इतक्या रात्री तिने यापूर्वी कधी फोन केला नव्हता. साहजिकच मी घड्याळात बघितलं, रात्रीचे १२:३० झाले होते. अरे बाप रे! काय झालं असेल ते एवढ्या रात्री तिने फोन केला? मी फोन उचलला. पलीकडून आवाज आला.

"हाय मकरंद कसा आहेस...?" आसमाँ फोनवरून विचारत होती.

"आसमाँ...! काय झालं? सगळं ठीक आहे ना? इतक्या रात्री फोन?" मी धडाधड प्रश्न विचारले.

"काई नाई. ठीक आहे सगळं." ती सहज बोलली, जणूकाही काही झालंच नाही.

"अगं मग इतक्या रात्री फोन कसा काय केलास?' माझ्या चिंतेचं आता वैतागात रूपांतर व्हायला लागलं.

"का? नको करू का फोन?" ती लटक्या रागात म्हणाली.

"अगं, तसं नाही. बरीच रात्र झाली ना म्हणून विचारलं, काही प्रॉब्लेम नाही ना?" मी शक्य तितक्या शांत आवाजात म्हणालो.

"अरे, मला झोप येत नव्हती. सारखा तुझा चेहरा दिसतो मला." ती थोड्या लाडातच येऊन म्हणाली. मी कपाळाला हात लावला. आता या पोरीला काय म्हणावं ते मला कळेना. तिच्या त्या बोलण्याने जो थोडाफार वैताग आला होता तोही पळाला.

"काय झालं? का येत नाही झोप?" मी पुन्हा बिछान्यात आडवा पडत म्हणालो. आता तिला झोप येत नव्हती म्हणून तिने माझीही झोप घालवली.

"सहजच.... मी उद्याचा विचार करत होते. उद्या ना, भातीस गावचा उरूस आहे. खूप मोठी यात्रा भरते. मी जाणार आहे, तू

उरूस

येशील?'' ती विचारत होती.

''पण तू तुझ्या घरच्यांबरोबर जाशील ना?'' मी आपली एक शंका काढली.

''नाही, तू येणार असशील तर मी सांगेन की मैत्रिणीबरोबर जाईन म्हणून.'' तिने लगेच तोडगा काढला.

''तू पण ग्रेटच आहेस आसमाँ.'' मी म्हणालो.

''अरे ए बाबा, झोप ना आता. इतक्या रात्री कसल्या गप्पा मारतोयस.'' माझ्या शेजारी झोपलेल्या आनंदची झोपमोड झाल्याने तो वैतागून बोलू लागला.

''आसमाँ मी तुला सकाळी फोन करतो. मग जाऊ आपण, तू आणि मी दोघेच...बाय!'' मी फोन ठेवला, आनंदकडे एक कटाक्ष टाकून मी झोपेची आराधना करू लागलो. मला झोप कधी लागली ते कळले नाही.

दुसऱ्या दिवशी मी ठरल्याप्रमाणे शिवाजी स्टेडिअमच्या जवळ तिची वाट बघत उभा होतो. ती थोड्या वेळातच आली. तिने सुंदर मोरपंखी रंगाचा चुडीदार घातला होता, तशाच रंगाची ओढणी. सुंदरच दिसत होती ती. काजळ लावल्यामुळे तिचे बदामी डोळे आणखीनच रेखीव दिसत होते.

''चल जाऊ या.'' ती येत येत म्हणाली.

''जशी आपली इच्छा!'' गमतीने म्हटलेल्या माझ्या वाक्यावर ती गोड हसली. ती हसली की सगळं जग कसं प्रसन्न झाल्यासारखं वाटतं. ग्रीष्मातल्या पहिल्या पावसाच्या सरीसारखं! आम्ही भातीस गावाला जायला निघालो. बरेचसे लोक त्या यात्रेला जाताना दिसत होते. ते गाव तसं फार लांब नव्हतं. सिटी बसने आम्ही १५ मिनटात तिथे पोहोचलो. तिथे एका मोठ्या पटांगणात रांगेने तात्पुरते स्टॉल लावलेले होते. मिठाई, वडापाव, भेळपुरी, खेळणी असले स्टॉल उभे होते.

''पीरबाबाचा उरूस दर वर्षी भरतो. सगळ्या धर्माचे लोक एकत्र येऊन तो साजरा करतात.'' आसमाँ बसमधून उतरता उतरता उरुसाबद्दल सांगत होती.

''हो का, अरे वा! पण जास्त गर्दी दिसत नाही.'' तिथे असलेल्या तुरळक गर्दीकडे बघून मी म्हणालो, एरवी मुंबईत ऑफिसच्या वेळेत एका ट्रेनमधून बाहेर पडणाऱ्या लोकांची संख्या याहून जास्त असेल, गावची जत्रा अशी किती मोठी असणार?

''अरे आपण खूप लवकर आलोय. खरी गर्दी रात्री होते. आपण मुद्दामच या वेळी आलोय. दर्शनही नीट होतं त्यामुळे.'' तिने लगेच कारणमीमांसा केली. आम्ही प्रथम नारळ आणि फुलांच्या दुकानात गेलो. तिथे तिने एक फुलांची चादर विकत घेतली. ''ही फुलांची चादर दर्ग्यावर वाहायची.'' ती सांगत होती. काही कव्वाली गाणारे लोक दर्ग्यामध्ये समोर बसून गात होते,

पीरबाबा तुम मेरे दिलके सरताज हो
तुम बिन मैं कुछ नहीं तुम ही हमराज हो
आया हूं बडी दूरसे लेके फरियाद
पूरी कर दे मेरे दिलकी मुराद
बस तुम ही हो सहारा
मेरी कश्ती का किनारा
पीरबाबा तुम मेरे दिलके सरताज हो
तुम बिन मैं कुछ नहीं तुम ही हमराज हो

त्यानंतर आम्ही दर्शन रांगेत उभे राहिलो. ''रात्री ही रांग त्या खाडीपर्यंत जाते, इतकी गर्दी होते.'' ती अभिमानाने सांगत होती. तिने डोक्यावर ती मोरपिशी रंगाची ओढणी घेतली आता ती आणखीनच शालीन वाटू लागली. दर्शन घेऊन आम्ही बाहेर पडलो तेव्हा मागची रांग थोडी वाढलेली दिसली. मग आम्ही जत्रेत फिरू लागलो.

''लहानपणी आम्ही खूप मजा करायचो या जत्रेत. अम्मीकडून पैसे घेऊन बर्फाचा गोळा खायचो, काय धमाल यायची म्हणून सांगू!'' ती खूशीत येऊन बोलत होती.

''चल मग, आता पण खाऊ की.'' मी तिला गोळेवाल्याची गाडी दाखवत म्हणालो. पिवळा, नारिंगी, लाल अशी रंगछटा असलेले गोळे त्या गोळेवाल्याने आमच्या हातात दिले. त्यातून निघणारा रस आम्ही शोषून घेऊ लागलो. मी गोळा खाता खाता तिच्याकडे पाहिलं तर तिचे ओठ गोळ्याच्या रंगामुळे आणखीनच लाल झाले होते. मला सोनदुर्गावरची ती बेधुंद रात्र पुन्हा आठवली.

''अरे कसला विचार करतोयस? तो बघ सगळा रस खाली पडतोय.'' ती गोळा खाता खाता म्हणाली. मी भानावर आलो, गोळा खाणार इतक्यात तो त्याला लावलेल्या काडीवरून खाली पडला. ती खुदुखुदु हसू लागली. हातात उरलेली ती काडी मी टाकून दिली. माझी फजिती झालेली बघून ती आणखीनच हसायला लागली. आम्ही तिथून निघालो. खाडीच्या शेजारी पाळणेवाल्यांचा विभाग होता तिथे जाऊ लागलो.

''चल, त्या मोठ्या पाळण्यात बसणार का तू?'' मी तिला विचारलं.

''नको बाबा. मला भीती वाटते तसल्या पाळण्यात बसायला.'' ती नकारार्थी हातवारे करत म्हणाली.

''त्यात काय भ्यायचं? अगं मजा येते जाम.''

"नाही, मी नाही बसणार. तू बस पाहिजे तर."

"तू नाही तर मी पण नाही." मी माझा निर्धार स्पष्ट केला.

"जाऊ दे आपण तिकडे ती खेळणी बघू." तिने खेळण्यांची दुकानं दाखवली. आता जत्रा म्हटली की जत्रेतली ती पारंपरिक खेळणी असणारच. ते डमरू, बेचक्या, कागदाच्या रंगीबेरंगी पिसं लावलेल्या गोल टोप्या, पिपाण्या, धनुष्यबाण, तलवारी असली खेळणी मी लहानपणापासून प्रत्येक जत्रेत बघत आलो आहे आणि इथून पुढेही ती जत्रेतली खेळणी कायमच राहणार आहेत, त्यामुळे त्यात काय नवीन बघायचं? पण तरीही मी तिच्या मागून जाऊ लागलो. अचानक ती थबकली आणि मागे वळून चालू लागली.

"अगं? काय झालं? खेळणी बघायचीत ना तुला?" मी आश्चर्याने तिला विचारलं.

"शूऽऽ काही बोलू नकोस आता, मागे चल परत." ती दबक्या आवाजात म्हणाली. मला काही कळेना काय झालं ते. आम्ही मागे जाऊन एका दुकानासमोर थांबलो.

"काय झालं आसमाँ? सांगशील का?"

"अरे तिथे भैयाचे मित्र उभे आहेत. मागे नाही का तारा उद्यानमध्ये भैयाच्या बरोबर होते ते. त्यांनी बघितलं वाटतं आपल्याला.' ती घाबरत बोलू लागली.

"कुठे आहेत?" म्हणून मी त्या दिशेला पाहू लागलो. खेळण्याच्या दुकानाच्या समोर ते दोघे उभे होते आणि थेट आमच्याकडेच बघत होते. आयला, काय वैताग आहे.

"पण त्यांना काय प्रॉब्लेम आहे आपण फिरलो तर?" मी तिला विचारलं.

"ते आता नक्कीच भैयाला सांगणार आपल्याबद्दल. कदाचित ते आपल्या पाळतीवर तर नसावेत ना?" तिने घाबरून एक शंका काढली.

"छे! तू काहीतरीच विचार करतेयस आणि त्यांना कशाला घाबरायचं? कोण लागून गेले ते? जर आता ते काही बोलले तर मी बघतोच त्यांना. खूप झालं आता." मी तिला धीर देत म्हणालो. मला त्या दोघांचा राग यायला लागला.

"नको मकरंद, उगाच भांडणं नकोत. ती चांगली पोरं नाहीत. मला तुझी काळजी वाटते." ती माझ्या डोळ्यांत बघत म्हणाली.

"ठीक आहे, बघू चल." म्हणत आम्ही पुन्हा मागे फिरलो. खेळण्यांच्या दुकानाकडे पाहिलं तर तिथे ते दोघे नव्हतेच. आजूबाजूला पाहिलं तरी ते कुठेच दिसेनात.

"बघ, गेले वाटतं ते. तू उगाचच घाबरत होतीस. कदाचित ते सहजच आले

असतील फिरायला.'' मी तिला समजावण्याच्या सुरात म्हणालो. आसमाँनेही इकडेतिकडे बघितलं, पण तरीही तिचं समाधान काही झालं नाही.

''नाही, ते लोक सहजच फिरायला आलेले नाहीत. काहीतरी भानगड जरूर आहे.'' तिच्या डोक्यातून त्या दोघांचा विचार जातच नव्हता.

''जाऊ दे आसमाँ, चल आपण नेमबाजी करू जरा. कदाचित त्या दोघांना शूट करण्यासाठी त्याचा उपयोग होईल.'' छऱ्याच्या बंदुकीने समोर लावलेले फुगे फोडण्याचा खेळ चालू होता तिकडे बघत मी गमतीने म्हणालो. पण ती हे सगळं ऐकण्याच्या पलीकडे गेली होती.

''चल मकरंद, निघू आपण इथून.'' तिने काहीतरी मनाशी ठरवलं आणि घाईघाईत म्हणाली.

''अगं पण.'' मी काही बोलणार इतक्यात ती म्हणाली. ''तुला माझी शप्पथ! चल.'' माझा नाइलाज झाला. नुकतीच बहराला आलेली जत्रा सोडून आम्ही दोघे परतीच्या वाटेला लागलो. कोण कुठल्या त्या दोन हरामखोरांमुळे!

मी आता एकटाच मांडवीला येऊ लागलो. आनंद राज्यसेवेची पूर्वपरीक्षा पास झाला होता. आता तो त्याच्या एमपीएससीच्या मुख्य परीक्षेच्या अभ्यासात मग्न होता, आणि उम्याचं तर काही बोलायलाच नको! मी हज्जारदा सांगूनही तो आफरीनला भेटायला जात असे. का कुणास ठाऊक पण तो कधीतरी गोत्यात येईल असं मला सारखं वाटत राही. माझं त्याच्याशी फारसं बोलणंही होत नसे. ऑफिसवरून घरी आलो की तो लगेच कुठेतरी निघून जाई. कधीकधी परस्पर ऑफिसमधूनच जाई. आनंद त्याच्या अभ्यासाच्या विचारात असे त्यामुळे घरात शांतता असेल तर ती त्याला हवीच होती. मधल्या मध्ये माझं मरण होत होतं. या दोघांची तोंडं दोन दिशांना होती, मग मीही संध्याकाळी मांडवीला जाऊ लागलो. संध्याकाळच्या वातावरणात आकाशाचे आणि त्या सोबतच बदलणाऱ्या समुद्राचे रंग पाहिले की मनाला एक वेगळ्याच प्रकारची शांती मिळत होती. एक प्रकारचं मेडिटेशनच म्हणा! निसर्गात आणि माझ्यात एक प्रकारचं समान सूत्र असावं असं वाटून जाई. या समुद्राशी आपलं काही नातं आहे असं वाटत असे. मी जेट्टीच्या शेवटच्या टोकावर जाऊन बसलो की राजू मयेकर त्याची चण्यांची टोपली घेऊन हजर व्हायचा. त्याचे चणे विकण्यासाठी तो मोठमोठ्याने फिल्म्सची गाणी गात असे. त्याचा आवाज चांगला होताच! पण मधेच एखाद्याला असं काही बोले की समोरच्याची चांगलीच फजिती होत असे. खास करून कॉलेजची मुलं त्याचं टार्गेट असत. तो आला की मुलांमध्ये उत्साह संचारत असे. ग्रुपमधल्या एखाद्याला बकरा बनवत आणि राजूच्या पुढे सोडून देत. मग राजू त्याची शिकार करीत असे. नंतर ते त्याला गाण्यांच्या फर्माइशी करीत. तोही बिनधास्तपणे त्यांच्यात मिसळत असे, खासकरून किशोरची गाणी तर तो असा गाई की ऐकणाऱ्याला वाटावं स्वत: किशोर गात आहे. त्याचा धंदा चांगला होई आणि बाकीच्यांचं मनोरंजनही! हे सगळे प्रकार करून झाले की तो मी बसलो त्या

जेट्टीच्या शेवटच्या टोकाकडे येत असे. आजही मी पाण्यात पाय बुडवून बसलो होतो. अंधार पडायला थोडासा वेळ होता. सूर्य कधीच बुडाला होता. मी क्षणाक्षणाला बदलणाऱ्या आकाशाच्या रंगांना न्याहाळत बसलो होतो. तो माझ्या बाजूला येऊन कधी बसला मलाही कळलं नाही.

"सायबांचं ध्यान संपलं असंल तर जरा बोलू का?" त्याने गमतीत विचारलं.

"अरे? तू कधी आलास? आणि संपलं का तुझं काम?"

"तास झाला बसलोय इथं? तुझं लक्ष कुठाय!"

"गप, काहीही पकवू नको. आत्ताच आलायस तू." मी असं म्हणालो आणि त्याने माझ्या पाठीवर थाप मारली.

"कसला विचार करत असतोस एवढा? जिंदगी जीने के लिये होती है बाबू, सोचने के लिये नहीं." म्हणत त्याने चण्याची एक सुरनळी माझ्या समोर धरली. "घे, शेवटची आहे." मी ती घेतली.

"काही नाही रे. पुढे कसं होईल याचा विचार डोक्यात येतो नेहमी." मी म्हणालो.

"पुढे कसं होईल म्हणजे? काय झालंय एवढं?"

"हेच रे... माझं आणि आसमाँचं पुढे काय होईल? किंवा आमचं प्रेम सफल होईल की नाही, हा विचार येतो मनात. आमच्या दोघांचे धर्म वेगवेगळे आहेत. तिच्या घरी तर तिचा भाऊ व्हिलनसारखा आमच्या मध्ये उभा आहे. आणि माझ्या घरीही परिस्थिती काही वेगळी नाही."

"मला सांग, प्रेम सफल होणं म्हणजे काय?" त्याने प्रतिप्रश्न केला.

"प्रेमाचं रूपांतर लग्नात होणं म्हणजे प्रेम सफल होणं." मी म्हणालो, त्यावर तो हसला. "का रे? हसायला काय झालं?"

"काय नाय, सहजचं."

"सांग की."

"ठिकाय, तुला एक गोष्ट सांगतो, माझा एक मित्र होता, त्याला एक मुलगी आवडायची. तिलाही आवडत होता कदाचित तो. दोघांनी एकमेकांना प्रेमाची कबुली दिलीन. जीवनभर एकत्र राहण्याच्या आणाभाका घेतल्यानी. त्या वेळी तो मित्र स्वत:ला जगातला सगळ्यात नशीबवान माणूस समजू लागला, भावी आयुष्याची सुंदर स्वप्नं त्याला पडू लागली, पण मग पुढं असं काही झालं की त्यांना एकमेकांपासून वेगळं व्हावं लागलं. मुलीच्या बापाला कळलं आणि रागाच्या भरात त्याने मुलीला खूप मारहाण केलीन. इकडं त्याच वेळी मित्राचे वडील वारले, आणि त्या धक्क्याने आईने अंथरूण धरलं. त्या मित्राला सगळं सोडून त्याच्या घरी यावं लागलं. त्या मधल्या काळात मुलीच्या बापाने तिचं

लग्न त्यांच्याच नात्यातल्या एका मुलाबरोबर करून दिलंन. माझ्या मित्राला फक्त बघत राहण्यावाचून काहीही करता आलं नाही. त्यांची प्रेम कहाणी अशीच अधूरी राहिली.'' राजू बोलायचा थांबला.

''मग? पुढे काय झालं?'' मी विचारलं.

''पुढे काय होणार, तो माझा मित्र लय निराशेत गेला. नोकरीबिकरी सोडून दिल्यान. पण नंतर त्यानं स्वत:लाच समजावलं, भलेही ती मुलगी त्याच्या आयुष्यात राहिली नाय, पण तिचं प्रेम तर त्याच्या सोबत कायम होतं आणि ते त्याच्यापासून कोणीच हिरावून घेऊ शकत नव्हतं. तो पुन्हा उभा राहिला. त्याच्यातल्या त्या मुलीच्या प्रेमानेच त्याला पुन्हा उभं राहण्याची ताकद दिली.'' राजू म्हणाला.

''हे खूपच फिल्मी आहे. असं तुला वाटत नाही का?'' मी त्याला म्हणालो.

''फिल्मी वाटत असलं तरी खरा हाय सगळं.''

''बरं, मग पुढे काय केलं त्या तुझ्या मित्राने?''

''काय नाय, त्याने पण लग्न केलंन आणि त्याचा आता सुखाचा संसार आहे. पण आजही तो त्या मुलीच्या प्रेमात आहेच. ते प्रेम तो विसरला नाही.''

''हे असं केल्याने तुझा मित्र त्याच्या बायकोला फसवतोय असं नाही का वाटत तुला?'' मी युक्तिवाद केला.

''बिलकूल नाही. त्याची बायको सुखी आहे. आपल्याला शाळेत विज्ञानात शिकवलं होतं, ऊर्जा कधीही नष्ट होत नाही. प्रेमाचंही तसंच आहे. प्रेम कधीच नष्ट होत नाही. आपलं प्रेम आपल्यासोबतच राहतं. कायमचं.''

''नाव काय तुझ्या मित्राचं?'' मी संशयाने विचारलं.

''नावात काय हाय... माझं फक्त तुला एवढंच सांगणं हाय की तुला प्रेमासारखी सुंदर गोष्ट मिळालीय. तिचा आदर कर. तुमचं पुढे जे काही व्हायचं ते झालं तरी तुझं प्रेम नेहमीच तुझ्याजवळ राहील. कायमचं.''

''बाप रे! केवढं मोठं तत्त्वज्ञान हे. पण हे प्रॅक्टिकल लाइफमध्ये आणणं अवघड आहे.''

''प्रयत्न कर.''

''हं. बघू. आज घरी जायचं नाय काय?''

''घर तर काय रोजचं हाय रे... पन दोस्त काय रोज भेटत नाय ना...'' तो म्हणाला.

''पण घरी वाट बघत असतील ना तुझ्या?''

''त्यांना सांगून ठेवलेली हाय, रात्री नऊनंतर आलो नाय तरच काळजी

करा. त्याआधी मला विचारू नका कुठं हाय म्हणून.''

''बायको काही बोलत नाही का?'' मी गमतीत विचारलं.

''आधी करायची कटकट, मग सोडून दिल्यानी. आन मी पन उगाच कुठं भटकत बशीत नाय. काम झाला की आपला घर गाठतो. कधी तुझ्यासारखे मित्र भेटले, आमच्या भजनी मंडळाची कधी मैफिल जमली तरच उशीर होतो. आपल्याला काय दारूबिरूची सवय नाय. त्यामुळं मग बायको लय कटकट करीत नाय.''

''भारीच आहेस तू!'' मी म्हणालो.

''हे तुला आत्ता समजतंय?''

''बोलण्यात तुला कोणी हरवू शकत नाही.''

''मला माहीत हाय ते!''

''किती वाजले? बाप रे, साडेसात? मला निघायला पाहिजे. लायब्ररीत पण जायचंय... चल निघू?'' मी उठत म्हणालो.

''निघतोयस? ओके. मी मघाशी काय बोल्लो त्यावर लय विचार करू नको. बिनधास्त राहा. चल मी पण निघतो.'' म्हणत तोही उठला आणि जायला निघाला. त्याने त्याची रिकामी चण्यांची टोपली उचलली आणि गाणं गुणगुणत घराच्या दिशेने जाऊ लागला.

''राजू.'' मी त्याला हाक मारली. ''मला सांग, मागे मी तुझ्या घरी आलो त्यावेळी आतल्या खोलीत कोणीतरी कण्हत होतं. कोणी आजारी होतं का?''

''हो, माझी आई होती आतल्या खोलीत. आजारी असते ती, गेली तीन वर्षं झालीत. वडील वारले, नंतर तिनं अंथरूण धरलं.'' तो म्हणाला. त्याच्या चेहऱ्यावर एक गूढ हास्य होतं.

जत्रेतल्या त्या भेटीनंतर मी आणि आसमाँ बरेच दिवस भेटलो नाही. नाही म्हणायला मी एकदा तिला फोन केला होता, तेव्हा तिच्या भावाचा - फिरोजचा कतारहून फोन येऊन गेला आणि तिच्याबद्दल त्याने विशेष चौकशी केली असं ती म्हणाली. जत्रेत फिरत असताना तिच्या भावाच्या मित्रांनी आम्हाला बघितलं होतं आणि त्याला आमच्याबद्दल सगळं सांगितलं असावं असंही ती म्हणाली होती. तिने फिरोजच्या मित्रांचा धसका घेतलेला मला जाणवला, पण मी तिला तसं काही नसेल असं समजावलं. त्यानंतर बरेच दिवस मधे गेले. इकडे उम्या आणि आसमाँची भाभी- आफरीन यांच्या भेटीही वाढत होत्या. उम्या प्रत्येक भेटीनंतर आमच्यापुढे त्याचं रसभरीत वर्णन करत होता. त्यांच्या भेटीबद्दल मात्र माझ्या मनातली भीती वाढतच गेली आणि शेवटी जे होऊ नये तेच झालं...

एके दिवशी रात्री मी आणि आनंद घरात टीव्ही बघत असतानाच धडधड दरवाजा वाजला. दाराची कडी काढून उघडतो न उघडतो तोच जोरात दार ढकलून उम्या आत आला. तो घामाघूम झालेला दिसला आणि घाबरलेलाही. तो धापा टाकत होता.

"अरे काय झालं?'' मी त्याला आश्चर्याने आणि काळजीने विचारलं, कारण उम्याला अशा अवस्थेत मी पूर्वी कधी पाहिलं नव्हतं.

"मॅटर झाला यार!'' तो गंभीर स्वरात म्हणाला.

"अरे काय झालं सांग तरी... इथे माझं पण टेन्शन वाढतंय.'' आनंदही त्याला विचारू लागला. उम्या आमच्या दोघांना बाजूला सारून आतल्या खोलीत गेला, तिथे ठेवलेली पाण्याची बाटली त्याने तोंडाला लावली. घटाघटा पाणी प्यायल्याचा आवाज येत होता. पाणी प्यायल्यावर तो मटकन खाली बसला. तो अजूनही

धापा टाकत होता. घामामुळे असेल किंवा पिताना सांडलेलं पाणी असेल, त्याचा शर्ट ओला झाला होता. डोळ्यात भीती आणि चिंता यांचं गंभीर मिश्रण झालेलं मला दिसलं.

"उम्या, काय झालं ते सांगशील का?" मी त्याला शांतपणे विचारलं. त्याने एकदा माझ्याकडे आणि आनंदकडे बघितलं.

"तुम्हाला कसं सांगू तेच कळत नाही. मी आणि आफरीन सापडलो रे. तो... तो... तिचा नवरा साला कुठून कसा आला मला काहीच कळलं नाही." त्याने अतीव नैराश्येने उच्चारलेलं हे वाक्य मणभर वजनाच्या हातोड्यासारखं माझ्या डोक्यावर आदळलं.

"काय? काय बोलतोयस काय तू? फिरोज कसा येईल? तो तर कतारला." माझा विश्वासच बसत नव्हता.

"ते मला माहीत नाही, पण तोच. तोच होता तो. मी तिथून कसा पळालो ते माझं मलाच माहीत." उम्या नकारार्थी मान हलवत बोलत होता.

"मूर्ख माणसा! तरी मी तुला नेहमी सांगत होतो. या लफड्यात पडू नको म्हणून, माझं काही ऐकलंच नाहीस तू. अरे तो फिरोज माणूस नाही, राक्षस आहे." माझ्या डोक्याचा ताबा आता रागाने घेतला होता. मी उम्याला वारंवार या बाबतीत बजावलं होतं; पण त्याने नेहमीच ते हसण्यावारी नेलं. मला आतून असं वाटायचं की उम्याच्या या वागण्यामुळे मीही कधीतरी अडचणीत येणार.

"हे प्रकरण खूप वाढणार उम्या." मला पुढची चिन्हं साफ दिसत होती.

"पण...पण... आता मी काय करू रे?" उम्या अत्यंत काळजीच्या स्वरात म्हणाला.

"आता काय करणार? आपल्या हातात आता काही नाही. जस्ट वेट ॲन्ड वॉच..." मी उम्याला असं बोलत असतानाच खाड्कन दरवाजा उघडल्याचा आवाज आला. त्या आवाजाने आम्ही तिघेही दचकलो. दरवाज्यात बघतो तर साक्षात फिरोज आणि त्याचे ते मित्र उभे! आगीचा लोळ अंगावर यावा तसे फिरोज आणि त्याचे दोन साथीदार आमच्या अंगावर आले. त्याच्या त्या दोन मित्रांनी आनंद आणि मला बाजूला ढकललं. फिरोज उम्याच्या दिशेने गेला. उम्या तर काळ जवळ आल्यासारखा घाबरत उठण्याचा प्रयत्न करत असतानाच

"साले माऽऽदरचोद..." म्हणत फिरोजची हातोड्यासाखी भासणारी पोलादी मूठ उम्याच्या पोटात शिरली. धप्प... आणि त्याबरोबर उम्याचा अतीव वेदनेने कण्हण्याचा आवाज आला. त्याच्या पोटात फाइट इतकी जोरात बसली होती की तो वेदनेने फिरोजसमोर खाली वाकला. फिरोजने क्षणाचाही विलंब न

लावता समोर वाकलेल्या उम्याच्या कानावर एक जोरदार प्रहार केला. उम्या झाड उन्मळून पडावं तसा त्याच्या उजव्या बाजूला पडला. त्याचा एक हात पोटावर आणि एक कानावर ठेवून वेदनेने कण्हू लागला. या घटना इतक्या जलद घडल्या की मला आणि आनंदला काही हालचाल करायला वेळच मिळाला नाही. फिरोजबरोबर आलेल्या त्या दोन दानवांनी आम्हाला पुरतंच जखडून टाकलं होतं. फिरोज तर रागाने वेडापिसा झाला होता. आता खाली पडलेल्या उम्याच्या पोटात त्याने एक लाथ घातली. त्यानंतर दुसरी, तिसरी... तो त्याला तसाच मारत राहिला असता, पण मी मधेच बोललो, ''फिरोज, एक मिनिट थांब.'' माझे शब्द ऐकून तो अचानकपणे थांबला. त्याने एक जळजळीत कटाक्ष माझ्यावर टाकला. ते त्याचे डोळे आहेत की पेटते निखारे! असा क्षणभर मला भास झाला. तो आता माझ्या दिशेने चालत येऊ लागला. फिरोजच्या एका मित्राने मला घट्ट पकडून ठेवलं होतं. मला काहीच हालचाल करता येईना.

''साले तू भी मेरे बेहेन के साथ.'' असं म्हणत त्याने उगारलेली मूठ आणि रागाने लाल झालेला त्याचा चेहरा क्षणभरच मला दिसला. दुसऱ्याच क्षणी एक जबरदस्त फाइट माझ्या पोटात बसली. मलातर कुणीतरी माझं आतडं ओढून काढतंय असं वाटलं. वेदनेने माझ्या डोळ्यांवर अंधारी आली. मी मटकन खाली बसलो. पुढे फिरोज काहीतरी बोलला, पण मला काहीच ऐकू आलं नाही. तो पुन्हा उम्याकडे जायला लागला. उम्या एव्हाना उठून उभा राहिला होता. त्याचे हात अजूनही त्याच्या पोटावर होते. चेहरा वेदनेने पिळवटून निघालेला. मी डोळे उघडून बघितलं तर आता फिरोजच्या हातात एक मोठा लखलखता रामपुरी चाकू होता. तो संथ पावलं टाकीत उम्याच्या दिशेने जायला लागला. त्याने एका हाताने उम्याची कॉलर पकडली. चाकूचा खटका दाबला आणि चाकूचं लखलखतं पातं सटकन उघडलं. उम्यावर तो चाकूचा वार करणार इतक्यात उम्याने सर्व शक्तीनिशी बाजूला सरकण्याचा प्रयत्न केला आणि त्यामुळे चाकूचा निसटता वार उम्याला लागला. त्याच्या डाव्या दंडातून रक्ताची एक चिळकांडी आणि त्यापाठोपाठ उम्याची भयकारी किंकाळी बाहेर पडली. उम्या धडपडत बाजूला पडला. तो उम्यावर आणखी वार करणार इतक्यात,

''फिरोज, रुक जा.'' दरवाज्यातून एक आवाज आला. फिरोजचा आणखी एक मित्र आत आला.

''आज तो मै इस हरामजादेको मार ही डालूंगा.'' फिरोज आणखीनच भडकला. त्या नुकत्याच आलेल्या मित्राने त्याला आवरलं, पण तो काही ऐकेनाच. तो उम्याच्या अंगावर धावून जात होता.

"फिरोज मेरी बात सुन. ऐसी गलती मत कर. चल, जल्दी घर चल. तेरी जरुरत है वहाँ पे."

"क्या हुआ?" त्याने रागाने विचारलं.

"तू जल्दी चल. रास्तेमें बताता हूं." असं म्हणत तो जवळजवळ फिरोजला खेचूनच घेऊन जाऊ लागला. त्याचे ते दोन दानव मित्रपण त्याच्या पाठोपाठ गेले. इकडे उम्या रक्तबंबाळ अवस्थेत वेदनेने विव्हळत पडला होता. मी आणि आनंद त्याच्याकडे धावलो. त्याला उठवून बसवला. आनंदने त्याला पाणी प्यायला दिलं. तो कसाबसा थोडंसं पाणी प्यायला.

"अरे याला लवकर हॉस्पिटलला नेला पाहिजे." आनंद माझ्याकडे बघत घाईघाईने म्हणाला. आम्ही त्याला उठवण्याचा प्रयत्न करू लागलो. वेदनेने त्याला ग्लानी आली होती बहुतेक! आनंदने प्रथमोपचार म्हणून त्याच्या दंडावरील जखमेच्या वर रक्तप्रवाह कमी करण्यासाठी दोरीने हात बांधला, पण तरीही जखमेतून रक्त येतंच होतं.

मी बाहेर जाऊन रिक्षा कुठे मिळते का ते पाहू लागलो. दोन-तीन रिक्षा भरधाव आल्या आणि निघून गेल्या. जेव्हा आपल्याला गरज असते, तेव्हाच या रिक्षा मिळत नाहीत. मी रस्त्याने जाणाऱ्या आणखी एक-दोन रिक्षा थांबवण्याचा प्रयत्न केला, पण त्या तशाच निघून गेल्या. वेळ निघून जात होता. तिकडे उम्याची तब्येत बिघडत चालली होती. उशीर झाला तर त्याच्या जिवाला नक्कीच धोका पोहोचणार होता, या विचाराने मी समोरून आलेल्या रिक्षाच्या एकदम समोर जाऊन उभा राहिलो, त्याने करकचून ब्रेक दाबला. तो चिडून काही म्हणायच्या आत मीच त्याला म्हणतो, "सॉरी, एक पेशंट आहे. अर्जंट हॉस्पिटलला जायचं आहे. तुम्ही सांगाल ते भाडं देतो."

मी असं म्हणल्यावर तो तयार झाला. मी धावत आमच्या रूममध्ये गेलो. आनंद उम्याला धरून बसला होता. त्याचेही कपडे रक्ताने माखले होते. आम्ही दोघांनी कसंबसं त्याला उचललं. रिक्षा बिल्डिंगखाली उभीच होती. त्यात त्याला कसंबसं बसवलं.

"काय झाला ओ, इतकं रक्त?" रिक्षावाल्याने विचारलंच.

"घसरून पडला, जिन्याची सळई लागली दंडाला." मी मनाला येईल ते बोलून गेलो. त्याने त्याचं समाधान झालं असावं. आम्ही हॉस्पिटलच्या गेटवर उतरलो. घाई करत आम्ही रिसेप्शनपाशी पोहोचलो. उम्याला अशा रक्तबंबाळ अवस्थेत बघून त्या रिसेप्शनिस्टने थेट डॉक्टरांना फोन लावला. डॉक्टर आले. त्यांनी उम्याला पाहिलं. आणि आम्हाला विचारलं. "कसं काय झालं हे?" तेव्हा मी मघाशी रिक्षावाल्याला जे सांगितलं तेच पुन्हा सांगितलं. पण रिक्षावाल्याचं

समाधान झालं तसं डॉक्टरांचं झालं नाही.

“बरंच लागलंय. रक्तही खूप गेलंय. तुम्ही पोलीस स्टेशनला कळवलंय का?”

“पोलीस स्टेशन? नाही. पण त्यांना कशाला कळवायला हवं?” मी न समजून विचारलं.

“अहो ती प्रोसिजर आहे. आधी तुम्हाला पोलीस स्टेशनला कळवावं लागेल. ते येऊन बघतील, पंचनामा, जबाब वगैरे करतील, मग ॲडमिट करून घेऊ.” डॉक्टर शांतपणे म्हणाले.

“डॉक्टर, पण त्याला खूप लागलंय. तुम्ही उपचार तरी सुरू करा, आम्ही पोलीस स्टेशनला जाऊन कळवतो.” मी गयावया करू लागलो. पण त्याचा काही फायदा झाला नाही. त्यांनी उम्याला ॲडमिट करून घेतलंच नाही. आता काय करायचं? मी आनंदकडे पाहिलं तर तो कुणाला तरी फोन लावत होता. दोन-तीन वेळा त्याने फोन लावला पण पलीकडून फोन उचलला गेला नाही.

“कुणाला फोन लावतोयस?” मी विचारलं.

“च्यायला त्या साहेबाच्या... फोन वाजतोय पण उचलत नाही.” आनंद वैतागून म्हणाला.

“सोड, मी पोलीस स्टेशनला जाऊन येतो. तू उम्याजवळ थांब. आपल्यालाच काहीतरी करावं लागेल.” म्हणत मी निघालो. हॉस्पिटलच्या गेटबाहेर पडतो न पडतो तोच समोरून गोकुळ हॉटेलचा मालक, रविशेठ येताना दिसला. मला तर तो एखाद्या देवदूतासारखाच वाटला. त्याने मला हॉस्पिटलमध्ये पाहिलं आणि विचारपूस सुरू केली, “काय हो साहेब? इकडे काय करताय?”

“आमच्या पार्टनर उमाकांत जगतापचा छोटासा ॲक्सिडंट झालाय. त्याच्या हाताला खूप मोठी जखम झालीय. त्याला हॉस्पिटलला आणला होता. पण डॉक्टर म्हणतात की आधी पोलीस स्टेशनला कळवावं लागेल. तुमची आहे का ओळख तिथे? म्हणजे काम पट्कन होईल. प्लीज...”

“हात्तीच्या! पोलीस स्टेशन आपलंच आहे. थांबा, आमचे जाधव मेजर आहेत. त्यांना सांगतो. ते व्यवस्था करतील. तुम्ही काय काळजी करू नका.” असं म्हणत रविशेठने फोन लावला. थोडा वेळ बोलून झाल्यावर तो माझ्याकडे बघत म्हणाला, “दोन कॉन्स्टेबल येतील, जबाब घ्यायला. ते झालं की डॉक्टर करून घेतील ॲडमिट. तुम्ही काळजी करू नका.”

“थँक्स रविशेठ! तुमची खूप मदत झाली... खरंच थँक्स.”

“काय बोलताय साहेब! आपल्या माणसाला मदत नाय करायची तर कुणाला?” रविशेठ माझा हात हातात घेत म्हणाला. थोड्या वेळाने पोलीस

आले. सर्व सोपस्कार पार पडले आणि शेवटी उम्याला हॉस्पिटलला ॲडमिट केलं. आता आमची काळजी मिटली होती. आम्ही दोघेही खूप थकलो होतो. आनंद आणि मी बाहेर ठेवलेल्या बाकड्यांवर बसलो, त्या बाकड्यांवर बसल्या बसल्या आमचा केव्हा डोळा लागला आम्हालाही समजलं नाही.

एखादी गोष्ट किती बिघडू शकते याचा अंदाज कोणीच बांधू शकत नाही. ते फक्त नियतीच्या हातात असतं. कालचा तो दिवस नुसता आठवला तरी अंगावर काटा उभा राहतो. काय भयानक होता तो दिवस! उम्या मरता मरता वाचला होता. तो जर वेळेवर बाजूला झाला नसता तर चाकू त्याच्या पोटातच घुसला असता, पण नशिबाने थोडक्यात निभावलं. माझ्या मनात सहज विचार आला, की फिरोजने उम्याची ही अवस्था केली, तिथे त्याच्या बायकोचं त्याने काय केलं असेल? कल्पनाच करवत नव्हती. सकाळी जाग आली, तेव्हा मी उम्याच्या रूममध्ये डोकावून पाहिलं. तो शांतपणे झोपला होता. रूमवर जाऊन सर्व उरकून आम्ही पुन्हा हॉस्पिटलला आलो. उम्या शुद्धीवर आला होता. आम्हाला बघितलं आणि तो उठायचा प्रयत्न करू लागला. आम्ही त्याला पडून राहण्यास सांगितलं. उम्याच्या चेहऱ्यावर एक प्रकारची उदासीनता आली होती. त्याचं मन त्याला खात होतं. आज आमच्यावर जी परिस्थिती ओढवली होती, ती फक्त उम्यामुळे होती. याची जाणीव त्याला असल्याने त्याला फार अपराधीपणाचं वाटू लागलं. आमच्याकडे बघून काहीतरी बोलण्याचा प्रयत्न तो करीत होता, परंतु त्याच्या तोंडून शब्दच फुटत नव्हता. त्याच्या डोळ्यांतून अश्रू येऊ लागले.

"अरे उम्या, काय झालं? कशाला रडतोयस? दुखतंय का फार?" आनंदने त्याला विचारलं. त्यावर त्याने नकारार्थी मान हलवली.

"काही काळजी करू नकोस, आराम कर. आम्ही ऑफिसला जाऊन येतो लवकर परत. हे नारळपाणी पिऊन टाक थोड्या वेळाने." मी म्हणालो. त्यावर त्याने समजुतीने मान हलवली. त्याचा निरोप घेऊन आम्ही निघालो.

"कायच्या काय होऊन बसलं नाही! परिस्थिती इतकी हाताबाहेर जाईल असं वाटलं नव्हतं. या उम्याला काडीची अक्कल नाही. कुठून त्याला ही दुर्बुद्धी सुचली देव जाणे!" आनंद चालता चालता बोलत होता. मी फक्त ऐकत होतो. मला बोलावसं वाटेना, खरंतर मला काहीच करावसं वाटत नव्हतं. यांत्रिकपणे पाय चालत होते. उशीर झाल्याने आम्ही

परिणाम

नाष्टा न करताच ऑफिसला पोहोचलो. बघतो तर ऑफिसचं वातावरण एकदम बदललेलं. शिगवण, मोकाशी मॅडम, कदम शिपाई सगळे गंभीर चेहरा करून बसलेले. नेहमीप्रमाणे नमस्कार नाही, हसून स्वागत नाही. काहीतरी घडलंय, किंवा या लोकांना कालच्या प्रसंगाबद्दल कळलं असल्याचा संशय मला आला. आम्ही आपापल्या जागेवर बसतो न बसतो तोच शिगवण माझ्या टेबलापाशी आला.

"उमाकांत साहेब बरे हाव ना?" त्याने विचारल्यावर मी उडालोच!

"तुम्हाला कोणी सांगितलं?"

"अहो साहेब, हे गाव हाय, इथे गोष्टी लपून ऱ्हाईत नाईत."

"काय समजलं तुम्हाला?" मी माहिती घेण्याच्या उद्देशाने विचारलं.

"माहीत हाय ओ सगळा. काल पारकरवाड्यातली मोमेडन पोरं आली होती ना, तुमच्याकडं? त्यांनीच केलाव ना हे?" शिगवण म्हणाला आणि मला धक्काच बसला. या लोकांना तर सगळंच माहीत आहे. तरीच सगळे गंभीर चेहऱ्याने बसले होते.

"हं. साहेब आलेत का?" मी विषयांतर करायच्या उद्देशाने विचारलं.

"कधीच! दोन व्हिजिटर बसलेत आत." शिगवण बोलत असतानाच साहेबांची बेल वाजली

"कोण आहेत?"

"काय माहीत!" म्हणत शिगवण आत गेला. आता जर सगळ्या ऑफिसला कळलंच आहे तर साहेबांनाही कळलं असणारच! आपलं काही खरं नाही आता. मी विचार करत होतो, तेवढ्यात आनंद माझ्याकडे आला आणि शिगवण काय म्हणाला ते विचारू लागला. मी त्याला सांगितल्यावर त्यालाही थोडंसं टेन्शन आलंच! मी माझ्या टेबलावरची कामं करू लागलो. थोड्याच वेळात साहेबांच्या रूममध्ये बसलेले दोन जण बाहेर आले, त्यांनी माझ्याकडे आणि आनंदकडे एकदा पाहिलं आणि निघून गेले. इतक्यात साहेबांनी बेल वाजवली. शिगवण आत जाऊन बाहेर आला आणि मला इशाऱ्याने आनंद आणि मला आत बोलावलं असल्याचं सांगितलं. वधस्तंभाकडे जावं तसे आम्ही दोघे साहेबांच्या केबिनपाशी गेलो, आत जाऊन शिव्या खायच्या आणि काहीही न बोलता परत यायचं असं आम्ही दोघांनी ठरवलं.

"मे आय कम इन सर?" आनंदने अत्यंत अदबीत विचारलं.

"हं. या. बसा." आम्ही मान खाली घालून निमूटपणे समोरच्या खुर्च्यांवर बसलो. "उमाकांत जगताप कसे आहेत आता?" साहेबांनी थंड स्वरात विचारलं.

"बरा आहे सर. जखम बरी व्हायला थोडे दिवस लागतील." आनंद

म्हणाला.

"काय, म्हणजे आता माझ्याकडे बोलायला शब्दच नाही! जगतापांसारखा हुशार मुलगा असं काही करू शकेल, यावर माझा विश्वासच बसत नाहीये. फारच भयंकर गोष्ट आहे ही. पुण्या-मुंबईसारख्या मोठ्या शहरात चालून जातात या गोष्टी, पण हे गाव आहे. इथे फार जपून राहावं लागतं. ठीक आहे, जे झालं ते झालं. असं व्हायला नको होतं. तुमचं हे वयच थोडंसं तसं आहे. चुका होतात या वयात. म्हणूनच तर जास्त सांभाळून राहावं लागतं. एखादं असं प्रकरण झालं, की आयुष्याची वाट लागलीच म्हणून समजा! तुम्हाला माहीत आहे का, मघाशी माझ्या केबिनमध्ये कोण आलं होतं?" साहेबांनी आमच्या डोळ्यांत बघत विचारलं. आम्ही हलकेच नाही अशी मान डोलावली. "ते पोलीस होते. आपल्या ऑफिसच्या इतिहासात पहिल्यांदाच पोलीस आले असतील." साहेब वैतागून बोलत होते.

"पोलीस कशासाठी सर?" आनंदने विचारलं,

"त्यांना असं समजलंय की उमाकांतवर कुणी तरी हल्ला केला. त्यासंदर्भात माहिती घ्यायला आले होते. म्हणाले तुम्हाला कुणावर संशय आहे का? किंवा कुणाबद्दल तक्रार करायची आहे का? वगैरे वगैरे... मी म्हणालो, ते मी कसं सांगू शकेन? जे काही आहे ते उमाकांत जगताप सांगू शकतील. आता ते गेलेत हॉस्पिटलला." साहेब सांगत होते. मला अचानकपणे दडपण आल्यासारखं वाटू लागलं. उम्याच्या प्रकरणात थेट माझा असा काहीही संबंध नव्हता, तरीही उगाचच अस्वस्थ वाटू लागलं. कदाचित माझ्या मनात आसमाँबद्दल विचार येत होता. तिच्या मनात काय चालू असेल या वेळी? ती काय विचार करत असेल माझ्याबद्दल, उम्याबद्दल? मीही त्याच्यासारखाच वागेन का? मी तिला फसवेन का? असेही विचार तिच्या मनात आले असतील. छे! काहीच्या काहीच होऊन बसलं! इकडे साहेब बरंच काही बोलत होते, पण माझं त्याकडे लक्षच नव्हतं. बोलता बोलता त्यांनी मला काहीतरी विचारलं, पण मी माझ्याच विचारात होतो, आनंदने खुणावलं आणि मी भानावर आलो.

"मोहिते, लक्ष कुठे आहे तुमचं? मी काहीतरी विचारतोय." साहेब म्हणाले.

"सॉरी साहेब, काय म्हणालात तुम्ही?"

"तुम्ही तिघे एकत्र राहत होतात, तर तुमच्या कधी लक्षात कसं नाही आलं?" आता काय बोलणार? उम्याच्या या कलेमुळे आणि त्याच्या शृंगारिक कथांच्या रसभरीत वर्णनामुळे तर आमचा टाईमपास व्हायचा, पण तेव्हा कुठे माहीत होतं की त्याचे असे परिणाम होणार आहेत ते! मी काहीच बोललो नाही. फक्त नकारार्थी मान हलवली. साहेबांनी 'काही उपयोग नाही' अशा अर्थाची

मान डोलावली.

‘ठीक आहे, तुम्ही नीट सांभाळून राहा, आता बाहेर कुठे फिरत बसू नका. जगतापांची काळजी घ्या.'' म्हणत साहेबांनी संभाषण संपवलं. हो म्हणत आम्ही तिथून निघालो. माझ्या टेबलापाशी येऊन बसलो. आता कामात मात्र लक्ष लागेना. नेहमी गप्पा गोष्टी करणाऱ्या मोकाशीबाईसुद्धा शांत होत्या. आमच्याशी बोलत नव्हत्या. सगळ्या ऑफिसनेच आम्हाला वाळीत टाकल्यासारखं वाटू लागलं. ऑफिस कधी सुटेल असं झालं. काम संपल्यावर आम्ही लंचनंतर हॉस्पिटलला जातो असं मोकाशी मॅडमना सांगितलं. त्यांनी काहीही न बोलता नुसती मान डोलावली. आमच्याकडे त्यांनी पाहिलंही नाही. मी आणि आनंद निमूटपणे ऑफिसमधून निघालो. हॉस्पिटलला आलो. हॉस्पिटलमधला फिनाईल आणि औषधांचा मिश्र वास नाकात शिरला. उम्याच्या रूममध्ये आलो त्या वेळी तो सलाईनच्या ट्यूबकडे एकटक बघत होता. सलाईनच्या ट्यूबमधून टपटप थेंब पडत होते. आम्ही आलो त्याचंही भान त्याला नव्हतं.

“कशी आहे तब्येत उम्या? बरं वाटतंय का आता?'' आनंदने विचारलं.

“अरे! तुम्ही कधी आलात?''

“आत्ताच येतोय. बरा आहेस ना?'' आनंद म्हणाला.

“हो, पण अजून अशक्तपणा आहे खूप.'' उम्या म्हणाला. मी पाहिलं, टेबलावर सकाळी ठेवलेलं शहाळ्याचं पाणी तसंच होतं.

“काही खाल्लंस का?'' मी विचारलं. माझ्याकडे बघत त्याने नुसती नकारार्थी मान हलवली.

“बघ! हे शहाळ्याचं पाणी तसंच आहे अजून!'' आनंद म्हणाला.

“मला भूक नाही. आणि हे सलाईन चालू आहे ना दिवसभर.'' उम्या म्हणाला.

“ठीक आहे, मला सांग पोलीस आले होते का?'' आनंदने विचारलं.

“हो, पण तुम्हाला कसं कळलं?''

“ते आधी आपल्या ऑफिसला गेले होते. साहेबांना भेटले. त्यांना सगळं माहीत आहे, म्हणाले, तुम्हाला तक्रार करायची आहे का?'' आनंद म्हणाला.

“काय? पोलीस ऑफिसमध्ये आले होते? मग तर सगळ्यांना कळलं असेल.'' उम्याच्या चेहऱ्यावर चिंता दिसू लागली.

“सगळ्यांना आधीच माहीत झालं होतं. शिगवणही विचारत होता.'' मी म्हणालो. त्यावर उम्या काही बोलला नाही.

“पोलीस काय म्हणाले?'' आनंदने विचारलं.

“काही नाही, हे कसं झालं विचारत होते. कुणाविरुद्ध तक्रार आहे का

म्हणाले.''

''मग?''

''मी नाही म्हणालो. जिन्यावरून घसरून पडलो असं सांगितलं.''

''त्यांनी विश्वास ठेवला?''

''ते माहीत नाही, पण पुढे त्यांनी जास्त काही विचारलं नाही.'' उम्या म्हणाला.

''फार मोठं लफडं झालं यार! वाटलं नव्हतं असं काही होईल ते!'' आनंद म्हणाला.

''साला तो तिचा नवरा ऐनवेळी कुठून तडमडला देवाला ठाऊक!'' उम्या म्हणाला. त्यावर आनंद आणि मी काही बोललो नाही. तो विषयच नको असं वाटू लागलं. माझं मन आता एकच विचार करू लागलं, ते म्हणजे आसमाँ कशी असेल? आणि ती काय विचार करत असेल?

उम्या बरा व्हायला पाच-सहा दिवस लागले. तरी त्याची हाताची जखम बरी व्हायला अजून बरेच दिवस जाणार होते. हाताला बँडेज बांधून त्याला हॉस्पिटलमधून डिस्चार्ज दिला होता. त्याला अशक्तपणा खूप असल्याने तो रूमवरच पडून राही. मी आणि आनंद ऑफिसला जाऊ लागलो. उम्याच्या अनुपस्थितीत आम्ही त्याची कामे करू लागलो. ऑफिसमध्येही पूर्वीसारखं वातावरण राहिलं नाही. मोकाशी मॅडम आमच्याशी कमी बोलू लागल्या, त्यामुळे बाकीच्या लोकांवरही त्याचा परिणाम झाला होता. एक प्रकारचं अवघडलेपण आलं होतं प्रत्येकाच्या वागण्यात. आम्हीही आता इतरांशी कामापुरतं बोलत होतो. असेच काही दिवस गेले. उम्याची जखम आता बरी होत होती, पण तो अजून ऑफिसला येत नव्हता. ऑफिसला आलं तर, बाकी लोकांच्या समोर, साहेबांसमोर कोणत्या तोंडाने उभा राहणार, असा प्रश्न त्याला सतावत असणार. तोच काय, त्याच्या जागी कोणीही असता तरी त्याला असंच वाटलं असतं. एकदा तर त्याने तसं बोलूनही दाखवलं. आम्ही त्याला बरं वाटेल अशाच गोष्टी सांगत होतो. अशातच ध्यानीमनी नसताना एक बॉम्ब येऊन पडला. सकाळी आम्ही ऑफिसला गेलो, आपापल्या टेबलांवर बसलो. शिगवण हळूच माझ्याकडे आला,

''मोहितेसाहेब, एक महत्त्वाचं बोलायचंय.''

''बोला.''

''नाय म्हंजे, ते म्हंजे, तुम्ही लगीच कुनाला बोलू नका.'' शिगवण आढेवेढे घेऊ लागला.

''काय झालं? आधी सांगा तरी.''

''तुमच्या तिघांची बदली होनार हाय, लवकरच!'' तो दबक्या आवाजात म्हणाला. ''काय?'' मी एकदम जोरात ओरडलो.

''शूऽऽ आवो हलू बोला. काल मी साहेबांना फ़ोनवर बोलताना ऐकलं.''

''काय बोलताय काय शिगवण? कधी? म्हणजे साहेब कुणाशी बोलत होते? आणि काय बोलत होते?'' मी एकामागोमाग एक प्रश्न विचारत सुटलो.

''काल बहुतेक हेड ऑफिसवरनं फोन आला होता. साहेब म्हणत होते, मी

शिफारस केल्याप्रमाणे करून टाका. उगाच आमच्या डोक्याला ताप नको. उद्या काही विपरीत घडलं तर त्याला जबाबदार आम्ही नाही... वगैरे वगैरे... माझ्या अंदाजानुसार त्यांनी तुमच्या तिघांची बदली करावी असं वर कळवलं असंल...'' शिगवण म्हणाला. बेसावध असताना डोक्यावर काठीचा फटका पडावा तसं काहीसं मला वाटू लागलं. आमची बदली? तिघांचीही? कसं शक्य आहे? उम्याची बदली होणार असेल तर ते समजू शकतो, पण आनंद आणि माझी बदली का? दुपारी जेवायला जाताना मी ही गोष्ट आनंदला सांगितली, तर त्याला फार काही आश्चर्य वाटलं नाही.

''मला अंदाज होताच. हे तर होणारच होतं. एवढा मोठा मॅटर झाला, तेव्हा हे होणं साहजिकच आहे.'' तो म्हणाला.

''अरे, पण आपली बदली का?''

''यालाच म्हणतात सुक्याबरोबर ओलंपण जळतं, आणि मी तर म्हणतो बरं होईल बदली झाली तर... असं काय राहिलंय इथे? सोनगिरीपासून सुटका तरी मिळेल.'' आनंद सहजपणे म्हणाला. मी त्यावर काही बोललो नाही. त्याला काहीच वाटत नव्हतं. उलट बदली झाली तर ती त्याला हवीच होती. आनंद किती सहज म्हणाला होता, की आता काय राहिलंय इथे? कितीतरी आठवणी आहेत इथे, सोबत राहिलो, सोबत काम केलं, पार्ट्या केल्या, फिल्म्स बघितल्या, अगणित वेळा समुद्रावर पोरी बघत फिरलो, धमाल केली. आणि आता हा आनंद म्हणतो की काय राहिलंय इथे? आणि आसमाँ? तिचं काय? ती इथेच भेटली. आमचं प्रेम आहे एकमेकांवर. खरं प्रेम, तिला कसं सोडून जायचं? आमचं पुढे काय? आमच्या प्रेमाचं पुढे काय होईल? एक ना अनेक प्रश्न मधमाश्यांसारखे माझ्यापुढे घोंगावू लागले. मला डंख मारू लागले. आम्ही रूमवर आलो त्या वेळी माझ्या पायातली सगळी शक्तीच निघून गेल्यासारखं मला वाटलं. मी उम्याला आमच्या संभावित बदलीबद्दल सांगितलं. ही बातमी ऐकून त्याला हायसं वाटलं. त्याने डोळे बंद केले. मनातल्या मनात देवाचे आभार मानले असणार. त्याला तसं वाटणं साहजिकच आहे. त्याला या ठिकाणाहून जेवढं लवकर निघता येईल तेवढं हवंच होतं. म्हणजे मी सोडून या दोघांना बदली झाली तर हवी होती. मला या दोघांचाही वैताग आला. मी सरळ चपला घातल्या आणि बाहेर पडलो. इतक्या दिवसांत प्रथमच मला एकटेपणा जाणवला. मी मांडवीच्या दिशेने निघालो. पूर्वी मांडवीला जाताना एक प्रकारचा उत्साह असायचा, आता मात्र मी पाय ओढत ओढत निघालो होतो. राजू मयेकर भेटला तर बरं होईल असं वाटू लागलं.

मांडवीवर गेलो आणि तो समोरच भेटला.

“अरे मकरंद, आज कसा काय मांडवीला?” राजूने विचारलं.

“आलो असंच! कंटाळा आला होता घरी बसून.” मी काहीतरी बोलायचं म्हणून म्हणालो.

“काय रे? चेहरा का असा केलाव हाय? आजारीबिजारी हायस का काय?”

“नाय रे, सहजच.” मी नजर चोरत म्हणालो. त्याला माझ्या अशा वागण्याचा संशय आला.

“चल, आपण जेट्टीच्या टोकावर जाऊ.” तो म्हणाला. मी काही न बोलता त्याच्या मागे चालू लागलो. जेट्टीच्या शेवटच्या टोकावर पोहोचलो. एका ठिकाणी मोकळी जागा पाहून बसलो.

“बोल आता.” तो म्हणाला. माझ्या डोक्यात त्या वेळी विचारांनी गर्दी केली होती. काय बोलावं सुचत नव्हतं. मी फक्त म्हणालो, “माझी बदली होणार आहे.”

“काय सांगतोस काय? अशी अचानक?”

“हं. प्रॉब्लेमच तसा झालाय.”

“काय झाला प्रॉब्लेम?”

मग मी त्याला जे घडलं ते सगळं सांगितलं. ऐकताना त्याच्या चेहऱ्यावरचे हावभाव बदलत होते. माझं सांगून झाल्यावर त्याने नकारार्थी मान हालवली.

“आसमाँशी बोललास का?” त्याने विचारलं.

“नाही ना. तिचा फोन बंद आहे. मेसेज केला, पण डिलिव्हर नाही झाला. काय करू कळत नाही यार! माझं तर डोकंच चालणं बंद झालंय.” मी वैतागून म्हणालो.

“जास्त विचार करू नको, आता जे झालं त्यात तुझी काहीच चूक नाही, पण आता काय करणार?”

“मी तिच्या घरी जाऊ का? तुला काय वाटतं?”

“हे बघ, सध्या तरी थोडे दिवस थांब. तू म्हणतोस तसं तिच्या भावाने तुझ्या मित्रावर चाकूने हल्ला केला, आता तू तिथं गेलास तर जास्तच राडा व्हईल. घाई करू नको, जरा थांब.” राजू म्हणाला, मलाही त्याचं म्हणणं पटलं.

“पण, मग आसमाँचं काय? ती काय विचार करत असेल?”

“हे बघ, थोडा वेळ जाऊ दे, सगळं आपोआप ठीक होईल. वेळ हेच सगळ्या रोगावरचं औषध आहे.”

“तुला बोलायला हे खूप सोप्पं आहे. पण मला काय वाटतंय ते तुला नाही समजणार.” मी बोलून गेलो. तो शांत राहिला. “सॉरी, म्हणजे मला सुचत नाही यार. मी प्रेम केलंय तिच्यावर. तिचंही प्रेम आहे माझ्यावर. पण परिस्थितीच अशी

आलीय की आम्ही धड भेटू सुद्धा शकत नाही. फ्रस्ट्रेशन आल्यासारखं वाटतंय.''

''मला समजतंय तुला काय वाटत असंल ते. पण माझं एवढंच सांगना हाय की तू लय विचार करू नको. थोड्या दिवसात ठीक होईल सगळं.'' तो माझ्या खांद्यावर हात ठेवत म्हणाला. राजू मला समजावण्याचा प्रयत्न करत होता, मलाही कळत होतं. थोडं थांबण्यावाचून माझ्या हातात दुसरं होतं तरी काय?

दिवस आता पहिल्यासारखे राहिले नव्हते. ज्या रूममध्ये पूर्वी आमच्या तिघांचा नुसता धिंगाणा चालू असायचा तिथे आता स्मशानशांतता नांदू लागली. उम्या बोलायचा प्रयत्न करत होता, पण मला त्याच्याशी बोलायची इच्छाच नव्हती. मी जेवढ्यास तेवढं उत्तर देत होतो. नाही म्हणायला आनंद आमच्या मध्ये दुव्याचं काम करत होता. उम्याने बऱ्याच वेळा झाल्या प्रकाराबद्दल माफी मागितली होती. त्याच्या चुकीची शिक्षा त्याने भोगली होती, पण मी विचार करत होतो की मी अशी कोणती चूक केली, की ज्याचं प्रायश्चित्त मला भोगावं लागत होतं? उम्या आता बरा झाला होता. वीसेक दिवसांनी तो ऑफिसला आला. निमूटपणे आपल्या जागेवर बसून कामाला लागला. आता ऑफिसमध्ये तो स्वतःहून कुणाशीच बोलत नव्हता. कामापुरतं बोलायचा आणि पुन्हा आपल्या कॅशिअरच्या पिंजऱ्यात जाऊन बसायचा. त्या पिंजऱ्यात त्याला सुरक्षित वाटत असावं.

शिगवणने बदलीची बातमी दिली आणि त्यानंतर महिन्याभरातच हेडऑफिसमधून एक पत्र आलं. ती ऑर्डर होती, आमच्या तिघांच्याही बदलीची. साहेबांनी आम्हा तिघांना बोलावून ही बातमी दिली. उम्याला चंद्रपूरला टाकलं होतं, आनंदची बदली नाशिकला आणि मला मुंबई! त्यातल्या त्यात बरं वाटलं की मी निदान घरी तरी जाणार होतो. पण नंतर दुसऱ्याच क्षणी मन एकदम विषण्ण झालं. आमची तिघांची बदली वेगवेगळ्या ठिकाणी झाली होती. इतके दिवस एकत्र राहिलो, मजामस्ती केली, पण आता आम्ही वेगळे होणार होतो. खूप विचित्र वाटत होतं. आमच्यापैकी आनंद आणि उम्याने मनाची तयारी केली होती, पण मला कसंतरीच झालं ती बदलीची ऑर्डर बघून.

बदलीची बातमी कळल्यावर मला सर्वप्रथम आसमाँची आठवण झाली. त्या भयानक घटनेनंतर मी बऱ्याच वेळा तिला फोन आणि मेसेज पाठवले, पण तिचा फोन बंदच होता. काय करावं ते मला सुचेना. ती ठीक असेल ना? मला आता तिची काळजी वाटू लागली. तिच्याशी

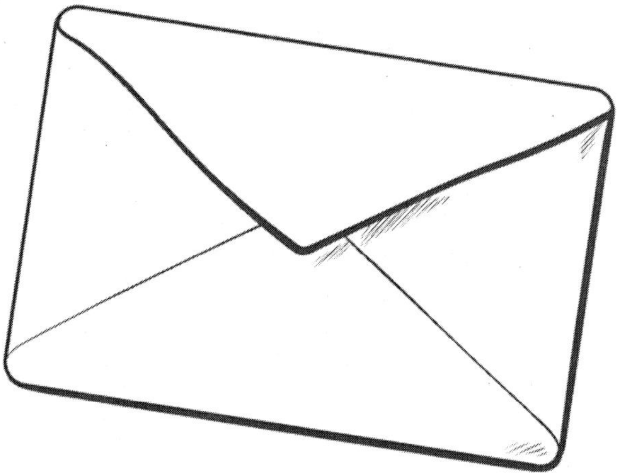

संपर्काचं कोणतंच साधन आता माझ्याकडे नव्हतं. काय करावं? तिच्या घरी जाऊ या का? पण, तो तिचा खवीस भाऊ तिथे असणारच. मला बघून तर त्याचं डोकं आणखी फिरायचं, पण काहीतरी करावंच लागणार होतं. मला आसमाँशी बोलायचंच होतं. शेवटी मी ठरवलं. आता तिच्या घरी जायचंच. काय होईल जास्तीत जास्त? फिरोज भडकेल. मारायला धावेल, पण मला आता त्याचं काही वाटत नव्हतं. काय व्हायचं ते होऊन जाऊदे. त्या दिवशी मी संध्याकाळी तिच्या घरी जायला निघालो. मी पूर्वी एकदा तिचं घर पाहिलं होतं, पण आता मला ते नक्की कुठे आहे ते आठवेना. मी एका घरासमोर येऊन थांबलो. कदाचित हेच घर असावं. मी असा विचार करत असतानाच एक आवाज आला.

"किसको ढूंढ रहे हो आप?" मी बघितलं तर पन्नाशीची एक बाई मला विचारत होती. माझ्या मनात लगेच आसमाँबद्दल चौकशी करण्याचा विचार आला, पण मी तो झटकला.

"इथे फिरोज कुठे राहतो?" हे विचारणं जास्त सयुक्तिक वाटलं मला.

"तुम दोस्त हो उसके?" ती बाई काहीतरी फालतू चौकश्या करायला लागली. या प्रश्नाला उत्तर देताना माझ्या भलतंच जिवावर आलं होतं. मी कसेतरी 'हो' म्हणालो.

"वो लोग कही गये हैं शायद. फिरोज की बीबी के हाद्‌से के बाद तो वो दिखे नहीं."

"फिरोज की बीबी का हादसा?" मला काही कळले नाही.

"अरे उसने जेहेर पी कर जान दे दी, उसका चक्कर था शायद किसी से." हे ऐकून माझं डोकं एकदम सुन्नच झालं. अरे देवा! आफरीनने आत्महत्या केली? माझा तर विश्वासच बसत नव्हता. म्हणजे फिरोज उम्याला शोधत घरापर्यंत आला तेव्हाच आसमाँच्या भाभीने विष पिऊन आत्महत्या केली होती तर. आणि तेव्हाच त्याचा तो मित्र त्याला तातडीने घ्यायला आला होता. तो जर आला नसता तर उम्याचा मृत्यू अटळ होता. खरंच, आफरीनमुळे उम्या वाचला होता.

"हे लोक कधी येतील काही सांगितलं का?" मी सहज त्या बाईंना विचारलं. त्यावर तिने फक्त नकारार्थी मान हलवली. आता त्या बाईंना जास्त काही विचारून फायदा नाही असं मला वाटू लागलं. मी तिथून निघालो. जड पावलांनी चालत जात असतानाच मागून एका मुलीचा आवाज आला. मी मागे वळून पाहिलं तर एक २०- २२ वर्षांची मुलगी मागून पळत येत होती. "रुकीये, आप मकरंद है ना?" धावत आल्याने तिला दम लागला होता. मी

आश्चर्याने होकारार्थी मान हलवली.

“मै आसमाँ की दोस्त हूँ. आप मुझे नहीं जानते. आसमाँ अक्सर बातें करती थी आपके बारे मैं.” ती म्हणाली.

“कुठे आहे ती?” मी तिला सरळ विचारून टाकलं.

“उसने कुछ बताया नहीं. लेकिन ये लिफाफा मुझे दिया है आपको देने के लिए. उसने बोला था की उसे ढूंढते हुए आप यहाँ जरुर आयेंगे.” एखादा बॉम्ब पकडावा तसा मी तो लिफाफा हातात घेतला. मला आता कळून चुकलं की, फोन बंद. घराला कुलूप आणि आता हा लिफाफा. कदाचित तिचा माझ्यासाठीचा शेवटचा निरोप. मला तो लिफाफा उघडायचं धाडस होईना. मी तिथून निघालो आणि पुन्हा जिथे मी तिला प्रथम भेटलो होतो तिथेच आलो - मांडवी. समुद्र शांत होता. लाटाही संथ होत्या. सूर्याने एका रात्रीपुरता जगाचा निरोप घेतला होता. मी तो लिफाफा थरथरत्या हातांनी उघडला. कागदावर पाणी पडल्यावर त्याचा गुळगुळीतपणा जाऊन जसा थोडासा खडबडीत होतो तसा तो कागद झाला होता. कदाचित तिने रडता रडता हे पत्र लिहिलं असावं. पत्रावर तारीख लिहिलेली नव्हती.

प्रिय मकरंद

काय लिहू...? हे पत्र तुला मिळेल त्या वेळी मी इथे नसेन. जे काही झालं त्याबद्दल मला आता काही बोलायचं नाही. कदाचित ते होणारच होतं... और होनी को कौन टाल सकता है. पण एक गोष्ट मात्र नक्की की मी तुला कधीही विसरू शकत नाही. तुम्हारे साथ बिताया हुआ हर एक पल मुझे हमेशा याद रहेगा. मांडवीच्या त्या पहिल्या भेटीपासून ते उरुसातल्या शेवटच्या भेटीपर्यंत.

मैं जा रही हूँ. कहाँ वो नहीं बता सकती. मुझे भूल जाओ मकरंद. हमारे नसीब मैं शायद यही लिखा था. आसमान की तरफ तो सबकी निगाहें होती है. मगर हर किसी की दुआ कुबूल नहीं होती.

– आसमाँ

तिचं ते पत्र वाचून मला तर एकदम आतून भडभडून आल्यासारखं वाटू लागलं. असं वाटलं की कोणीतरी माझं हृदय ओढून काढत आहे. आसमाँ मला सोडून गेली. जीवनरूपी पुस्तकातलं एक सुंदर प्रकरण संपलं. आपलं खूप महत्त्वाचं असं काहीतरी आपल्यापासून हिरावून घेतल्याची एक बोचरी जाणीव

झाली. आसमाँ आणि माझी काहीच चूक नसताना आम्हा दोघांनाही शिक्षा का मिळाली तेच कळत नव्हतं. आसमाँ... मी वर आकाशाकडे बघितलं. आकाशात काळे ढग जमा झाले होते. नेहमीपेक्षा हे आकाश वेगळं वाटत होतं. भयाण, बीभत्स... आता लवकरच पाऊस येणार होता, पण माझ्या डोळ्यांतल्या पावसाला केव्हाच सुरुवात झाली होती. मी ओंजळीत तोंड लपवून रडू लागलो. खूप रडायचं होतं मला. माझ्या खांद्यावर पडलेल्या हाताकडे मी पाहिलं, मागे राजू उभा होता. माझ्या हातातलं पत्र बघून त्याला जे कळायचं ते कळलं होतं. तो डोळ्यांनी माझं सांत्वन करत होता. त्याला बघून तर मला आणखीनच रडायला आलं. मी त्याच्या गळ्यात पडून रडू लागलो. सगळं संपलं होतं.

आमची सोनगिरीहून बदली झाली. आम्हाला प्रत्येकाला पुढील दोन-तीन दिवसात आमच्या बदलीच्या ठिकाणी रुजू व्हायचे होते. राजूचा निरोप घेऊन मी रूमवर आलो, बघतो तर रूमभर पसारा झाला होता. आनंद आणि उम्या आपापलं सामान बांधण्याच्या तयारीत होते. ते दृश्य बघून मला फारच विचित्र वाटलं. विंचवाचं बिऱ्हाड असल्यासारखे आम्ही आता हे ठिकाण सोडून दुसऱ्या ठिकाणी जाणार होतो.

"तू होतास कुठे इतका वेळ?" आनंद मला विचारत होता.

"काही नाही जरा बाहेर गेलो होतो." मी म्हणालो.

"आणि तुझा चेहरा असा का झालाय?"

"नाही, काही नाही." मी उत्तर देण्याचं टाळले.

"तुला तुझं पॅकिंग करायचं नाही का? आपल्याला फार-फारतर परवा निघावं लागेल." उम्या म्हणाला. त्यावर मी मानेनंच होकार दिला. त्यानंतर आम्ही निमूटपणे आपापलं पॅकिंग करू लागलो. फार काही सामान नव्हतंच. कपडे, पुस्तकं यांच्या प्रत्येकी एक एक बॅगा भरून झाल्या होत्या. बाकी गाद्या आणि इतर किरकोळ साहित्य वगैरे आम्ही इथेच सोडून जाणार होतो.

"आपण विनयमध्ये जाऊ या का आज?" आनंद म्हणाला. त्यावर आम्ही नाही म्हणायचा प्रश्नच नव्हता. आम्ही तिघेही विनयमध्ये जेवणासाठी गेलो, आमच्या शेवटच्या पार्टीसाठी! माझी खरं कुठे जायची इच्छा नव्हती, पण आता या दोघांच्या इच्छेला मान देण्यासाठी मी तयार झालो. विनयमध्ये गेल्या गेल्या उम्याने बिअरची आणि स्टार्टरची ऑर्डर दिली. आमच्या इतर पार्ट्या आणि ही पार्टी यात जमीन-अस्मानाचा फरक होता. आजची पार्टी म्हणजे एखादी गोष्ट लादल्यासारखी होते, तशी होती. थोड्या वेळात बिअरचे तीन मग आमच्या समोर आले. आज चिअर्स कोणालाच करावंस वाटत नव्हतं, पण तरीही प्रथेप्रमाणे आम्ही ते केलं. उत्साह असा कोणालाच नव्हता. उम्याने बिअरचा ग्लास तोंडाला लावला तो थेट संपवूनच खाली

निरोप

ठेवला. त्याने लगेच दुसऱ्या बिअरची ऑर्डर दिली असे एकामागोमाग तीन मग बिअर प्यायल्यानंतर तो थांबला. आम्हा दोघांना कळेना की तो असा का वागतो आहे? तिसरा मग खाली ठेवल्यानंतर त्याने थोडा पॉज घेतला आणि अडखळत बोलायला सुरुवात केली.

"मला माहीत आहे, तुम्हाला थोडंसं विचित्र वाटेल, पण त्याची गरज आहे. मला तुम्हा दोघांची माफी मागायची आहे. खासकरून मकरंद तुझी... मकरंद यार मी काय बोलू, मला माफ कर दोस्ता...! माझ्यामुळे तुलासुद्धा प्रॉब्लेम झाला. तू मला सांगत होतास, पण मीच मूर्ख! तुझं ऐकलं नाही. मी खरोखर तुझा अपराधी आहे. थांब... थांब... मला बोलू दे. मला माहीत आहे, तू आज आसमाँला भेटायला गेला होतास. पण दोस्ता, मला माहीत आहे ते लोक घर सोडून कुठेतरी गेलेत. माझ्या मूर्खपणामुळे हे सगळं झालं, आणि त्याची शिक्षा तुला विनाकारण भोगावी लागली. माझ्यामुळे आफरीनचा जीव गेला. मी खरोखर पापी माणूस आहे, माझ्यामुळे तीन आयुष्यं बरबाद झालीत. देवसुद्धा मला माफ करणार नाही..." असं म्हणून उम्या लहान मुलासारखा रडू लागला. हॉटेलमधले वेटर आणि आजूबाजूची माणसंही आमच्याकडे बघायला लागली.

"उम्या, अरे, असं काय करतोस? शांत हो. जाऊ दे, झालं ते झालं. आता ते बदलू तर शकत नाही. आणि हे काय लहान मुलासारखं रडतोयस? लोक बघतायत आपल्याकडे." मी समजावत म्हणालो.

"बघू देत, मला त्यांच्याशी काय घेणंदेणं नाय. मला माफ कर यार. प्लीज माफ कर." तो अगदी हात जोडत म्हणाला.

"सोड ना उम्या आता. काय वेड्यासारखं वागतोयस? असं काही होईल याची तुला तरी कल्पना होती का? तू मुद्दाम तर केलं नाहीस की नाही. आता झालं ते. जाऊ दे." मी त्याला माझ्या परीने समजावत होतो, पण बराच वेळ उम्या रडत राहिला. त्याला मनापासून वाईट वाटत होतं, हे मला कळत होतं. त्याला कसंबसं समजावलं. जेवणाची तर कुणाचीच इच्छा राहिली नव्हती. आम्ही तसेच निघालो. आमची शेवटची पार्टी तशीच अर्धवट राहिली होती. आमच्या तिघांच्याही वाटा वेगळ्या झाल्या होत्या. एखादी फिल्म फास्ट फॉरवर्ड व्हावी तसे सोनगिरीत आल्यापासूनचे दिवस माझ्या नजरेसमोरून निघून गेले. दुसऱ्या दिवशी आनंद आणि उम्या दोघेही सामान घेऊन आपापल्या बदलीच्या ठिकाणी निघून गेले. मी आता खऱ्या अर्थाने सोनगिरीत एकटाच उरलो... फक्त एकटा!

'२०५२, मडगाव - मुंबई जनशताब्दी एक्स्प्रेस थोड्याच वेळात प्लॅटफॉर्म नंबर दोनवर येत आहे... २०५२, मडगाव - मुंबई जनशताब्दी एक्स्प्रेस थोडेही समय में प्लॅटफॉर्म नंबर दो पर आ रही है...' गाडीची अनाउन्समेन्ट होत होती. अनाउन्समेन्ट झाल्या झाल्या प्लॅटफॉर्मवरच्या लोकांची लगबग सुरू झाली. आपापलं सामान घेऊन जो तो गाडी येण्याच्या दिशेने पाहू लागला. दोन मोठ्या सामानाच्या बॅगा घेऊन मी एका बाकड्यावर बसलो होतो. स्पीकरमधून येणारी रेल्वेची अनाउन्समेन्ट कानावर पडली तरी उठावंसं वाटत नव्हतं. मला कळत होतं की काही मिनिटांतच एक्स्प्रेस येणार होती आणि मी कायमचा इथून निघून जाणार होतो, परत कधीही न येण्यासाठी. माझे पाय साखळदंड बांधल्यासारखे जड झाले होते. अंगातली शक्ती निघून गेल्यासारखी वाटत होती. नजर स्टेशनच्या गेटवर लागून राहिली. कदाचित ती परिचित आकृती दिसेल. कदाचित ती सारं काही विसरून मला भेटायला येईल, निदान शेवटचं तरी! जोरात वाजणाऱ्या गाडीच्या हॉर्नमुळे मी भानावर आलो. भगऽ -भगऽ भगऽ -भग... इंजिनाने धूर सोडला. त्या काळ्यामिट्ट धुरात स्टेशनचं ते गेटही आता दिसेनासं झालं. डब्यांमागून डबे पुढून सरकू लागले. गाडी थांबली तशी माणसं गाडीत चढण्याची घाई करू लागली. लहानशा दरवाज्यातून धडपडत आत जाणाऱ्या माणसांकडे मी विमनस्क नजरेने पाहत होतो. मलाही आता त्याच गाडीत जायचं होतं. गाडीत चढताना आपलं फार महत्त्वाचं असं काहीतरी आपण सोडून चाललोत अशी एक बोचरी जाणीव होत होती. माझ्या सीटवर जाऊन बसलो, खिडकीतून बाहेर शून्य नजरेने बघत. जीवनरूपी पुस्तकातलं एक सुंदर प्रकरण संपलं होतं. त्याचा शेवट चांगला होऊ शकला असता, पण काही गोष्टी अशा घडत गेल्या की त्यांवर कुणाचंच नियंत्रण राहिलं नाही. असाहाय्यपणे पाहण्यावाचून माझ्या हातात काहीच उरलं नाही. पुन्हा एकदा हॉर्न वाजवून एक्स्प्रेस हळुवारपणे पुढे निघाली. स्टेशनचं गेट डोळ्यांसमोरून जात असलेलं मला दिसत होतं. अजूनही ती वेडी आशा मनाला लागून राहिली होती. छे! अगदीच निरर्थक! एक्स्प्रेस स्टेशनमधून बाहेर पडली आणि तिने वेग घेतला.

उपसंहार